തമസിന്റെ ഹൃദയം

thamassinte hridayam
novel

•

joseph conrad

•

translated
a k abdul majeed

•

first edition
october 2010

•

typesetting
vega graphics

•

published
chintha publishers, thiruvananthapuram

•

•

cover
sunil asokapuram

•

വിതരണം

ദേശാഭിമാനി ബുക്ക് ഹൗസ്

H O തിരുവനന്തപുരം-695 001

ബ്രാഞ്ചുകൾ

ഓവർബ്രിഡ്ജ് തിരുവനന്തപുരം • കെ എസ് ആർ ടി സി ബസ് സ്റ്റേഷൻ ആല
പ്പുഴ • കെ എസ് ആർ ടി സി ബസ് സ്റ്റേഷൻ എറണാകുളം • കലൂർ കൊച്ചി •
ഐ ജി റോഡ് കോഴിക്കോട് • മാവൂർ റോഡ് കോഴിക്കോട് • എൻ ജി ഒ യൂണിയൻ
ബിൽഡിങ് കണ്ണൂർ • സെൻട്രൽ ബസ് ടെർമിനൽ കോംപ്ലക്സ് താവക്കര
കണ്ണൂർ • മച്ചിങ്ങൽ ലെയ്ൻ തൃശൂർ

CO - 1493 / 2559

തമസിന്റെ ഹൃദയം

നോവൽ

ജോസഫ് കോൺറാഡ്

പരിഭാഷ
എ കെ അബ്ദുൾ മജീദ്

ചിന്ത പബ്ലിഷേഴ്സ്
തിരുവനന്തപുരം-695 001

എ കെ അബ്ദുൾ മജീദ്

കോഴിക്കോട് ജില്ലയിലെ കൊടുവള്ളി സ്വദേശി. ഇംഗ്ലീഷിൽ ബിരുദാനന്തര ബിരുദം, ബി എഡ്, സി ടി ഡി (ലഖ്നൗ), പി ജി, പി ജി ഡി ടി ഇ (ഇ എഫ് എൽ യൂണിവേഴ്സിറ്റി ഹൈദരാബാദ്) എന്നിവ നേടി. അധ്യാപകൻ, ഗ്രന്ഥകാരൻ. ഖലീൽ ജിബ്രാന്റെ *ഹൃദയരഹസ്യങ്ങൾ*, *ഗുരുവിന്റെ ശബ്ദം*, റജാഫാദ്ദഖിയുടെ *ഖുർആൻ കല സംഗീതം* തുടങ്ങി ഒരു ഡസനിലധികം പുസ്തകങ്ങൾ ഇംഗ്ലീഷിൽ നിന്ന് മലയാളത്തിലേക്ക് പരിഭാഷപ്പെടുത്തിയിട്ടുണ്ട്. കോഴിക്കോട് ആർ ഇ സി ഗവ. ഹയർസെക്കന്ററി സ്കൂളിൽ ഹയർ സെക്കന്ററി വിഭാഗം ഇംഗ്ലീഷ് അധ്യാപകനായി ജോലി ചെയ്യുന്നു.

ഭാര്യ   : റംല കളത്തിൽ

മക്കൾ   : ബദർ ജുമാൻ, നദർ അമാൻ, ഹല മർജാൻ

വിലാസം : വാരിക്കുഴിയിൽ ഹൗസ്,
              വാരിക്കുഴി താഴം, പി ഒ മാനിപുരം 673584
              e-mail : abdulmajeedak@gmail.com

ജോസഫ് കോൺറാഡ്

ജോസഫ് തിയോഡർ കോൺറാഡ് 1857 ഡിസംബർ 3ന് പോളിഷ് ഉക്രെയിനിലെ ബെർഡിക്സ്യുവിൽ ജനിച്ചു. അച്ഛൻ അപ്പോളോ നാലെക്സ് കോർസെനിയോവ്സ്കി. അമ്മ എവ്‌ലിനാ ബോബ്‌റോവ് സ്കി. ഇവരുടെ ഏക സന്തതിയായിരുന്നു കോൺറാഡ്. പോളണ്ടിന്റെ സ്വാതന്ത്ര്യത്തിനുവേണ്ടി റഷ്യക്കെതിരെ ഒളിപ്രവർത്തനങ്ങളിൽ ഏർപ്പെ ട്ടിരുന്ന അപ്പോളോ വടക്കൻ റഷ്യയിലേക്കു നാടുകടത്തപ്പെട്ടു. നാലുവ യസായ കോൺറാഡിനെയും കുട്ടി എവ്‌ലിനയും അദ്ദേഹത്തെ അനു ഗമിച്ചു. 1865 ൽ ക്ഷയരോഗം ബാധിച്ച് എവ്‌ലിന നിര്യാതയായി. 1869 ൽ പിന്നീട് സ്വദേശത്തേക്ക് മടങ്ങിവരാൻ അനുവാദം ലഭിച്ച അപ്പോളോ പോളണ്ടിലെ ക്രാകോവിൽവെച്ച് മരിച്ചു. മാതാമഹി തിയോഫില ബോബ് റോവ്സ്കിയുടെയും അമ്മാവൻ റ്റഡിയൂസ് ബോബ്‌റോവ്സ്കിയുടെയും സംരക്ഷണയിലാണ് കോൺറാഡ് വളർന്നത്.

ദുരിതം നിറഞ്ഞതായിരുന്നു കോൺറാഡിന്റെ ബാല്യം. പ്രവാസവും ഒറ്റപ്പെടലും അരക്ഷിതത്വവും ഭയവും കോൺറാഡിന്റെ ബാല്യത്തെ കയ്പ്പുറ്റതാക്കി. അച്ഛൻ ശീലിപ്പിച്ച വായനയിലാണ് കോൺറാഡ് തന്റെ ദുഃഖങ്ങൾക്കും നിരാശകൾക്കുമെല്ലാം അറുതി കണ്ടെത്തിയത്. അപ്പോ ളോയുടെ വിപുലമായ ഗ്രന്ഥശേഖരം ആശ്വാസവും അഭയവുമായി. ഇംഗ്ലീഷിൽനിന്നും ഫ്രഞ്ചിൽനിന്നും നിരവധി കൃതികൾ അപ്പോളോ പോളിഷ് ഭാഷയിലേക്ക് പരിഭാഷപ്പെടുത്തിയിരുന്നു. അച്ഛന്റെ സാഹി ത്യാഭിരുചി കോൺറാഡിന് എന്നും പ്രചോദനമായിരുന്നു.

തന്റെ അച്ഛനമ്മമാരെ കഷ്ടപ്പെടുത്തിയ പോളണ്ടിനോട് വിടപറ യാൻ ചെറുപ്രായത്തിൽതന്നെ കോൺറാഡ് നിശ്ചയിച്ചു. വായനയിലൂടെ സുപരിചിതമായിത്തീർന്ന സമുദ്രങ്ങൾക്കപ്പുറത്തുള്ള ലോകമാണ്

കോൺറാഡിനെ മാടിവിളിച്ചത്. അക്കാലത്തെ പുകൾപെറ്റ സമുദ്ര സഞ്ചാരകഥകളെല്ലാം കോൺറാഡ് വായിച്ചിരുന്നു. അമ്മാവന്റെ എതിർപ്പു വകവയ്ക്കാതെ പതിനാറാം വയസിൽ കോൺറാഡ് സമുദ്ര യാത്രയ്ക്കു പുറപ്പെട്ടു. അങ്ങനെ 1874 ൽ അദ്ദേഹം ക്രാകോവിൽനിന്ന് ഫ്രാൻസിന്റെ തെക്കൻ തീരത്തെ തുറമുഖനഗരമായ മാർസീലെസി ലേക്ക് യാത്ര തിരിച്ചു.

1874നും 1878നുമിടയ്ക്ക് നിരവധി ഫ്രെഞ്ചു കപ്പലുകളിൽ വിവിധ ഔദ്യോഗിക പദവികളിൽ സവാരി ചെയ്തു. കൊളംബിയ, വെനസ്വേല, സ്പെയിൻ തുടങ്ങിയ സ്ഥലങ്ങളിലൂടെ കടന്നുപോയി. 1878 ൽ കടബാ ധ്യതയെത്തുടർന്ന് നെഞ്ചിലേക്ക് നിറയൊഴിച്ച് ആത്മഹത്യക്കു ശ്രമിച്ചു. (ഇക്കാലത്തെ അനുഭവങ്ങൾ ആധാരമാക്കി കോൺറാഡ് രചിച്ച നോവ ലാണ് *ദി ആരോ ഓഫ് ഗോൾഡ് 1919*) പിന്നീട് സ്ഥിതി മാറുകയും 'മോവിസ്' എന്ന ബ്രിട്ടീഷ് കപ്പലിൽ മാൾട്ട, കോൺസ്റ്റാന്റിനോപ്പിൽ എന്നിവിടങ്ങളിലേക്ക് യാത്ര തിരിക്കുകയും ചെയ്തു. ഈ കപ്പലിൽ വച്ചാണ് കോൺറാഡ് ആദ്യമായി ഇംഗ്ലീഷ് ഭാഷ കേൾക്കുന്നത്. 1878 ജൂൺ 18 ന് അദ്ദേഹം ലോവസ്റ്റാഫിൽ ഇറങ്ങി. ഈ ഇംഗ്ലീഷ് നാട്ടിൽ കാലുകുത്തുമ്പോൾ അദ്ദേഹത്തിന് ഇംഗ്ലീഷ് ഭാഷയിൽ ഒട്ടും പരിജ്ഞാന മുണ്ടായിരുന്നില്ല. നാട്ടുകാരിൽ ആരെയും പരിചയവുമുണ്ടായിരുന്നില്ല. കപ്പലിൽ ജോലിചെയ്യുകയും സമുദ്രവ്യാപാരവുമായി ബന്ധപ്പെട്ട ഉയർന്ന തസ്തികകളിലേക്ക് പടിപടിയായി കയറ്റം കിട്ടുകയും ചെയ്തു. ഇതി നിടയ്ക്ക് കപ്പൽ ജീവനക്കാരിൽനിന്ന് പതുക്കെപ്പതുക്കെ ഇംഗ്ലീഷ് പഠി ച്ചെടുത്തു. കിഴക്കൻ ദേശങ്ങളിലേക്കും ഓസ്ട്രേലിയയിലേക്കും യാത്ര കൾ നടത്തി. ഈ യാത്രാനുഭവങ്ങളാണ് കോൺറാഡിന്റെ ആദ്യകാല നോവലുകളുടെ ഇതിവൃത്തം രൂപപ്പെടുത്തിയത്.

1890 ൽ അമ്മാവനെ സന്ദർശിക്കാൻ സ്വദേശത്തേക്ക് മടങ്ങി. രണ്ടു മാസം അമ്മാവന്റെ എസ്റ്റേറ്റിൽ താമസിച്ചശേഷം ബ്രസൽസിൽ വന്നു. അവിടെനിന്ന് മെയ് 10ന് കോംഗോയിലേക്ക് രണ്ടാം കപ്പിത്താനായി യാത്ര പുറപ്പെട്ടു. ഇതായിരുന്നു കോൺറാഡിന്റെ ജീവിതത്തിന് ഏറ്റവും ആഘാതമേൽപ്പിച്ച യാത്ര. വിവിധ തുറമുഖങ്ങൾ സന്ദർശിച്ചശേഷം കോംഗോ നദിയുടെ ഉപരിഭാഗത്ത് അറുപത് മൈൽ പിന്നിട്ട് ബോമയിൽ എത്തി. അവിടെനിന്ന് വീണ്ടും അറുപത് മൈൽ അകലെയുള്ള മറ്റാ ഡിയിലേക്ക് സ്റ്റീമറിൽ യാത്ര ചെയ്തു. അവിടെനിന്ന് സ്റ്റാൻലി പുളി ലുള്ള കിൻശാശയിലേക്ക് 230 മൈൽ കരയാത്ര. താൻ യാത്രയ്ക്ക് നേതൃ ത്വം നൽകേണ്ട സ്റ്റീമർ പൂർണമായും കേടുവന്ന നിലയിൽ കാണുന്നത് അവിടെ വച്ചാണ്. റോയി ഡെസ് ബെൽഗസ് എന്ന കപ്പലിൽ കോംഗോയി ലൂടെ ആയിരം മൈൽ യാത്ര ചെയ്ത് ഒന്നരമാസം കൊണ്ട് സ്റ്റാൻലി വെള്ളച്ചാട്ടത്തിനടുത്തെത്തി. കോംഗോയിലൂടെയുള്ള ഈ നീണ്ട യാത്ര യിൽ കോൺറാഡ് ഇടയ്ക്കിടെ രോഗബാധിതനായി. ആഫ്രിക്കയിലെ മിക്ക യൂറോപ്യരെയും ബാധിച്ച ഉഷ്ണമേഖല രോഗങ്ങൾ അദ്ദേഹ

ത്തെയും അവശനാക്കി. കപ്പിത്താൻ രോഗബാധിതനായതിനാൽ മടക്ക യാത്രയിൽ കപ്പിത്താന്റെ ചുമതല കോൺറാഡിനായിരുന്നു. ആ യാത്ര യിൽ ബ്രസൽസ് സന്ദർശിച്ചു. ഇംഗ്ലണ്ടിൽ തിരിച്ചെത്തിയശേഷം ഒരുമാ സക്കാലം ഡാൽസ്റ്റൺ ആസ്പത്രിയിൽ ചികിത്സയിൽ കഴിഞ്ഞു. ഏറെ ദുരിതം പിടിച്ച ഈ കോംഗോ യാത്രയാണ് *ഹാർട്ട് ഓഫ് ഡാർക്ന*e *സിന്റെ* പശ്ചാത്തലം.

കോംഗോയാത്രയ്ക്കുശേഷവും അദ്ദേഹം യാത്രകൾ തുടർന്നു. 1896 ൽ ജെസി ജോർജിനെ വിവാഹം ചെയ്തു. മാനസികമായും ശാരീ രികമായും തളർന്ന കോൺറാഡിന് ജെസിയുടെ കൂട്ട് ഉന്മേഷവും ശക്തിയും പ്രദാനം ചെയ്തു. ഇവർക്ക് രണ്ട് ആൺകുട്ടികൾ പിറന്നു. 1898 ൽ ബോറ്റസും 1906 ൽ ജോണും.

വിവാഹാനന്തരം ഇംഗ്ലണ്ടിൽ സ്ഥിരതാമസമാക്കിയ കോൺറാഡ് ഇംഗ്ലണ്ടിലെ പ്രമുഖരുമായി സൗഹൃദം സ്ഥാപിച്ചു. എച്ച് ജി വെൽസ്, ബർട്രന്റ് റസൽ എന്നിവരുൾപ്പെടുന്ന പ്രശസ്തർ കോൺറാഡിന്റെ സുഹൃത്തുക്കളായിരുന്നു.

1874 ലെ കന്നിയാത്ര മുതൽ 1893 ലെ ഒടുവിലത്തെ പ്രധാനയാത്ര വരെയുള്ള കാലയളവിലായി കോൺറാഡ് തന്റെ ജീവിതകാലത്തിന്റെ സിംഹഭാഗവും ചെലവഴിച്ചത് കടലിലാണ്. 1889 മുതൽ അദ്ദേഹം നോവൽരചന ആരംഭിച്ചു. *അൽമേചേർസ് ഫോളി* ആണ് പ്രധാന നോവൽ. ജോസഫ് കോൺറാഡ് എന്ന ആംഗലവൽകൃത നാമത്തിൽ അദ്ദേഹം രചിച്ച നോവലുകൾ ഇംഗ്ലീഷ് സംസാരിക്കുന്നവർക്കിടയിൽ എളുപ്പം പ്രചാരം നേടി. *ദ നിഗ്ഗർ ഓഫ് ദ നാർസിസസ്, ലോർഡ് ജിം, നോസ്ട്രോമോ, ദ സീക്രട്ട് ഏജന്റ്, അണ്ടർ വെസ്റ്റേൺ ഐസ്, ചാൻസ്, വിക്ടറി, ഒഷാഡോ ലൈൻ, ദി ആരോ ഓഫ് ഗോൾഡ്, റെസ്ക്യൂ, ദ റോവർ* എന്നിവയാണ് *ഹാർട്ട് ഓഫ് ഡാർക്നെസിനു* പുറമെയുള്ള കോൺറാഡിന്റെ നോവലുകൾ. നിരവധി ചെറുകഥകളും അദ്ദേഹം എഴു തിയിട്ടുണ്ട്.

പത്തൊമ്പതാം വയസിനു മുമ്പ് ഇംഗ്ലീഷിലെ ഒരു വാക്കുപോലും ഉച്ചരിച്ചിട്ടില്ലാത്ത കോൺറാഡ് ഇംഗ്ലീഷ് ഭാഷയിലെ ഏറ്റവും മികച്ച ശൈലീകാരന്മാരിൽ ഒരാളായിത്തീർന്നത് സാഹിത്യലോകത്തിലെ അത്ഭുതമാണ്. ജീവിതത്തെക്കുറിച്ച് അഗാധമായ ഉൾക്കാഴ്ച നൽകു ന്നതാണ് കോൺറാഡിന്റെ രചനകൾ.

1924 ആഗസ്ത് 3ന് ഹൃദയാഘാതത്തെത്തുടർന്ന് കോൺറാഡ് അന്തരിച്ചു. കാന്റർബറിയിലാണ് അന്ത്യവിശ്രമം.

ഭാഗം ഒന്ന്

നെല്ലീ എന്ന പായ്ക്കപ്പൽ നങ്കൂരത്തിൽ ഉലഞ്ഞു. പായകൾ നിശ്ചലം. അവ ചിറകടിക്കുന്നില്ല. വേലിയേറ്റം താണിരിക്കുന്നു. കാറ്റ് ഏതാണ്ട് ശമിച്ച മട്ടാണ്. നദിയുടെ താഴ്ഭാഗത്താണ് കപ്പൽ നിന്നത്. ഇനി അടുത്ത വേലിയേറ്റം വരുന്നതുവരെ കാത്തുനിൽക്കുകയേ നിർവാ ഹമുള്ളൂ.

അന്തമില്ലാത്ത ജലപാതപോലെ തെംസ് നദിയുടെ സമുദ്രമുഖം ഞങ്ങളുടെ മുമ്പിൽ നീണ്ടുകിടന്നു. അകലെ കടലും ആകാശവും തമ്മിൽ ചേർന്ന് ഒന്നാവുന്നു. കടലേത്, ആകാശമേത് എന്നു തിരിച്ചറി യാൻ പറ്റുന്നില്ല. തെളിഞ്ഞ അന്തരീക്ഷത്തിൽ വഞ്ചികളുടെ പായ്മര ങ്ങൾ ഉയർന്നുനിൽക്കുന്നതു കാണാം. ആകാശത്ത് സൂര്യകിരണങ്ങ ളിൽ കുളിച്ച് നിൽക്കുന്ന ചുവന്ന മേഘമാലകൾ. താഴെ കടലിലേക്ക് പടർന്നുപോവുന്ന മൃദുൽ മഞ്ഞിന്റെ അലകൾ. ഗ്രാവ്സെൻഡിനു മുക ളിലെ വായുവിന് ഇരുണ്ട വർണമായിരുന്നു. ഭൂമിയിലെ ഏറ്റവും വലിയ പട്ടണത്തിനുമീതെ അന്തരീക്ഷം ശോകമൂകമായി ചലനമറ്റുകിടന്നു.

കമ്പനിയുടെ ഡയറക്ടറായിരുന്നു ഞങ്ങളുടെ ക്യാപ്റ്റനും ആതി ഥേയനും. കപ്പലിന്റെ അണിയത്ത് കടലിലേക്ക് കണ്ണുംനട്ടു നിൽക്കുന്ന അദ്ദേഹത്തിന്റെ പുറം ഞങ്ങൾ നാലുപേർ വാത്സല്യത്തോടെ ശ്രദ്ധിച്ചു. ആകപ്പാടെ നോക്കുമ്പോൾ തെംസ് നദിക്ക് അർധ സമുദ്രത്തിന്റെ മട്ടു ണ്ടായിരുന്നില്ല. ഒരു നാവികനുവേണ്ട എല്ലാ യോഗ്യതകളും തികഞ്ഞ ആളായിരുന്നു ഞങ്ങളുടെ ക്യാപ്റ്റൻ. വിശ്വസ്തതയുടെ ആൾരൂപം. തെളിഞ്ഞ ഈ നദിമുഖത്തല്ല, അതിനപ്പുറം ഇരുണ്ട കടലിലാണ് അദ്ദേ ഹത്തിന്റെ ജോലി എന്ന് തിരിച്ചറിയുക പ്രയാസമായിരുന്നു.

ഞങ്ങൾക്കിടയിൽ, ഞാൻ മുമ്പെപ്പോഴോ പറഞ്ഞതുപോലെ, കട

ലിന്റെ ബാന്ധവമുണ്ടായിരുന്നു. വേര്‍പാടിന്റെ നീണ്ട കാലഘട്ടങ്ങളിലും ആ ബാന്ധവം ഞങ്ങളുടെ ഹൃദയങ്ങളെ കൂട്ടിയിണക്കി. ഡക്കില്‍ ഉണ്ടായിരുന്ന ഒരേ ഒരു കുഷ്യന്‍ ഞങ്ങളുടെ കൂട്ടത്തിലെ ഏറ്റവും സമാദരണീയനായ അഭിഭാഷകന്റെ കൈവശമായിരുന്നു. ആകെയുള്ള ഒരു കമ്പിളിയില്‍ അദ്ദേഹം കിടക്കുകയാണ്. കണക്കെഴുത്തുകാരന്‍ നേരത്തെതന്നെ ഡെമിനോസ് കളിക്കുള്ള കരുക്കളുടെ ഒരു പെട്ടിയുമായി സ്ഥാനം പിടിച്ചിട്ടുണ്ട്. കരുക്കള്‍കൊണ്ട് പലതരത്തിലുള്ള വസ്തുശില്‍പ്പമാതൃക ഉണ്ടാക്കി കളിക്കുകയാണ് അയാള്‍. മാര്‍ലോ അമരപ്പായ് മരത്തില്‍ ചാരി കാലിന്മേല്‍ കാല്‍ കയറ്റിവച്ച് ഇരുന്നു. കുഴിഞ്ഞ കവിളുകളായിരുന്നു അദ്ദേഹത്തിന്റേത്. മഞ്ഞ നിറം, നിവര്‍ന്നു നില്‍ക്കുന്ന മുതുക്, ആകെ ഒരു യോഗിയെപ്പോലെ. കൈകള്‍ താഴോട്ട് തൂക്കിയിട്ട്, കൈപ്പത്തിയുടെ ഉള്‍ഭാഗം പുറത്തേക്ക് കാണുന്ന രീതിയിലാണ് ഇരുത്തം. ഒറ്റനോട്ടത്തില്‍ പ്രതിമയാണെന്നു തോന്നും. നങ്കൂരം നന്നായി ഉറച്ചെന്നു ഉറപ്പു വരുത്തിയ ശേഷം ഡയറക്ടര്‍ പായ്മരങ്ങള്‍ക്കിടയിലൂടെ വഴിയുണ്ടാക്കി നടന്നുവന്നു ഞങ്ങളുടെ ഇടയിലിരുന്നു. അലസമായി ചില വാക്കുകള്‍ ഞങ്ങള്‍ കൈമാറി. പിന്നീട് കപ്പലില്‍ മൗനം നിറഞ്ഞു. എന്തോ കാരണത്താല്‍ ഡോമിനോസ് കളി ഞങ്ങള്‍ തുടര്‍ന്നില്ല. ധ്യാനത്തില്‍ ഏര്‍പ്പെട്ടപോലെ ഞങ്ങള്‍ക്കു തോന്നി. ശാന്തമായ തുറിച്ചുനോട്ടമല്ലാതെ മറ്റൊന്നും കരണീയമായി തോന്നിയില്ല. ശാന്ത ഗംഭീരമായ പവിത്രതയില്‍ ദിവസം അവസാനിക്കുകയായിരുന്നു. സാന്ത്വനിപ്പിക്കുന്ന മട്ടില്‍ വെള്ളം തിളങ്ങി. ഒരു കരിനിഴല്‍ തുണുപോലുമില്ലാതെ ആകാശം തെളിഞ്ഞ വെളിച്ചത്തില്‍ അനുഗ്രഹപൂര്‍ണമായി നിന്നു. എസെക്സ് ചതുപ്പു നിലത്തിലെ മൂടല്‍മഞ്ഞ് സുതാര്യമായ ഒരാവരണം പോലെയായിരുന്നു. കരയിലെ മരങ്ങളില്‍ നിന്ന് താഴെ തീരങ്ങളിലേക്ക് നിവര്‍ത്തിയിട്ട സുതാര്യമായ മടക്കുകളായി അവ കാണപ്പെട്ടു. ദൂരെ, പടിഞ്ഞാറു മാത്രമുണ്ടായിരുന്ന മൂടല്‍, കടന്നുവരുന്ന സൂര്യനോടു അരിശം പ്രകടിപ്പിക്കാനെന്നവണ്ണം, അനുനിമിഷം കൂടുതല്‍ ഇരുണ്ടു വന്നു. ഒടുവില്‍ കണ്ണില്‍പ്പെടാത്ത വിധം സൂര്യന്‍ താഴേക്ക് മറഞ്ഞു. അങ്ങനെ, ജ്വലിക്കുന്നവെണ്മ, ചുവന്ന പിണ്ഡമായി മാറി. രശ്മിയോ ചൂടോ ഇല്ലാതെ ഇരുട്ടിന്റെ സ്പര്‍ശത്താല്‍ ഉടനെ അത് കെട്ടുപോവുമെന്ന് തോന്നി.

പെട്ടെന്ന് ജലോപരിതലത്തില്‍ മാറ്റം ദൃശ്യമായി. തെളിച്ചം മങ്ങി. അന്തരീക്ഷം ഗഹനമായി. തീരത്തെത്തിയ മനുഷ്യര്‍ക്ക് ദീര്‍ഘമായ സേവനം നല്‍കിയ ശേഷം പകലറുതിയില്‍ പുഴ അനക്കമേറ്റ് വിശ്രമിച്ചു.

ഭൂമിയുടെ അറ്റങ്ങളിലേക്ക് കൊണ്ടുപോകുന്ന ജലപാത ശാന്ത ഗംഭീരമായി, അന്തസോടെ വിസ്തൃതമായി കിടന്നു. ആദരണീയമായ നദിയുടെ പ്രതലത്തിലേക്ക് ഞങ്ങള്‍ ദൃഷ്ടിയുന്നി. ക്ഷണികമായ ദിവസത്തിന്റെ തെളിമയുള്ള ഒഴുക്കിലേക്കല്ലെ, മറിച്ച് അനശ്വരമായ സ്മൃതി

കളുടെ പ്രതാപം വഹിക്കുന്ന പ്രകാശത്തിലേക്ക് ബഹുമാനത്തോടെയും വാത്സല്യത്തോടെയുമുള്ള നോട്ടം. 'കടലിനെ പിന്തുടർന്ന' ഒരാളെ സംബന്ധിച്ചിടത്തോളം തെംസിൽ നിന്ന് ഭൂതകാലത്തിന്റെ ആത്മാവിനെ ആവാഹിച്ചെടുക്കുന്നതിനെക്കാൾ എളുപ്പമായി മറ്റൊന്നുമില്ല. തിരകൾ അവ വഹിച്ചുകൊണ്ടുപോയ കപ്പലുകളുടെയും മനുഷ്യരുടെയും ഓർമ കളുമായി അവസാനമില്ലാതെ മുമ്പോട്ടും പിറകോട്ടും ഓടിക്കൊണ്ടിരി ക്കുന്നു. ആളുകളെ അവ വിശ്രമത്തിനായി വീടുകളിലേക്ക് തിരിച്ചെത്തി ച്ചിട്ടുണ്ട്. നാവികരെ യുദ്ധങ്ങളിലേക്ക് കൊണ്ടുപോയിട്ടുണ്ട്. സർ ഫ്രാൻസിസ് ഡ്രേക്ക് മുതൽ സർ ജോൺ ഫ്രാങ്ക്ലിൻ വരെയുള്ള പട്ടം കെട്ടിയവരും അല്ലാത്തവരുമായ രാജ്യം അഭിമാനിക്കുന്ന പ്രഭുക്കന്മാരെ തെംസ് അറിയുകയും സേവിക്കുകയും ചെയ്തിട്ടുണ്ട്. കടലിൽ തലങ്ങും വിലങ്ങും പാഞ്ഞ പ്രഭുക്കന്മാരായിരുന്നു അവർ. രാത്രിനേരത്ത് വെട്ടി ത്തിളങ്ങുന്ന ആഭരണങ്ങൾ പോലെയുള്ള പേരുകളുള്ള കപ്പലുകളെ തെംസ് വഹിച്ചുകൊണ്ടുപോയി വട്ടത്തിലുള്ള പാർശ്വഭാഗങ്ങൾ നിറയെ നിധികളുമായി മടങ്ങി വരികയും രാജ്ഞി തിരുമനസ്സ് നേരിൽ എഴു ന്നള്ളി സന്ദർശിക്കുകയും അങ്ങനെ ഇതിഹാസമായിത്തീരുകയും ചെയ്ത ഗോൾഡൻ ഹിന്ദ് മുതൽ വെട്ടിപ്പിടിക്കാൻ പുറപ്പെട്ട, ഒരിക്കലും മടങ്ങി വരാതിരുന്ന എറെബസ്, ടെറർ വരെയുള്ള യാനപാത്രങ്ങൾ. ആ കപ്പലുകളെയും അവയിലുണ്ടായിരുന്ന മനുഷ്യരെയും തെംസ് അറിഞ്ഞു. ഡെപ്റ്റ് ഫോർഡിൽ നിന്നും ഗ്രീനിച്ചിൽ നിന്നും എറിതിൽ നിന്നും യാത്ര പുറപ്പെട്ടതായിരുന്നു അവർ. സാഹസികരായ കുടിയേറ്റക്കാർ. രാജാക്ക ന്മാരുടെയും മഹാവ്യാപാരികളുടെയും കപ്പലുകൾ, കപ്പിത്താന്മാർ, നാവി കനായകന്മാർ, ലൈസൻസില്ലാതെ കിഴക്കൻ വ്യാപാരത്തിന് ഇറങ്ങി ത്തിരിച്ചവർ, ഈസ്റ്റിന്ത്യാ കമ്പനിയുടെ കപ്പൽപ്പടയിൽ നിയോഗിക്കപ്പെട്ട ജനറൽമാർ, സ്വർണവേട്ടക്കാർ, പ്രശസ്തിക്കുവേണ്ടി ദാഹിച്ചു കപ്പൽ കയറിയവർ, എല്ലാവരും പോയത് ഈ നദിയിലൂടെ. വാളുകൾ വഹിച്ച് പലപ്പോഴും ദീപശിഖകളേന്തി, രാജ്യത്തിന്റെ തന്നെ ശക്തിയുടെ സന്ദേ ശവാഹകരായി, വിശുദ്ധ അഗ്നിയിൽ നിന്നുള്ള ഒരു സ്ഫുലിംഗമായി. അറിയപ്പെടാത്ത ഭൂമിയുടെ നിഗൂഢതയിലേക്ക് എന്തെല്ലാം മഹത്വങ്ങളെ ഈ നദിയുടെ തിരകൾ ഒഴുക്കിക്കൊണ്ടു പോയില്ല!... മനുഷ്യരുടെ സ്വ പ്നങ്ങൾ, കോമൺവെൽത്തുകളുടെ വിത്തുകൾ, സാമ്രാജ്യങ്ങളുടെ ബീജങ്ങൾ.

സൂര്യൻ അസ്തമിച്ചു. നദിയിൽ സന്ധ്യാവെളിച്ചം വ്യാപിച്ചു. തീരത്ത് വിളക്കുകൾ തെളിഞ്ഞു തുടങ്ങി. ചളിത്തറയിൽ മൂന്നു കാലു കളിൽ ഉയർത്തിക്കെട്ടിയ 'ചാപ്മാൻ' ദീപസ്തംഭം വെട്ടിത്തിളങ്ങി. വെ ളിച്ചങ്ങളുടെ കപ്പലുകളും ജലോപരിതലത്തിൽ നീങ്ങിക്കൊണ്ടിരിക്കുന്നു. മഹാപ്രളയം മുകളിലേക്കും താഴേക്കും സഞ്ചരിക്കുന്ന പ്രകാശത്തിന്റെ അലകൾ. അകലെ, പടിഞ്ഞാറ്, നദിയുടെ മേൽഭാഗത്തായി രാക്ഷസാ കാരം പൂണ്ട പട്ടണത്തിന്റെ സ്ഥാനത്ത് ഇപ്പോഴും ആകാശത്തൊരു

അശുഭ ചിഹ്നം പോലെ അരണ്ട വെളിച്ചം. നക്ഷത്രങ്ങൾക്കു താഴെ കണ്ണ ഞ്ചിക്കുന്ന പ്രകാശത്തിൽ ചിന്താകുലമായ മ്ലാനത.

"ഭൂമിയിലെ ഏറ്റവും ഇരുട്ട് കൂടിയ ഇടങ്ങളിലൊന്നാണ് ഇതും" പെട്ടെന്ന് മാർലോ പറഞ്ഞു.

ഞങ്ങളുടെ കൂട്ടത്തിൽ ഇപ്പോഴും 'കടലിനെ പിന്തുടരുന്ന' ആൾ അദ്ദേഹം മാത്രമായിരുന്നു. അദ്ദേഹത്തെക്കുറിച്ച് പറയാമായിരുന്ന ഏറ്റവും മോശമായ കാര്യം അദ്ദേഹം തന്റെ വർഗത്തെ പ്രതിനിധീകരി ക്കുന്നില്ല എന്നതാണ്. എല്ലാ നാവികരും നിഷ്പന്ദമായ ജീവിതം– അങ്ങനെ പറയാമെങ്കിൽ– നയിച്ചപ്പോൾ അലഞ്ഞുതിരിഞ്ഞു ജീവിച്ച നാവികനായിരുന്നു മാർലോ. സദാ വീട്ടിലിരിക്കുന്നതുപോലെയായിരുന്നു മറ്റു നാവികരുടെ മനസുകൾ. അവരുടെ വീടുകൾ എപ്പോഴും അവരോ ടൊപ്പമുണ്ടായിരുന്നു. കപ്പൽ അവർക്ക് സ്വന്തം വീടും സമുദ്രം സ്വന്തം രാജ്യവുമായിരുന്നു. കപ്പലുകളെല്ലാം ഏതാണ്ട് ഒരുപോലെ. കടൽ ഒന്നു തന്നെ. മാറ്റാൻ കഴിയാത്ത തങ്ങളുടെ ചുറ്റുപാടുകളിൽ അന്യതീരങ്ങളും അന്യമുഖങ്ങളും ജീവിതത്തിന്റെ മാറിവരുന്ന അപാരതയും കാല ത്തിലൂടെ പിറകോട്ട് തെന്നിപ്പോയി. നിഗൂഢതയല്ല; അവജ്ഞ കലർന്ന അജ്ഞതയാണ് അതിനു മറയിട്ടത്. കാരണം സമുദ്രസഞ്ചാരിക്ക് ഒന്നും നിഗൂഢമായിരുന്നില്ല. നിഗൂഢത വല്ലതുമുണ്ടെങ്കിൽ അത് തന്റെ നില നിൽപ്പിന്റെ സഖിയും വിധിപോലെ ദുരൂഹവുമായ കടൽ തന്നെയായി രുന്നു. മറ്റുള്ളവരെ സംബന്ധിച്ചാണെങ്കിൽ, ജോലിക്കുശേഷം കരയി ലൂടെ നടത്തുന്ന അലസമായ നടത്തമോ വെറുതെയുള്ള അലഞ്ഞു തിരി യലോ മതി ഒരു മുഴുവൻ വൻകരയുടെയും രഹസ്യം അനാവൃതമാ വാൻ. എന്നിട്ട് സാധാരണഗതിയിൽ അവൻ കണ്ടെത്തുന്ന രഹസ്യമോ അറിയുന്നതുകൊണ്ട് കാര്യമൊന്നുമില്ലാത്തതും. സമുദ്രസഞ്ചാരികളുടെ കഥകൾക്ക് നേർക്കുനേരെയുള്ള ഒരു ലാളിത്യമുണ്ട്. പൊട്ടിച്ച കായയുടെ പുറംതോടിനകത്താണ് അതിന്റെ അർഥം മുഴുവൻ കുടികൊള്ളുന്നത്. പക്ഷേ മാർലോ ഇക്കൂട്ടത്തിൽപ്പെടുന്നില്ല. അദ്ദേഹത്തെ സംബന്ധിച്ച് ഒരു കഥാസന്ദർഭത്തിന്റെ അർഥം അതിന്റെ തോടിനകത്തെ വിത്തുപോ ലെയല്ല; പുറത്തു തന്നെയാണ്. മൂടൽമഞ്ഞ് പുറത്തേക്ക് കൊണ്ടുവ രുന്ന പ്രകാശ രശ്മിപോലെ കഥയെ പൊതിഞ്ഞു നിൽക്കുന്ന യാഥാർഥ്യം. ചന്ദ്രപ്രകാശത്തിൽ ദൃശ്യമാവുന്ന മഞ്ഞുമൂടിയ പ്രകാശ വലയത്തോട് അതിന് സാദൃശ്യമുണ്ട്.

മാർലോയുടെ അഭിപ്രായ പ്രകടനങ്ങൾ അത്ഭുതമുളവാക്കുന്നവ യായിരുന്നില്ല. മാർലോവിനെപ്പോലെ തന്നെയായിരുന്നു അദ്ദേഹത്തിന്റെ അഭിമതങ്ങളും. നിശ്ശബ്ദതയിൽ അവ അംഗീകരിക്കപ്പെട്ടു. ഒന്നു മുര ളാൻപോലും ആരും മിനക്കെട്ടില്ല. വളരെ പതുക്കെ മാർലോ സംഭാഷണം തുടർന്നു:

"വളരെ പഴയകാലത്തെക്കുറിച്ച് ചിന്തിക്കുകയായിരുന്നു ഞാൻ. ആയിരത്തിത്തൊള്ളായിരം വർഷങ്ങൾക്ക് മുമ്പ് റോമാക്കാർ ഇവിടെ

ആദ്യമായി വന്നകാലം. —ഈ നദിയിൽ നിന്നും വെളിച്ചം വന്നുതുട
ങ്ങിയതു മുതൽ —പ്രഭുക്കന്മാർ എന്നു നിങ്ങൾ പറഞ്ഞോ? അതെ,
സമതലത്തിലെ ജ്വാലപോലെയോ മേഘങ്ങളിൽനിന്നുള്ള മിന്നൽപ്പിണർ
പോലെയോ ആണത്. അതിന്റെ വെളിച്ചത്തിലാണ് നാം ജീവിക്കുന്നത്.
ഭൂമിയിലുള്ള കാലത്തോളം ആ ജ്വാല നിലനിൽക്കട്ടെ. പക്ഷേ ഇന്നലെ
ഇവിടെ ഇരുട്ടുണ്ടായിരുന്നു. മധ്യധരണ്യാഴിയിലെ യുദ്ധക്കപ്പലിലെ നാവി
കന്റെ വികാരങ്ങൾ ഭാവനയിൽ കണ്ടുനോക്കുക. ട്രൈറം എന്നല്ലേ അവ
രായുദ്ധക്കപ്പലിനെ വിളിക്കുക? ഉടൻ വടക്കോട്ടു പോവാനാണ് ഉത്ത
രവ്. ഗൗൽസിലൂടെ ധൃതിയിൽ പോവണം. നാം വായിക്കുന്നതു വിശ്വ
സിക്കാമെങ്കിൽ ഒന്നോ രണ്ടോ മാസംകൊണ്ട് നൂറുകണക്കായി സംഘടി
പ്പിച്ചു കൂട്ടിയ പടയാളിക്കൂട്ടത്തിന്റെ ചുമതലയാണ് അയാൾക്കുള്ളത്.
അയാൾ ഇവിടെ നിൽക്കുന്നതായി സങ്കൽപ്പിച്ചു നോക്കുക. ഇത് ലോക
ത്തിന്റെ ഒരറ്റം. ഈയത്തിന്റെ നിറമുള്ള കടൽ. പുകയുടെ നിറമുള്ള
ആകാശം. കിന്നരപ്പെട്ടിപോലെ കുടുസായ കപ്പൽ. ഈ നദിയിലൂടെ അത്
പോവുന്നു. സാധനങ്ങളും ഉത്തരവുകളും വഹിച്ചുകൊണ്ട്. മണൽത്തിട്ട,
ചതുപ്പ്, വനങ്ങൾ, കാട്ടുമനുഷ്യർ. പരിഷ്കൃത മനുഷ്യർക്ക് തിന്നാൻ
പറ്റിയ ഒന്നുമില്ല. കുടിക്കാൻ തെംസ് നദിയിലെ വെള്ളം മാത്രം. ഇറ്റാലി
യൻ വീഞ്ഞില്ല. കരയിലേക്ക് സവാരിയില്ല. കാട്ടിൽ അങ്ങിങ്ങായി പട്ടാള
ക്യാമ്പ്. സൂചി കുത്തിയപോലെ തണുപ്പ്, മഞ്ഞ്, കൊടുങ്കാറ്റ്, രോഗം,
പ്രവാസം, മരണം. അന്തരീക്ഷത്തിലും വെള്ളത്തിലും കുറ്റിക്കാട്ടിലു
മെല്ലാം പതുങ്ങി നിൽക്കുന്ന മരണം. ഈച്ചകളെപ്പോലെ ചത്തുവീണി
രിക്കണം അവർ അവിടെ. അതെ, ആ പടയാളി അങ്ങനെ പ്രവർത്തിച്ചു.
നന്നായി പ്രവർത്തിച്ചു എന്ന കാര്യത്തിൽ സംശയമില്ല. പിന്നീട് തന്റെ
കാലത്തെക്കുറിച്ച് വീമ്പു പറയുന്നതിനുവേണ്ടി മാത്രമായി ഏറെയൊന്നും
ചിന്തിക്കാതെയാണതു ചെയ്തത്. തമസിനെ അഭിമുഖീകരിക്കാൻ
പ്രാപ്തിയുള്ള മനുഷ്യരായിരുന്നു അവർ. പതിയെപ്പതിയെ റാവന്നയിലെ
സൈന്യത്തിലേക്ക് സ്ഥാനക്കയറ്റം ലഭിക്കുമെന്ന് അയാൾ പ്രതീക്ഷിച്ചു.
സന്തോഷവാനായിരുന്നു ആ ജനറൽ. ഭീകരമായ കാലാവസ്ഥയെ അ
തിജീവിക്കാനായാൽ, റോമിൽ നല്ല സുഹൃത്തുക്കളുണ്ടെങ്കിൽ സ്ഥാന
ക്കയറ്റം കിട്ടാവുന്നതേയുള്ളൂ. അല്ലെങ്കിൽ മേലധികാരികളുടെ
സംഘത്തിലോ, നികുതി പിരിവുകാരനായോ വ്യാപാരിയായോ തന്റെ
നില മെച്ചപ്പെടുത്തുന്നതിനായി ഇവിടെ വന്നുചേർന്ന, പുറങ്കുപ്പായം
ധരിച്ച —നിങ്ങൾക്കറിയാം. അതിന് ഒരുപാട് അലങ്കാരങ്ങളുണ്ടാവും—
ചെറുപ്പക്കാരൻ പൗരനെ കുറിച്ചാലോചിക്കുക. ചതുപ്പുപ്രദേശത്തെ നിലം,
കാട്ടിലൂടെയുള്ള യാത്ര, ഉൾനാടിന്റെ ക്രൗര്യം അവനെ വലയം
ചെയ്തിരിക്കുന്നു. വന്യതയുടെ നിഗൂഢമായ ജീവിതം കാട്ടിലും കാട്ടുമ
നുഷ്യരുടെ ഹൃദയങ്ങളിലും ഇളകിയാടുന്നു. അത്തരം നിഗൂഢതകളു
മായി ഇണക്കുന്ന പരിശീലനങ്ങളൊന്നുമില്ല. ദുർഗ്രഹവും ജുഗുപ്സയു
ളവാക്കുന്നതുമായ ആ വന്യതയുടെ നടുവിൽ വേണം അവനു ജീവി

ക്കാൻ, അതിനൊരാകർഷണം കൂടിയുണ്ട്. ജുഗുപ്സയുടെ പ്രലോഭനം —നിങ്ങൾക്കറിയാം, വളർന്നുവരുന്ന ഖേദങ്ങൾ, രക്ഷപ്പെടാനുള്ള ത്വര, അശക്തമായ വെറുപ്പ്, കീഴടങ്ങൽ, വിദ്വേഷം ഇവ ഭാവനയിൽ കണ്ടു നോക്കുക" മാർലോ നിർത്തി.

"ശ്രദ്ധിക്കുക" മുട്ടിൽനിന്ന് ഒരു കൈ ഉയർത്തിക്കൊണ്ട് അദ്ദേഹം തുടർന്നു. "ഉള്ളം കൈ പുറത്തേക്കിട്ട്, കാലുകൾ മടക്കി, യൂറോപ്യൻ വസ്ത്രം ധരിച്ച ബുദ്ധന്റെ ഇരിപ്പ് താമരയില്ലാതെ.

ശ്രദ്ധിക്കുക, നമുക്കാർക്കും ഇതേ അനുഭവം ഉണ്ടാവുകയില്ല. കർമ കുശലതയാണ് നമ്മെ രക്ഷപ്പെടുത്തുന്നത്. അതിനുവേണ്ടിയുള്ള സമർപ്പണം. ഈ പഴുമ്മാർ വാസ്തവത്തിൽ അത്രയ്ക്ക് കൊള്ളാവുന്നവ രായിരുന്നില്ല. കോളനി ഉണ്ടാക്കുന്നവരായിരുന്നില്ല അവർ. അവരുടെ ഭരണം വെറുമൊരു ഞെക്കിപ്പിഴിയിൽ ആയിരുന്നു. അതിലപ്പുറം അതൊന്നുമായിരുന്നില്ല എന്നു ഞാൻ സംശയിക്കുന്നു.

വെട്ടിപ്പിടുത്തക്കാരായിരുന്നു അവർ. അതിനുവേണ്ടത് മൃഗീയമായ ശക്തിയാണ്. നിങ്ങൾക്കതുണ്ടെങ്കിൽ അതിൽ അഭിമാനം കൊള്ളാനൊ ന്നുമില്ല. മറ്റുള്ളവരുടെ ദൗർബല്യത്തിൽ നിന്ന് യാദൃച്ഛികമായി ഉണ്ടാ വുന്നതാണ് ശക്തി. തങ്ങൾക്കു കഴിയുന്നതെല്ലാം അവർ പിടിച്ചടക്കി. കിട്ടുന്നതു സ്വന്തമാക്കുക എന്നതായിരുന്നു ലക്ഷ്യവും. അക്രമം കാട്ടി യുള്ള കൊള്ളമാത്രമായിരുന്നു അത്. കണക്കറ്റ കൊലപാതകങ്ങൾ. കണ്ണും പൂട്ടി ആളുകൾ അതിനായി പോകുകയായിരുന്നു. അന്ധകാ രത്തെ മെരുക്കാൻ പോവുന്നവർക്ക് ഏറ്റവും ഇണങ്ങുന്ന വിധത്തിൽ തന്നെ.

ഭൂമിയെ കീഴ്പ്പെടുത്തൽ, അതായത്, നമ്മുടേതിൽ നിന്ന് വ്യ തൃസ്തമായ നിറവും കുറെക്കൂടി പരന്ന മൂക്കുള്ളവരിൽ നിന്ന് അത് പിടിച്ചെടുക്കൽ, സൂക്ഷ്മമായി നോക്കുമ്പോൾ, നല്ല കാര്യമൊന്നുമല്ല. മഹത്തായ ഒരാദർശത്തിനു വേണ്ടിയാവുമ്പോൾ മാത്രമേ അതിനു നീതി കരണമുള്ളൂ. വൈകാരികമായ കപടനാട്യമല്ല; മറിച്ച് ഉത്തമമായ ഒരാ ദർശം. ആ ആദർശത്തിലുള്ള നിസ്വാർഥമായ വിശ്വാസം —നിങ്ങൾക്ക് സർവം സമർപ്പിക്കാനും ജീവാർപ്പണം നടത്താനും ഉതകുന്ന ഒന്ന്.."
മാർലോ സംസാരം പെട്ടെന്നു നിർത്തി.

നദിയിൽ ജ്വാലകൾ തെന്നിക്കളിച്ചു. പച്ചയും ചുവന്നതും വെളു ത്തതുമായ ജ്വാലകൾ. പിന്തുടരുന്നതും മുൻകടക്കുന്നതും അന്യോന്യം കെട്ടിപിണയുന്നതുമായ പ്രകാശനാളങ്ങൾ. പിന്നീട് അവ പതുക്കെയോ വേഗത്തിലോ വേർപിരിയുന്നു.

ഉറക്കമില്ലാത്ത നദിക്കുമീതെ ആഴമാർന്നു വരുന്ന നിശ. മഹാനഗ രത്തിന്റെ ഗതാഗതം തുടർന്നുകൊണ്ടിരുന്നു. ക്ഷമയോടെ കാത്തുകൊണ്ട് ഞങ്ങൾ നോക്കികൊണ്ടിരുന്നു. വേലിയേറ്റം അവസാനിക്കുന്നതുവരെ ഞങ്ങൾക്ക് ഒന്നും ചെയ്യാനുണ്ടായിരുന്നില്ല. ദീർഘമായ മൗനത്തിനു ശേഷം സംശയിച്ചുകൊണ്ട് മാർലോ പറഞ്ഞു: "നിങ്ങൾ ഓർമിക്കുന്നു

വെന്ന് ഞാൻ വിചാരിക്കുന്നു, മുമ്പ് കുറച്ചുകാലം ഞാനൊരു ശുദ്ധജല സഞ്ചാരിയായിരുന്നു.” വെള്ളം താഴുന്നതിനുമുമ്പായി മാർലോയുടെ അവസാനിക്കാത്ത അനുഭവങ്ങൾ കേൾക്കാൻ ഞങ്ങൾ വിധിക്കപ്പെട്ടിരിക്കുന്നതായി ഞങ്ങൾക്കു മനസിലായി.

“എനിക്കു വ്യക്തിപരമായി സംഭവിച്ചതിനെക്കുറിച്ചു പറഞ്ഞു നിങ്ങളെ വിഷമിപ്പിക്കാൻ ഞാൻ ഉദ്ദേശിക്കുന്നില്ല.” അദ്ദേഹം ആരംഭിച്ചു. കേൾവിക്കാർ എന്താണു കേൾക്കാൻ ആഗ്രഹിക്കുന്നതെന്നതിനെക്കുറിച്ചു ശ്രദ്ധയില്ലാത്ത മിക്ക കഥപറച്ചിലുകാരുടെയും ദൗർബല്യം ഈ വാക്കുകളിലുണ്ടായിരുന്നു. അദ്ദേഹം തുടർന്നു: “എങ്കിലും അത് എന്നിലുണ്ടാക്കിയ സ്വാധീനത്തെക്കുറിച്ചു മനസിലാക്കണമെങ്കിൽ ഞാനെങ്ങനെ അവിടെയെത്തി എന്ന് നിങ്ങൾ അറിയണം. ഞാനെന്തു കണ്ടുവെന്നും, ഞാൻ ആ പാവം പയ്യനെ കണ്ടുമുട്ടിയ സ്ഥലത്തേക്ക് നദിയിലൂടെ എങ്ങനെ എത്തിച്ചേർന്നുവെന്നും അറിയണം. നാവിക യാത്രയുടെ അങ്ങേയറ്റത്തെ ബിന്ദുവായിരുന്നു അത്. എന്റെ അനുഭവത്തിന്റെ പാരമൃവും. എന്നെ സംബന്ധിക്കുന്ന എല്ലാറ്റിലേക്കും എന്റെ ചിന്തകളിലേക്കും ഏതോ വിധത്തിൽ വെളിച്ചം വീശുന്നതായിരുന്നു അത്. ദുഃഖവും ക്ലേശവും നിറഞ്ഞതാണെങ്കിലും ഒരുതരം അസാധാരണത്വം അതിനെ വലയം ചെയ്തിരുന്നു. എന്തിലേക്കെല്ലാമോ അത് അവ്യക്തമായി വെളിച്ചം വീശുന്നുണ്ടായിരുന്നു. അല്ല, വളരെ വ്യക്തമായിട്ടൊന്നുമല്ല. ഒരുതരം വെളിച്ചം അതിൽ നിന്നു വരുന്നുഎന്നു മാത്രം.

പിന്നീട് ഇന്ത്യാസമുദ്രവും ശാന്തസമുദ്രവും ചൈനാകനാലുകളും പിന്നിട്ട ശേഷം ഞാൻ ലണ്ടനിലേക്ക് മടങ്ങി. നിങ്ങളെ സംസ്കാര സമ്പന്നരാക്കാൻ എനിക്കു ദൈവികനിയോഗം ഉണ്ടായിട്ടുണ്ടെന്ന മട്ടിൽ നിങ്ങളെ നിങ്ങളുടെ ജോലിയിൽ തടസപ്പെടുത്തിക്കൊണ്ടും നിങ്ങളുടെ വീടുകളിൽ അതിക്രമിച്ചു കയറിയും ആറുവർഷത്തോളം ഞാൻ കറങ്ങിനടക്കുകയായിരുന്നു. കുറച്ചുകാലത്തേക്ക് അത് തരക്കേടില്ലായിരുന്നു. പക്ഷേ, കുറച്ചു കഴിഞ്ഞപ്പോൾ വിശ്രമം എനിക്കു മടുത്തു. പിന്നെ ഞാൻ കപ്പലിനുവേണ്ടി അന്വേഷിച്ചു. ഭൂമിയിലെ ഏറ്റവും കഠിനമായ ജോലിയാണത്. എന്നാൽ കപ്പലുകൾ എന്നെ കടാക്ഷിച്ചില്ല. അതിലും ഞാൻ പരിക്ഷീണിതനായി.

കൊച്ചു പയ്യനായിരുന്നപ്പോൾ എനിക്ക് ഭൂപടങ്ങൾ വലിയ ആവേശമായിരുന്നു. ദക്ഷിണ അമേരിക്കയും ആഫ്രിക്കയും ആസ്ത്രേലിയയുമൊക്കെ മണിക്കുറുകളോളം ഞാൻ നോക്കിനിൽക്കും. പര്യവേക്ഷണത്തിന്റെ പെരുമകളിൽ ഞാൻ സ്വയം നഷ്ടപ്പെടും. അക്കാലത്ത് ഭൂമിയിൽ ഒരുപാട് ഒഴിഞ്ഞ സ്ഥലങ്ങളുണ്ടായിരുന്നു. ഭൂപടത്തിൽ എന്നെ പ്രത്യേകം മാടിവിളിക്കുന്നതായി തോന്നുന്ന സ്ഥലങ്ങൾ കാണുമ്പോൾ അവയിൽ വിരൽവെച്ച് ഞാൻ പറയും. 'വലുതാവുമ്പോൾ ഞാൻ അവിടെപ്പോവും.' അതിൽപ്പെട്ടതായിരുന്നു ഉത്തരധ്രുവം എന്ന് ഞാനോർക്കുന്നു. അവിടെ ഞാനിതുവരെ പോയിട്ടില്ല. ഇപ്പോൾ ശ്രമിക്കുന്നുമില്ല.

ആ ഉത്സാഹമെല്ലാം പോയി. ഭൂമധ്യരേഖയ്ക്കു സമീപം രണ്ടർധഗോള ങ്ങളിലെ ഓരോ രേഖാംശങ്ങളിലുമായി മറ്റു സ്ഥലങ്ങൾ ചിതറിക്കിട ക്കുന്നു. അവയിൽ ചിലേടങ്ങളിൽ ഞാൻ പോയിട്ടുണ്ട്...ശരി, അതേ ക്കുറിച്ചു നാം സംസാരിക്കുന്നതല്ല. എങ്കിലും അതിൽ ഏറെ വിസ്തൃത മായ ഒരൊഴിഞ്ഞ സ്ഥലമുണ്ടായിരുന്നു. എനിക്ക് അതിയായ കൊതി യായിരുന്നു അവിടെ പോവാൻ.

ആ സ്ഥലം ഇപ്പോൾ ശൂന്യമല്ലെന്നതു നേരു തന്നെ. എന്റെ കുട്ടിക്കാലം മുതലേ അവിടം നദികളും തടാകങ്ങളും നിറഞ്ഞതായി രുന്നു. ഒരു കുട്ടിക്ക് സ്വപ്നം കാണാൻ പറ്റിയ ഒഴിഞ്ഞ കളിസ്ഥലമല്ലാ തായിട്ടുണ്ട് അത്. ആഹ്ലാദകരമായ നിഗൂഢതകൾ നിറഞ്ഞ സ്ഥലം. ഇരുട്ട് അവിടെ കൂട് കെട്ടിയിരിക്കുന്നു. നിങ്ങൾ ഭൂപടത്തിൽ കാണുന്ന, വലിയ പാമ്പുപോലെയുള്ള നദി അവിടെയായിരുന്നു. അതിന്റെ തല കടലിലും ഉടൽ നാടുമുഴുവൻ വളഞ്ഞുകിടക്കുന്നതും വാൽ ഉൾനാട്ടി ലെവിടെയോ ഇല്ലാതാവുന്നതുമാണ്. ഒരു കച്ചവടപ്പീടികയിൽ വെച്ച് ഞാനാ ഭൂപടത്തിലേക്ക് നോക്കിനിന്നപ്പോൾ പാമ്പ് പക്ഷിയെ എന്ന പോലെ അതെന്നെ ആകർഷിച്ചു. ഞാൻ നിസ്സാരനായ ഒരു ചെറിയ പക്ഷി. നദിയിൽ വ്യാപാരം നടത്തുന്ന വലിയൊരു കമ്പനിയുണ്ടെന്ന കാര്യം ഞാനോർമിച്ചു. ആവിബോട്ടുകളില്ലാതെ വെള്ളത്തിൽ യാത്ര ചെയ്യാനാവില്ല! എനിക്കെന്തുകൊണ്ട് അതിലൊന്നിന്റെ ചുമതലക്കാരനാ യിക്കൂടാ? ഫ്ലീറ്റ് തെരുവിലൂടെ ഞാൻ നടന്നു. എനിക്കാചിന്ത കുടഞ്ഞു കളയാനാവില്ല. പാമ്പ് എന്നെ വശീകരിച്ചിരുന്നു.

അതൊരു യൂറോപ്യൻ കമ്പനിയാണ്. എനിക്കവിടെ ബന്ധുക്ക ളുണ്ട്. കമ്പനി കാണുന്നത് മോശമല്ലെന്ന് അവർ പറയാറുള്ളതാണ്.

ഞാൻ അവരെ ശല്യപ്പെടുത്താൻ തുടങ്ങി. എന്റെ കാര്യത്തിൽ പുതിയൊരു വഴിത്തിരിവായിരുന്നു ഇത്. ഒരു വ്യതിയാനം, ഇത്തരം കാര്യ ങ്ങൾ എനിക്കു ശീലമുണ്ടായിരുന്നില്ല. സ്വന്തം കാലിൽ സ്വന്തം നിര ത്തിലൂടെ എനിക്കു മനസുള്ളിടത്തേക്കാണ് ഞാനെപ്പോഴും പോയിരുന്നത്. ഇപ്പോഴാലോചിക്കുമ്പോൾ എനിക്കു തന്നെ വിശ്വാസം വരുന്നില്ല. എങ്ങനെയെങ്കിലും, ഏതു വളഞ്ഞ മാർഗം സ്വീകരിച്ചാണെ ങ്കിലും അതു സാധിക്കണം എന്നെനിക്ക് തോന്നി. അതിനാൽ ഞാനെന്റെ ബന്ധുക്കളെ അലട്ടിക്കൊണ്ടിരുന്നു. പുരുഷന്മാർ 'എന്റെ പൊന്നേ' എന്നു പറയുകയല്ലാതെ ഒന്നും ചെയ്തില്ല. പിന്നെ ഞാൻ സ്ത്രീകളെ സമീ പിച്ചു. ചാർലി മാർലോ എന്ന ഞാൻ ഒരു പണി കിട്ടുന്നതിനുവേണ്ടി സ്ത്രീകളെ കളത്തിലിറക്കി. ഈശ്വരാ! നേരാണ്, ആ ആശയം എന്നെ നയിച്ചു. എനിക്കൊരമ്മായി ഉണ്ടായിരുന്നു—നല്ല ഉത്സാഹക്കാരിയായ ഒരു സ്ത്രീ. അവർ എഴുതി: 'അത് സന്തോഷമുള്ള കാര്യമാണ്. നിന ക്കുവേണ്ടി എന്തു ചെയ്യാനും ഞാൻ തയാർ. മഹത്തായ ആശയമാണത്. അധികാരത്തിലിരിക്കുന്ന ഒരുന്നതവ്യക്തിയുടെ ഭാര്യയെ എനിക്കറിയാം. വലിയ സ്വാധീനമുള്ള ഒരാളെയും...' ഇങ്ങനെ ഒരുപാടു കാര്യങ്ങൾ. ഒരു

നദീബോട്ടിലെ കപ്പിത്താനാവുകയാണെനിക്കു വേണ്ടതെങ്കില്‍ അതാ ക്കിത്തന്നേ അടങ്ങു എന്ന് തീരുമാനിച്ചിരുന്നു അവര്‍.

സംശയിക്കേണ്ട, എനിക്കു നിയമനം കിട്ടി. വളരെ വേഗം തന്നെ എനിക്കതു കിട്ടി. നാട്ടുകാരുമായുള്ള ഏറ്റുമുട്ടലില്‍ ഒരു കപ്പിത്താന്‍ കൊല്ലപ്പെട്ടിരുന്നു എന്ന് കമ്പനിക്കു വിവരം ലഭിച്ചിരുന്നു. ഇതാണെനിക്ക് അവസരമായത്. ഇതെന്നെ പോകുന്ന കാര്യത്തില്‍ കൂടുതല്‍ ഉല്‍ക്ക ണ്‍ഠാകുലനാക്കി. മാസങ്ങള്‍ക്കുശേഷമാണ് കൊല്ലപ്പെട്ട ആളുടെ മൃത ദേഹത്തിന്റെ അവശേഷിക്കുന്ന ഭാഗങ്ങള്‍ കണ്ടെടുക്കാന്‍ ഞാന്‍ ശ്രമം നടത്തിയത്. ഏതാനും കോഴികളെ സംബന്ധിച്ച തെറ്റിദ്ധാരണയാണ് വഴക്കിനു നിമിത്തമായതെന്ന് ഞാന്‍ കേട്ടു. അതെ, രണ്ടു കറുത്ത പിട ക്കോഴികള്‍. ഫ്രെസ്ലവന്‍ എന്നായിരുന്നു അയാളുടെ പേര്‍. ഡാനിഷ്കാ രന്‍. കോഴിക്കുള്ള വിലപേശലില്‍ താന്‍ ചതിക്കപ്പെട്ടിരിക്കുന്നതായി അയാള്‍ക്കു തോന്നി. അങ്ങനെ അയാള്‍ നേരെ തീരത്തുചെന്ന് ഗ്രാമമു ഖ്യനെ വടികൊണ്ട് പ്രഹരിക്കുവാന്‍ തുടങ്ങി. രണ്ടു കാലുകളില്‍ നടന്ന ഏറ്റവും മാന്യനും മര്യാദക്കാരനും ശാന്തനുമായ ജീവിയായിരുന്നു ഫ്രെസ്ലവന്‍ എന്നു കേട്ടപ്പോള്‍ എനിക്ക് അതിശയമൊന്നും തോന്നിയില്ല. അയാള്‍ അങ്ങനെ ആയിരുന്നു എന്നതില്‍ സംശയമില്ല. പക്ഷേ, രണ്ടുവര്‍ഷമായി അയാളവിടെ മഹത്തായ ലക്ഷ്യം നേടുന്നതില്‍ മുഴുകി കഴിയുകയാണ്. ഏതെങ്കിലും വിധത്തില്‍ തന്റെ സ്ഥാനം ഉറപ്പി ക്കേണ്ടത് ആവശ്യമായി അയാള്‍ക്കു തോന്നിയിരിക്കണം. അതിനാല്‍ അയാള്‍ ആ നീഗ്രോയെ നിര്‍ഭയം അടിച്ചു. വലിയൊരു ജനക്കൂട്ടം, സ്തബ്ധരായി അതു കണ്ടുകൊണ്ടിരിക്കുകയായിരുന്നു. ഒടുവില്‍ കൂട്ട ത്തില്‍ നിന്നൊരാള്‍, ഞാന്‍ കേട്ടത് മുഖ്യന്റെ മകന്‍ എന്നാണ്, വൃദ്ധന്റെ നിലവിളികേട്ട് സഹിക്കാതെ വെള്ളക്കാരനെ കുന്തംകൊണ്ട് പരീക്ഷ ണാര്‍ഥം ഒന്നു കുത്തി. അതു തോള്‍പ്പലകള്‍ക്കിടയിലൂടെ അനായാസം ഇറങ്ങിപ്പോയി. സകല ദുരിതങ്ങളും സംഭവിക്കാന്‍ പോകുന്നതായി പ്ര തീക്ഷിച്ചുകൊണ്ട് ജനക്കൂട്ടം കാട്ടിലേക്ക് ഓടി മറഞ്ഞു.

ഫ്രെസ്ലവന്റെ ആവിക്കപ്പലും ഭയസംഭ്രാന്തിയില്‍ സ്ഥലം വിട്ടു. എഞ്ചിനീയറായിരിക്കണം അതു നയിച്ചതെന്നു ഞാന്‍ വിശ്വസിക്കുന്നു. അതില്‍പ്പിന്നെ ഞാന്‍ ചെല്ലുവോളം ഫ്രെസ്ലവന്റെ ഭൗതികാവശിഷ്ട ങ്ങളെക്കുറിച്ച് ആരും ചിന്തിച്ചില്ല. എനിക്കും അതിനു വിശ്രമം കൊടു ക്കാന്‍ സാധിച്ചില്ല. എന്റെ ആ മുന്‍ഗാമിയെ കണ്ടുമുട്ടാന്‍ ഒരവസരം കൈവന്നപ്പോള്‍ അയാളുടെ വാരിയെല്ലുകള്‍ക്കിടയിലൂടെ അസ്ഥികളെ മറക്കാന്‍ മാത്രം ഉയരത്തില്‍ പുല്ലു വളര്‍ന്നു നില്‍ക്കുന്നതായി കണ്ടു. അവയെല്ലാം അവിടെ ഉണ്ടായിരുന്നു. അയാള്‍ വീണ ശേഷം അലൗ കിക ശക്തിയൊന്നും സ്പര്‍ശിക്കപ്പെട്ടിട്ടില്ല. ഗ്രാമം വിജനമായിരുന്നു. കുടി ലുകള്‍ ജീര്‍ണിച്ചു തകര്‍ന്നു. നിലംപരിശായ കുടിലുകള്‍ക്കകത്ത് എല്ലാം പൊടി പിടിച്ചു കിടക്കുന്നു. ദുരിതം അവയെ ബാധിച്ചു എന്ന കാര്യത്തില്‍ സംശയമില്ല. ആളുകള്‍ അപ്രത്യക്ഷരായിക്കഴിഞ്ഞു. ഭ്രാന്തമായ ഭീക

രത അവരെ ശിഥിലമാക്കി. പുരുഷന്മാർ, സ്ത്രീകൾ, കുട്ടികൾ എല്ലാ
വരും കുറ്റിക്കാടുകളിലൂടെ തിരോധാനം ചെയ്തു. ആരും തിരിച്ചു വന്നില്ല.
ആ രണ്ടു പിടക്കോഴികൾക്കെന്തു സംഭവിച്ചു എന്ന് എനിക്കറിയില്ല.
ഏതായാലും കാലം അവയെയും പിടികൂടിയിരിക്കണം. ഈ മഹത്തായ
സംഭവവികാസം എനിക്കു നിയമനം കിട്ടാൻ കാരണമായി. എനിക്കതു
കിട്ടുമെന്നു ശരിക്കും ഞാൻ പ്രതീക്ഷിച്ചു തുടങ്ങുന്നതിനു മുമ്പു തന്നെ.

ഒരുക്കങ്ങൾക്കു വേണ്ടി ഞാൻ ഭ്രാന്തനെപ്പോലെ ചുറ്റി നടന്നു.
രണ്ടുനാൾ മുമ്പ് എന്റെ മുതലാളിമാരെ കണ്ട് കരാർ ഒപ്പിടുന്നതിന് ഞാൻ
ചാനൽ മുറിച്ചുകടക്കുകയായിരുന്നു. ഏതാനും മണിക്കൂറുകൾക്കകം
ഞാനാ നഗരത്തിലെത്തി. വെളുത്തവരുടെ ശ്മശാനത്തെയാണ് ആ
നഗരം എന്നെ സദാ ഓർമിപ്പിച്ചത്. പൂർവനിശ്ചയം തന്നെ. സംശയമില്ല.

കമ്പനിയുടെ ഓഫീസ് കണ്ടുപിടിക്കാൻ പ്രയാസമുണ്ടായിരുന്നില്ല.
പട്ടണത്തിലെ ഏറ്റവും വലിയ കെട്ടിടം അതായിരുന്നു. എല്ലാവർക്കും
അതേക്കുറിച്ചേ പറയാനുണ്ടായിരുന്നുള്ളൂ. കടലിനക്കരെ ഒരു സാമ്രാജ്യം
സ്ഥാപിച്ച് വ്യാപാരത്തിലൂടെ അറ്റമില്ലാത്ത സമ്പത്തുണ്ടാക്കാൻ പോവു
കയായിരുന്നു കമ്പനി.

നിഴൽ മൂടിയ ഇരുണ്ടതും വിജനവുമായ തെരുവ്. ഉയരമുള്ള വീടു
കൾ. വെനീഷ്യൻ വിരികളുള്ള അസംഖ്യം ജനലുകൾ. ശ്മശാന നിശ്ശ
ബ്ദത. കല്ലുകൾക്കിടയിലൂടെ മുളച്ചു പൊന്തിയ പുല്ല്. ഇടത്തും വലത്തും
ഗാംഭീര്യമാർന്ന കമാനം. രണ്ടു വലിയ വാതിലുകൾ. ചിന്താഭാരത്തോടെ
അൽപ്പം തുറന്നുകിടക്കുന്നു. ഇളക്കമള്ളതും അലങ്കരിക്കാത്തതും മരു
ഭൂമിപോലെ ഊഷരവുമായ ഗോവണിയിലൂടെ ഞാൻ മുകളിലോട്ട് കയറി.
ഒന്നാമത്തെ വാതിൽ തുറന്നു അകത്ത് കടന്നു. ഒരു തടിച്ച സ്ത്രീയേയും
ഒരു മെലിഞ്ഞ സ്ത്രീയേയും കണ്ടു. അടിയിൽ വൈക്കോൽ പാകിയ
കസേരകളിൽ ഇരുന്ന് കറുത്ത കമ്പിളി തുന്നുകയാണവർ. മെലിഞ്ഞ
വൾ എഴുന്നേറ്റ് നേരെ എന്റെ അടുത്തേക്ക് വന്നു. അപ്പോഴും അവൾ
താഴോട്ട് നോക്കി തുന്നിക്കൊണ്ടിരുന്നു. നിദ്രാടനക്കാരെ തട്ടാതിരിക്കാൻ
മാറിനിൽക്കുന്നതുപോലെ വഴിയിൽ നിന്ന് മാറിനിൽക്കാൻ ഞാൻ
ആലോചിക്കുകയായിരുന്നു. അപ്പോൾ അവൾ പെട്ടെന്നു നിന്നു തലയു
യർത്തി എന്നെ നോക്കി. ഒന്നു വട്ടം തിരിഞ്ഞ് ഒരക്ഷരം ഉരിയാടാതെ
അവൾ എന്നെ കാത്തിരിപ്പു മുറിയിലേക്ക് നയിച്ചു. ഞാൻ പേരു നൽകി
ചുറ്റും കണ്ണോടിച്ചു. നടുക്കൊരു മേശ. ചുമരിനോട് ചേർന്ന് ചുറ്റും കസേ
രകൾ. ഒറ്റത്ത് തിളങ്ങുന്ന വലിയൊരു ഭൂപടം. മഴവില്ലിലെ മുഴുവൻ
നിറങ്ങളും കൊണ്ട് അതിൽ അടയാളമിട്ടിട്ടുണ്ട്. ചുവപ്പുനിറം ധാരാള
മായി ഉപയോഗിച്ചിരിക്കുന്നു. ശരിക്കും പണി നടക്കുന്ന സ്ഥലങ്ങളാണവ.
പിന്നെ ധാരാളം നീല, ഇളംപച്ച, ഓറഞ്ച് പുള്ളികൾ, കിഴക്കൻ തീരത്ത്
ഊത നിറത്തിലുള്ള ഒരു തുണ്. ആദ്യം ചെന്നവർ ഉല്ലാസത്തോടെ
പാനോത്സവം നടത്തിയ സ്ഥലമാണത്. ഈ സ്ഥലത്തേക്കൊന്നുമല്ല
ഞാൻ പോകാൻ ഉദ്ദേശിക്കുന്നത്. മഞ്ഞനിറം നൽകിയ സ്ഥലത്തേ

ക്കാണ് എന്റെ യാത്ര. ഒത്തനടുവിൽ. അവിടെയാണ് പുഴ. സർപ്പത്തെ
പ്പോലെ വശ്യമനോഹരവും ആപൽക്കരവുമായ നദി.

ഓ! വാതിൽ തുറന്നു. വെളുത്ത മുടിയുള്ള ഒരു ഗുമസ്ത പ്രമു
ഖൻ. അനുതാപം സ്ഫുരിക്കുന്ന ഭാവം. മെലിഞ്ഞു നീണ്ട ചൂണ്ടുവി
രൽ. അയാൾ എന്നെ അകത്തേക്കു മാടിവിളിച്ചു. മങ്ങിയ വെളിച്ചം. മധ്യ
ത്തിൽ തടിച്ച ഒരെഴുത്ത് ഡസ്ക്. പിന്നിൽ നിന്ന് നോക്കുമ്പോൾ ഫ്രോക്കു
കുപ്പായത്തിൽ പൊതിഞ്ഞ വിളറിയ ശരീരം. വലിയൊരു മനുഷ്യൻ.
അഞ്ചടി ആറിഞ്ച് പൊക്കം. അദ്ദേഹം ഹസ്തദാനം ചെയ്തു. അവ്യക്ത
മായി എന്തോ മുരണ്ടതായി തോന്നി. എന്റെ ഫ്രെഞ്ച് അയാളെ തൃപ്തി
പ്പെടുത്തിയിരുന്നു.

നാൽപ്പത്തഞ്ച് സെക്കന്റുകൾക്കകം ഞാൻ വീണ്ടും കാത്തിരിപ്പു
മുറിയിൽ ദയാലുവായ സെക്രട്ടറിയുടെ സമീപം. അങ്ങേയറ്റത്തെ വിന
യത്തോടെയും സഹതാപത്തോടെയും അയാൾ എന്നെ ചില രേഖക
ളിൽ ഒപ്പുവെപ്പിച്ചു. വ്യാപാരരഹസ്യങ്ങൾ പുറത്തു വിടില്ല എന്ന ശപ
ഥവും മറ്റു പ്രതിജ്ഞകളുടെ കൂട്ടത്തിൽ ഞാൻ ചെയ്തിരുന്നു. അതി
നാൽ ആ വക കാര്യങ്ങളൊന്നും ഞാൻ നിങ്ങളോടു പറയുകയില്ല.

എനിക്കു ചെറുതായി അസ്വസ്ഥത തോന്നിത്തുടങ്ങി. ഇത്തരം
സംഗതികൾ എനിക്കു പരിചയമുണ്ടായിരുന്നില്ല. അന്തരീക്ഷത്തിലാണെ
ങ്കിൽ അശുഭ സൂചകമായ എന്തോ ഒന്നുണ്ടായിരുന്നു. ഞാനേതോ ഗൂഢാ
ലോചനയിൽ അകപ്പെട്ടുപോയതുപോലെ— എനിക്കറിയില്ല—പുറത്തു
കടക്കാൻ ഇഷ്ടപ്പെടുന്ന, ശരിയല്ലാത്ത എന്തോ ഒന്ന്.

പുറത്തെ മുറിയിൽ രണ്ടു സ്ത്രീകൾ ധൃതിയിൽ കറുത്ത കമ്പിളി
തുന്നിക്കൊണ്ടിരിക്കുന്നു. ആളുകൾ എത്തിക്കൊണ്ടിരിക്കുന്നുണ്ടായി
രുന്നു. ചെറിയവൾ അകത്തേക്കും പുറത്തേക്കും പോയി അവരെ പരിച
യപ്പെടുത്തിക്കൊണ്ടിരുന്നു. മൂത്തവൾ കസേരയിൽ തന്നെ ഇരുന്നു.
തുണികൊണ്ടുള്ള അവളുടെ കാലുറകൾ കാൽ ചൂടാക്കുന്ന നെരിപ്പോ
ടിന്റെ മുകളിൽ താങ്ങി നിർത്തിയിരുന്നു. ഒരു പൂച്ച അവളുടെ മടിയിൽ
വിശ്രമിച്ചു. അവൾ കഞ്ഞി മുക്കിയ വെള്ള ശിരോവസ്ത്രം ധരിച്ചിരുന്നു.
കവിളിൽ അരിമ്പാറയുണ്ട്. മൂക്കിന്റെ അറ്റത്ത് വെള്ളി കെട്ടിയ കണ്ണട
തൂങ്ങി നിന്നു. ചില്ലിന്റെ മുകളിലൂടെ അവളെന്നെ നോക്കി. ആ നോട്ട
ത്തിന്റെ നിസ്സംഗമായ ശാന്തത എന്നെ അസ്വസ്ഥപ്പെടുത്തി.

വിഡ്ഢിത്തവും സന്തോഷവും തുളുമ്പുന്ന രണ്ട് ചെറുപ്പക്കാർ
അവിടേക്ക് ആനയിക്കപ്പെട്ടു. അവരുടെ നേരെയും അവൾ അതേ നിർമ
മതയോടെ ദ്രുത നോട്ടമെറിഞ്ഞു. അവരെയും എന്നെയും കുറിച്ച് സക
ലകാര്യങ്ങളും അവൾക്കറിയാമെന്നു തോന്നി. ഭയം എന്നെ കീഴടക്കി.
അവൾ വ്യാഖ്യാനങ്ങൾക്ക് പിടികൊടുക്കാത്തവളും വിധിനിർണയിക്കു
ന്നവളും ആണെന്ന തോന്നൽ എനിക്കുണ്ടായി.

തമസിന്റെ വാതിലിനു കാവൽ നിൽക്കുകയും കറുത്ത കമ്പിളി
തുന്നുകയും ചെയ്യുന്ന ഈ രണ്ടു വനിതകളെക്കുറിച്ച് വിദൂരതയിൽ വെച്ച്

പലപ്പോഴും ഞാന്‍ ആലോചിച്ചു. ഒരാള്‍ നിരന്തരമായി ആളുകളെ പരി
ചയപ്പെടുത്തിക്കൊണ്ടിരുന്നു. മറ്റൊരുത്തി ആനന്ദവും വിഡ്ഢിത്തവും
കളിയാടുന്ന മുഖങ്ങളെ നിര്‍മമത മുറ്റുന്ന വയസ്സന്‍ കണ്ണുകള്‍കൊണ്ട്
പരിശോധിച്ചുകൊണ്ടിരുന്നു! കമ്പിളി തുന്നുന്നവള്‍. അവളുടെ നോട്ട
ത്തിന്റെ അമ്പുകള്‍ പതിഞ്ഞ അധികപേരും, പകുതിപോലും, അവളെ
പിന്നീടു കണ്ടിട്ടില്ല.

ഡോക്ടറുടെ അടുത്തേക്കുള്ള ഒരു സന്ദര്‍ശനംകൂടി ഉണ്ടായിരുന്നു.
"ഔദ്യോഗികമായ ഒരു ചടങ്ങ്" എന്നാണ് സെക്രട്ടറി പറഞ്ഞത്. എന്റെ
മുഴുവന്‍ ദുഃഖങ്ങളിലും അഗാധമായി പങ്കുചേരുന്ന ഭാവത്തിലായിരുന്നു
സെക്രട്ടറി അതു പറഞ്ഞത്. ഇടതുകണ്‍പുരികത്തിനു മീതെയായി
തൊപ്പി ചരിച്ചുധരിച്ച ഒരു ബാല്യക്കാരന്‍ മുകളില്‍ എവിടെ നിന്നോ
വന്നു. അവന്‍ ഗുമസ്തനാവണം. മരണം നടന്ന നഗരത്തിലെ വീടു
പോലെ നിശ്ചലമായ ഒരു വീടാണ് ഇതെങ്കിലും ബിസിനസില്‍ ഒരുപാടു
ഗുമസ്തന്‍മാര്‍ ഉണ്ടാവുമല്ലോ. അവന്‍ എന്നെ മുന്നോട്ടു കൊണ്ടുപോയി.
വൃത്തികെട്ടവനും അശ്രദ്ധനുമായിരുന്നു അവന്‍. അവന്റെ ജാക്കറ്റിന്റെ
കൈകളില്‍ മഷിയുടെ പാടുകളുണ്ടായിരുന്നു. അവന്റെ കഴുത്തിലെ
തുണികള്‍ വലുതും പഴയ ബൂട്ടിന്റെ മുന്‍ഭാഗം പോലെ താടിയുടെ ആകൃ
തിയുള്ളതും ഇളകിക്കളിക്കുന്നതുമായിരുന്നു. ഡോക്ടറെക്കാണാന്‍
ഇനിയും നേരമുള്ളതുകൊണ്ട് ഇത്തിരി കുടിക്കാം എന്നു ഞാന്‍ നിര്‍ദേ
ശിച്ചു. ഇതവനെ ആഹ്ലാദവാനാക്കി. ഞങ്ങള്‍ കുടിക്കാനിരുന്നപ്പോള്‍
അവന്‍ കമ്പനിയുടെ വ്യാപാരത്തെ പുകഴ്ത്തി. സംസാരത്തിനിടെ ഞാന്‍
അവന്‍ അങ്ങോട്ട് പോവാതിരിക്കുന്നതിലുള്ള അത്ഭുതം ആകസ്മികമായി
പ്രകടിപ്പിച്ചു. അവന്‍ ശാന്തനായി, പെട്ടെന്ന് ബോധം വീണ്ടെടുത്ത് അര്‍ഥ
സമ്പുഷ്ടമായി പറഞ്ഞു. "കാണുന്നതുപോലെ വിഡ്ഢിയല്ല ഞാന്‍
എന്ന് പ്ലാറ്റോ ശിഷ്യന്മാരോടു പറഞ്ഞു." എന്നിട്ട് അവന്‍ ദൃഢപ്രജ്ഞ
നായി ഗ്ലാസ് കാലിയാക്കി. ഞങ്ങള്‍ എഴുന്നേറ്റു.

ഡോക്ടര്‍ എന്റെ നാഡി പരിശോധിച്ചു. മറ്റെന്തോ ചിന്തിച്ചു
കൊണ്ടാണ് അയാള്‍ അതു ചെയ്തതെന്ന് വ്യക്തമാണ്. "കുഴപ്പമില്ല,
കുഴപ്പമില്ല" അയാള്‍ മുരണ്ടു. തുടര്‍ന്ന് ഒറ്റൊരാവേശത്തോടെ എന്റെ
തലയുടെ അളവെടുക്കാന്‍ സമ്മതമാണോ എന്നു ചോദിച്ചു. അതിശയി
ച്ചുകൊണ്ട് ഞാന്‍ "അതെ" എന്നു പറഞ്ഞു. കാലിപ്പോര്‍സ് പോലുള്ള
ഒരുപകരണം അയാള്‍ കൊണ്ടുവന്നു. അതുകൊണ്ട് പിറകില്‍നിന്നും
മുന്നില്‍നിന്നും എല്ലാ വശങ്ങളില്‍ നിന്നും അളവെടുത്തു ശ്രദ്ധാപൂര്‍വം
നോട്ട് കുറിച്ചു. അയാള്‍ ഷേവു ചെയ്തിരുന്നില്ല. ഇഴപിന്നിയ ഒരു
അയഞ്ഞ പുറം കുപ്പായമാണയാള്‍ ധരിച്ചിരുന്നത്. ചെരിപ്പിട്ടിരുന്നു. നിരു
പദ്രവകാരിയായ വിഡ്ഢി എന്നാണ് അയാളെക്കുറിച്ച് എനിക്കു തോന്നി
യത്. "ശാസ്ത്രതാല്‍പ്പര്യം കൊണ്ട്, ഇവിടം വിട്ടു പോവുന്നവരോടെല്ലാം
തലയോട്ടിയുടെ അളവെടുക്കാന്‍ ഞാന്‍ എപ്പോഴും അനുവാദം
ചോദിക്കുന്നു." "മടക്കത്തിലും അളവെടുക്കുമോ?" ഞാന്‍ ചോദിച്ചു. "ഓ!

ഞാനവരെ ഒരിക്കലും കാണാറില്ല." അയാൾ പറഞ്ഞു. "മാത്രമല്ല. മാറ്റം സംഭവിക്കുന്നത് ഉള്ളിലാണ്. നിങ്ങൾക്കറിയാമല്ലോ?" നല്ലൊരു തമാശ പറഞ്ഞ മട്ടിൽ അയാൾ ചിരിച്ചു. ഡോക്ടർ പറഞ്ഞു. "നിങ്ങളും അങ്ങോട്ട് പോവുകയാണല്ലേ?"

എന്തോ പരതുന്നതു പോലെയുള്ള ഒരു നോട്ടം എനിക്കു നൽകി ക്കൊണ്ട് അയാൾ മറ്റൊരു നോട്ടെഴുതി. "കുടുംബത്തിലാർക്കെങ്കിലും ഭ്രാന്തുണ്ടായിട്ടുണ്ടോ?" ഒരു വസ്തുത അന്വേഷിക്കുന്ന ലാഘവത്തിൽ അയാൾ ചോദിച്ചു. എനിക്കു വല്ലാതെ ദേഷ്യം വന്നു. "ഈ ചോദ്യവും ശാസ്ത്ര താൽപ്പര്യം മുൻനിർത്തിയാണോ?" ഞാൻ ചോദിച്ചു. "ആ പ്രദേ ശത്ത്" എന്റെ ദേഷ്യം കണക്കിലെടുക്കാതെ അയാൾ പറഞ്ഞു. "വ്യ ക്തികൾക്കുണ്ടാവുന്ന മാനസികമാറ്റങ്ങൾ ശാസ്ത്രത്തിന് കൗതുകകര മായിരിക്കും. പക്ഷേ..."

"നിങ്ങളൊരു മനോരോഗചികിത്സകനാണോ?" ഞാൻ ചോദിച്ചു. "ഏതു ഡോക്ടറും അതായിരിക്കണം കുറച്ച്" അക്ഷോഭ്യനായി അയാൾ മറുപടി നൽകി. "എനിക്കൊരു ചിന്ന സിദ്ധാന്തമുണ്ട്. അതു തെളിയി ക്കാൻ നിങ്ങൾ ശ്രീമാൻമാർ എന്നെ സഹായിക്കണം. അധിനിവേശംവഴി എന്റെ രാജ്യം കൊയ്യാനിരിക്കുന്ന നേട്ടങ്ങളിൽ എന്റെ പങ്ക് ഇതാണ്. മറ്റുള്ളവർക്കുവേണ്ടി ഞാൻ വിട്ടേച്ചു പോകുന്ന ഏക സമ്പാദ്യം. എന്റെ ചോദ്യങ്ങൾ ക്ഷമിക്കുക. നിങ്ങളാണ് എന്റെ നിരീക്ഷണത്തിൽ വരുന്ന ആദ്യത്തെ ഇംഗ്ലീഷുകാരൻ..."

ഒരു നിലയ്ക്കും അതിനു പറ്റിയ ആളല്ല ഞാനെന്ന് അയാളെ ബോധ്യപ്പെടുത്താൻ എനിക്കു തിടുക്കമായി. ഞാൻ പറഞ്ഞു. "ഞാന തിനു പറ്റിയ ആളായിരുന്നെങ്കിൽ നിങ്ങളോടു ഞാനിങ്ങനെ വർത്തമാനം പറയില്ലായിരുന്നു."

"നിങ്ങൾ പറയുന്നത് വളരെ ഗഹനമാണ്. അബദ്ധത്തിനു സാധ്യ തയുള്ളതും" ഡോക്ടർ ഒരു ചിരിയോടെ പറഞ്ഞു. "ദേഷ്യപ്പെടുന്നത് ഒഴിവാക്കുക. സൂര്യതാപം ഒഴിവാക്കുന്നതിനെക്കാൾ ഗുണം ചെയ്യുമത്. വിട. എന്താണ് ഇംഗ്ലീഷുകാർ പറയുക– ഗുഡ്ബൈ! ആ... ഗുഡ്ബൈ! വിട. ഉഷ്ണമേഖലാ പ്രദേശങ്ങളിൽ മറ്റെന്തിനെക്കാളും ആവശ്യം ശാ ന്തതയാണ്..." അയാൾ താക്കീതുപോലെ ചൂണ്ടുവിരൽ ഉയർത്തി... "ശാന്തനാവുക.... ശാന്തനാവുക... വിട."

ഒരു കാര്യംകൂടി ചെയ്യാൻ ബാക്കിയുണ്ടായിരുന്നു. എന്റെ സമർഥ യായ അമ്മായിയോടു യാത്ര പറയൽ. അവരെ ഞാൻ വിജയശ്രീലാളി തയായി കണ്ടു. അമ്മായിയുടെ അത്യന്തം സുഖകരമായ ഡ്രോയിങ് മുറിയിൽ വെച്ച് ഞാൻ ഒരു കപ്പ് ചായ കുടിച്ചു. വളരെ കാലത്തേക്കായി ഞാൻ കുടിക്കുന്ന ഒടുവിലത്തെ നല്ല ചായ.

നെരിപ്പോടിനടുത്തിരുന്ന് ഞങ്ങൾ ദീർഘനേരം വർത്തമാനം പറഞ്ഞു. ഈ ഉള്ളുതുറക്കലുകൾക്കിടയ്ക്ക് എനിക്കു മനസിലായി, ഉന്നത ഉദ്യോഗസ്ഥന്റെ ഭാര്യയുടെ അടുക്കൽ അസാധാരണ കഴിവുള്ള

ഒരത്ഭുത ജീവിയായയാണ് എന്നെ അമ്മായി അവതരിപ്പിച്ചിട്ടുള്ളതെന്ന്. കമ്പനിക്ക് വലിയൊരു മുതൽക്കൂട്ട്! സാധാരണ കണ്ടുകിട്ടാത്ത മനു ഷ്യൻ! വേറെയും ആരോടെല്ലാം അമ്മായി ഇങ്ങനെ പറഞ്ഞിട്ടില്ലെന്നു ആർക്കറിയാം?

ദൈവമേ! രണ്ടര പെന്നി വിലയുള്ള സ്റ്റീംബോട്ടും ഒരു പെന്നി വിലയുള്ള വിസിലും ഞാൻ ഏറ്റെടുക്കാൻ പോവുകയാണ്! അറിയുമോ, ഞാനും മൂലധനമുള്ള തൊഴിലാളിയാവാൻ പോവുന്നു! വെളിച്ചത്തിന്റെ പ്രചാരകൻ. ഒരു ചെറുകിട ദൈവദൂതൻ. ആ കാലഘട്ടത്തിലെ സംസാ രങ്ങളിലും അച്ചടിച്ച പേപ്പറുകളിലും ഇത്തരം വർത്തമാനങ്ങൾ സുലഭ മായിരുന്നു. ഈ വിടുവായിത്തങ്ങളെല്ലാം തൊണ്ടതൊടാതെ വിഴുങ്ങി ജീവിക്കുന്ന അമ്മായി തികച്ചും ആഹ്ലാദം കൊണ്ടു. "അക്ഷരജ്ഞാനമി ല്ലാത്ത ആയിരങ്ങളെ അവരുടെ അപരിഷ്കൃതത്വത്തിൽ നിന്ന് മോചിപ്പി ക്കുന്ന"തിനെക്കുറിച്ച് അവർ പറഞ്ഞു. സത്യം പറയട്ടെ. അവരെന്നെ തീർത്തും അസ്വസ്ഥമാക്കുകയായിരുന്നു. ലാഭമാണ് കമ്പനിയുടെ ലക്ഷ്യം എന്നു സൂചിപ്പിക്കാൻ ഞാൻ പാടുപെട്ടു.

"പ്രിയപ്പെട്ട ചാർളീ, അധ്വാനിക്കുന്നവർ പ്രതിഫലത്തിന് അർഹ നാണെന്ന കാര്യം നീ മറക്കുന്നു." സ്ത്രീകൾ യഥാർഥ ലോകവുമായി എത്ര അകന്നാണ് കഴിയുന്നതെന്നത് എനിക്കു വിചിത്രമായി തോന്നി. തങ്ങളുടേതായ ലോകത്താണ് അവർ ജീവിക്കുന്നത്. അതുപോലെ വേറൊന്നില്ല. ഇനി ഉണ്ടാവാനും വഴിയില്ല. ആകെക്കൂടി അതു സുന്ദര മാണ്. അവരത് കെട്ടിപ്പടുക്കുകയാണെങ്കിൽ ആദ്യത്തെ അസ്തമയ ത്തിനു മുമ്പു തന്നെ അതു തകർന്നു തരിപ്പണമാവുകയും സൃഷ്ടിയുടെ ആരംഭം മുതലേ നാം പുരുഷന്മാർ സംതൃപ്തിയോടെ സഹവസിക്കുന്ന കുഴഞ്ഞുമറിഞ്ഞ സത്യം ഉയർന്നു വന്ന് എല്ലാറ്റിനെയും തകിടം മറി ക്കുകയും ചെയ്യും.

അനന്തരം അമ്മായി എന്നെ ആശ്ലേഷിക്കുകയും എന്നോട് ഫ്ളാനൽ ധരിക്കാൻ ആവശ്യപ്പെടുകയും ചെയ്തു. ഇടയ്ക്ക് കത്തെഴു താൻ മറക്കരുതെന്നും അവർ ഓർമിപ്പിച്ചു. അവസാനം ഞാൻ വിടവാങ്ങി.

തെരുവിൽ നിന്ന് എന്തുകൊണ്ടാണെന്നെനിക്കറിയില്ല—ഞാനൊരു കപടനാട്യക്കാരനാണെന്ന വിചിത്രവികാരം എനിക്കുണ്ടായി. അറിയിപ്പ് ലഭിച്ചു ഇരുപത്തിനാലു മണിക്കൂറിനുള്ളിൽ ലോകത്തിന്റെ ഏതു ഭാഗ ത്തേക്കും പുറപ്പെടാൻ സന്നദ്ധനായ എനിക്കുണ്ടായ വിചിത്ര വികാരം. തെരുവു മുറിച്ചു കടക്കുന്നേടത്തെത്തുമ്പോൾ മിക്കവർക്കും ഉണ്ടാവു ന്നതുപോലെയൊന്ന് നിമിഷനേരത്തേക്ക് —സന്ദേഹമാണെന്നു ഞാൻ പറയുന്നില്ല—ഒരു തരിച്ചു നിൽപ്പ്. അത്രമാത്രം. യാത്രപുറപ്പെടുന്നതിനു മുൻപ് സാധാരണ ഉണ്ടാവുന്ന ഈ വികാരം നിമിഷനേരത്തേക്ക് എന്നെയും കീഴടക്കി. നിങ്ങൾക്കിത് ഏറ്റവും നല്ല രീതിയിൽ വിവരിച്ചു തരാൻ ഇങ്ങനെയേ എനിക്കു കഴിയൂ. അതായത്, ഒരു വൻകരയുടെ മധ്യ ത്തിലേക്കല്ല, ഭൂമിയുടെ തന്നെ മധ്യത്തിലേക്കാണ് ഞാൻ പുറപ്പെടുന

തെന്ന തോന്നൽ ഒന്നോ രണ്ടോ സെക്കന്റ് നേരത്തേക്ക് എന്നെ പിടി കൂടി.

ഒരു ഫ്രഞ്ച് ആവിക്കപ്പലിൽ ഞാൻ യാത്രയായി. എനിക്കു മനസി ലാക്കാൻ കഴിഞ്ഞെടത്തോളം പ്രശ്നങ്ങളുള്ള തുറമുഖങ്ങളിൽ പട്ടാള ക്കാരെയും കസ്റ്റംസ് ഹൗസ് ഓഫീസർമാരെയും ഇറക്കുക മാത്രമായി രുന്നു കപ്പലിന്റെ ഏക ജോലി. അതിനായി കപ്പൽ സകല തുറമുഖ ങ്ങളും സന്ദർശിച്ചുകൊണ്ടിരുന്നു. ഞാൻ തീരത്തെ നിരീക്ഷിച്ചു. കപ്പൽ കടന്നുപോവുമ്പോൾ പിറകിലേക്കു തെന്നിപ്പോവുന്ന തീരത്തെ നിരീ ക്ഷിക്കൽ ഒരു കടങ്കഥയെക്കുറിച്ചു ആലോചിക്കുന്നതുപോലെയാണ്. ചിരിച്ചും നെറ്റിചുളിച്ചും മാടിവിളിച്ചും തീരം ഞങ്ങളുടെ മുമ്പിൽ നീണ്ടു കിടന്നു. മഹത്തും നിസാരവും വിരസവും വന്യവും ആണത്.

'വരൂ, കണ്ടെത്തൂ' എന്നു മന്ത്രിച്ചുകൊണ്ടിരിക്കുന്ന ഭാവത്തിൽ സദാ നിശ്ശബ്ദമായി നിൽക്കുന്നതുമാണത്. നിർമാണം നടന്നുകൊണ്ടി രിക്കുന്നതെന്നു തോന്നിക്കും വിധം, സവിശേഷതകളൊന്നും ഇല്ലാത്ത താണ് ഈ തീരം. ഏകതാനമായ രൗദ്രതയുടെ ഭാവമുണ്ടതിന്. കറു പ്പെന്നു തോന്നിക്കുന്നത്ര കടും പച്ചയായ മഹാവനത്തിന് അതിരിട്ടു നിൽക്കുന്ന വെളുത്ത തിരയ്ക്കൊപ്പം വരവരച്ചപോലെ നീലക്കടലി നൊപ്പം ദൂരെ, ദൂരേക്ക് നേർദിശയിൽ നീണ്ടു പോവുന്ന തീരം.

ഇഴഞ്ഞു വരുന്ന മഞ്ഞിൽ കടലിന്റെ തിളക്കം മങ്ങിപ്പോവുന്നു. ഉഗ്രപ്രതാപിയായിരുന്നു സൂര്യൻ. കര ആവിയിൽ ശോഭിക്കുന്നതും നുര യ്ക്കുന്നതുമായി തോന്നി. വെളുത്ത തിരയ്ക്കകത്ത് അവിടെയും ഇവി ടെയുമായി ചാരവർണം കലർന്ന വെളുത്ത പൊട്ടുകൾ കൂട്ടംകൂടി നിൽക്കുന്നതായി കാണപ്പെട്ടു. അവയുടെ മീതെ വെളുത്ത കൊടികളാ വണം പാറിക്കളിക്കുന്നത്.

നൂറ്റാണ്ടുകൾ പഴക്കമുള്ള കുടിയേറ്റ കേന്ദ്രങ്ങൾ. അകലെ നിന്നു നോക്കുമ്പോൾ മൊട്ടുസൂചിയുടെ മൊട്ടിനെക്കാൾ വലിപ്പം തോന്നുക യില്ല അവയ്ക്ക്. പിന്നിൽ മനുഷ്യസ്പർശമേറ്റിട്ടില്ലാത്ത നിബിഡവനം. ഞങ്ങൾ യാത്ര തുടർന്നു. ഇടയ്ക്ക് നിർത്തും. പട്ടാളക്കാരെ ഇറക്കും. വീണ്ടും യാത്ര തുടരും. ദൈവം ഉപേക്ഷിച്ച വനംപോലെ തോന്നിക്കുന്ന സ്ഥലങ്ങളിൽ തകരഷെഡിൽത്തീർത്ത ചുങ്കപ്പുരകളിലേക്ക് നിയോഗി ക്കപ്പെട്ട ഗുമസ്തന്മാരെയും അവരെ സംരക്ഷിക്കാനുള്ള പട്ടാളക്കാരെയും ഇറക്കി വീണ്ടും മുന്നോട്ട്. ചിലർ തിരയിൽ മുങ്ങി ചത്തതായി ഞാൻ കേട്ടു. പക്ഷേ, ആരെങ്കിലും ചത്തോ ഇല്ലയോ എന്നൊന്നും ആരും ശ്രദ്ധി ക്കുന്നതായി തോന്നിയില്ല. അവരവിടെ തിരകളിൽ എടുത്തെറിയപ്പെട്ടു. ഞങ്ങൾ യാത്ര തുടർന്നു.

തീരം എങ്ങും ഒരുപോലെ. ഞങ്ങൾ ഒരു സ്ഥലത്തു നിൽക്കുക യാണെന്നേ തോന്നൂ. വ്യാപാരം നടക്കുന്ന സ്ഥലങ്ങൾ. ഗ്രാൻ ബസ്സാം, ലിറ്റിൽ പൊവൊ തുടങ്ങിയ പേരുകളുള്ള ഒരുപാട് സ്ഥലങ്ങൾ ഞങ്ങൾ പിന്നിട്ടു. അശുഭ സൂചകമായ കറുത്ത തിരശ്ശീലയ്ക്കു മുമ്പിൽ കളിക്കുന്ന

പ്രഹസന നാടകത്തിലേതുപോലുള്ള സ്ഥലനാമങ്ങൾ. ഈ മനുഷ്യരു മായൊന്നും എന്നെ ബന്ധിപ്പിക്കുന്ന ഒരു സംഗതിയുമില്ല. എല്ലാവരിൽ നിന്നുമുള്ള എന്റെ ഒറ്റപ്പെടൽ, ഒരു യാത്രക്കാരന്റെ അലസത, എണ്ണമയ മുള്ളതും മ്ലാനവുമായ സമുദ്രം, തീരത്തിന്റെ ഏകതാനമായ വിഷണ്ണത ഇവയെല്ലാം എന്നെ സത്യത്തിൽ നിന്നും അകലെയാക്കുന്നു.

നിരർഥകവും ശോകാകുലമായ വ്യാമോഹത്തിന്റെ കെണിയി ലാണു ഞാൻ. ഇടയ്ക്കിടെയുള്ള തിരയുടെ ശബ്ദം ഒരു സഹോദരന്റെ ഭാഷണം പോലെ സന്തോഷം നൽകുന്നതാണ്. അത് യഥാർഥമാണ്. അതിന് അതിന്റെ യുക്തിയും അർഥവുമുണ്ട്. തീരത്തുനിന്ന് വല്ലപ്പോഴും കാണുന്ന ബോട്ട് യാഥാർഥ്യവുമായുള്ള നൈമിഷിക ബന്ധം പ്രദാനം ചെയ്തു. കറുത്തവരായിരുന്നു അത് തുഴഞ്ഞിരുന്നത്. അവരുടെ കണ്ണു കളുടെ തിളക്കമേറിയ വെണ്മ ദൂരെ നിന്നേ നിങ്ങൾക്കു കാണാം. അവർ ആരവമുതിർത്തു. പാട്ടു പാടി. അവരുടെ ദേഹത്തുകൂടെ വിയർപ്പിന്റെ ചാലുകൾ ഒഴുകി. വിചിത്രമായ മുഖംമൂടികൾ പോലെയുള്ള മുഖങ്ങ ളാണ് അവരുടേത്. ഈ കുട്ടികൾ, അവർക്ക് നല്ല എല്ലും പേശികളും കരുത്തുമുണ്ട്. ചലനത്തിനുള്ള അപാരമായ ഊർജം. തീരത്തോട് ചേർന്ന തിരമാലകളെപ്പോലെ പ്രകൃതിദത്തവും യഥാർഥവുമായിരുന്നു അത്. അ വിടെയിരിക്കാൻ അവർക്കൊരു ന്യായത്തിന്റെ ആവശ്യമില്ല. അവരെ കാണുന്നത് വലിയ ആശ്വാസമാണ്.

വളവോ തിരിവോ ഇല്ലാത്ത വസ്തുതകളുടെ ലോകത്താണ് ഞാനെന്ന് ചിലപ്പോൾ എനിക്കു തോന്നും. പക്ഷേ, ആ തോന്നൽ അധി കനേരം നീണ്ടുനിൽക്കുകയില്ല. എന്തെങ്കിലുമൊരു സംഭവം അതിനെ വിദൂരത്തേക്ക് ഓടിച്ചുകളയും. ഒരിക്കൽ ഞാനോർക്കുന്നു, തീരത്തുനി ന്നകലെ ഒരു യുദ്ധക്കപ്പൽ നങ്കൂരമിട്ടിരിക്കുന്നതായി ഞങ്ങൾ കണ്ടു. തീരത്തെങ്ങും ഒരു ഷെഡ് പോലും ഉണ്ടായിരുന്നില്ല. യുദ്ധക്കപ്പൽ കുറ്റി ക്കാട്ടിലേക്ക് തുരുതുരാ വെടിവെയ്ക്കുകയാണ്. ഫ്രഞ്ചുകാർ അവിടെ ഒരു യുദ്ധം നടത്തുകയാണെന്നാണ് തോന്നുക. അവരുടെ കൊടി പഴന്തു ണിപോലെ തൂങ്ങിക്കിടന്നു. കപ്പലിന്റെ പള്ള ഭാഗത്തുനിന്നു മുഴുവൻ ആറിഞ്ച് നീളമുള്ള തോക്കിൻ മുനകൾ പുറത്തേക്ക് ഉന്തി നിന്നു. വഴു വഴുപ്പുള്ള തിരയിളക്കത്തിൽ കപ്പൽ അലസമായി ആടിക്കൊണ്ടിരുന്നു. അതിന്റെ നേർത്ത പായകളെ ആന്ദോളനം ചെയ്യിച്ചുകൊണ്ട്.

ആകാശത്തിന്റെയും ഭൂമിയുടെയും വെള്ളത്തിന്റെയും ഗാഢമായ ആ ശൂന്യതയിൽ നിന്നുകൊണ്ട് ഒരു വൻകരയിലേക്ക് എന്തിനെന്നറി യാതെ വെടിയുതിർക്കുകയായിരുന്നു കപ്പൽ. ഒരു ചെറിയ തീജ്വാല കുതി ച്ചുപായുകയും അപ്രത്യക്ഷമാവുകയും ചെയ്യും. അൽപ്പം വെളുത്ത പുക ബഹിർഗമിക്കും. ദുർബലമായ ആക്രോശത്തോടെ ഒരു ചെറിയ വെടി യുണ്ട പാഞ്ഞുപോകും—പിന്നെ ഒന്നും സംഭവിക്കില്ല—ഒന്നും സംഭവി ക്കാനുമില്ല. ഭ്രാന്തിന്റെ സ്പർശമുണ്ടായിരുന്നു, ഈ നടപടിക്. ഒരു തരം വേദനാജനകമായ തമാശ. കാഴ്ചയ്ക്കപ്പുറം എവിടെയോ നാട്ടു

കാരുടെ ഒരു ക്യാമ്പ് (ശത്രുക്കൾ എന്നാണ് അയാൾ പറഞ്ഞത്) മറഞ്ഞു കിടക്കുന്നുണ്ടായിരുന്നു. എന്ന് കപ്പലിലുണ്ടായിരുന്ന ആരോ എന്നോടു വളരെ കൃത്യമായിത്തന്നെ തറപ്പിച്ചു പറയുകയുണ്ടായി.

യുദ്ധക്കപ്പലിലുള്ളവർക്കുള്ള കത്തുകൾ കൈമാറിയശേഷം ഞങ്ങൾ യാത്ര തുടർന്നു (ആ കപ്പലിലെ ആളുകൾ ദിവസം മൂന്നു പേർ എന്ന തോതിൽ പനി പിടിച്ചു മരിച്ചുകൊണ്ടിരിക്കുകയാണെന്ന് ഞാൻ കേട്ടു). വിചിത്രനാമങ്ങളിലുള്ള ഏതാനും സ്ഥലങ്ങൾകൂടി ഞങ്ങൾ സന്ദർശിച്ചു. എങ്ങും മരണത്തിന്റെയും വ്യാപാരത്തിന്റെയും ആഹ്ലാദം. അധികം ചൂടുപിടിച്ച ഭൂഗർഭ ശ്മശാനത്തിലേതുപോലുള്ള അന്തരീക്ഷം. നീളാനീളെ രൂപരഹിതമായ തീരം. തീരത്തിനു അതിരിട്ടുകൊണ്ട് നുഴഞ്ഞു കയറ്റക്കാരെ തുരത്തുന്നതിനുവേണ്ടി പ്രകൃതി തന്നെ ഒരു ക്കിയതാണെന്നു തോന്നിക്കുന്ന അപകടകാരിയായ തിര.

നദികൾക്കകത്തും പുറത്തും, ജീവിതത്തിലെ, മരണത്തിന്റെ അരു വികൾ. അവയുടെ കരകൾ അവസാനിക്കുന്നത് ചെളിയിൽ. അവിടെ യത് കട്ടികൂടി കൊഴുക്കുന്നു. വളഞ്ഞു പിരിഞ്ഞ് കിടക്കുന്ന കണ്ടൽ ക്കാടുകളിലേക്ക് അത് അതിക്രമിച്ചു കടക്കുന്നു. വന്ധ്യമായ ഒരു നിരാശ നമുക്കു നേരെ പുളഞ്ഞു വരുന്നതുപോലെ. പ്രത്യേകിച്ച് ഒരു ധാരണ രൂപീകരിക്കാൻ കഴിയാവുന്നത്ര നേരം ഞങ്ങൾ എവിടെയും നിന്നില്ല. പക്ഷേ, അവ്യക്തവും വീർപ്പുമുട്ടിക്കുന്നതുമായ പൊതുവായ ഒരമ്പരപ്പ് എന്നിൽ വളരാൻ തുടങ്ങി. ദുഃസ്വപ്നങ്ങൾക്കിടയിലൂടെയുള്ള ക്ഷീണിച്ച തീർഥയാത്ര പോലെയായിരുന്നു അത്.

മുപ്പതു നാൾ പിന്നിട്ട് ഞാൻ ആ വലിയ നദിയുടെ അഴിമു ഖത്തെത്തി. ഭരണ സിരാകേന്ദ്രത്തിൽ ഞങ്ങൾ നങ്കൂരമിട്ടു. എന്റെ ജോലി സ്ഥലത്തെത്താൻ ഇനിയും ഇരുനൂറ് മൈൽ പോവണം. അതിനാൽ മുപ്പ തുമൈൽ വീതമുള്ള ഒരു സ്ഥലത്തേക്കു ഉടനെതന്നെ ഞാൻ പുറപ്പെട്ടു.

കടലിൽ സവാരിക്കുപയോഗിക്കുന്ന ഒരു ചെറിയ ആവിക്കപ്പലി ലാണ് ഞാനവിടേക്ക് യാത്ര പോയത്. സ്വീഡിഷ് ചെറുപ്പക്കാരനായി രുന്നു അതിന്റെ കപ്പിത്താൻ. നാവികനാണ് ഞാനും എന്നറിഞ്ഞതിനാൽ അവൻ എന്നെ കപ്പലിന്റെ മുകൾത്തട്ടിലേക്ക് ക്ഷണിച്ചു. മെലിഞ്ഞ്, സുമു ഖനായ ഒരു കർക്കശക്കാരൻ. നീണ്ട മുടി. മുന്നോട്ട് ഉന്തിയ നടപ്പ്. ഞങ്ങൾ ദുരിതം പിടിച്ച ആ ജെട്ടി വിട്ടുപോവുമ്പോൾ അവൻ തീരത്തിനു നേരെ പുച്ഛത്തോടെ തലയാട്ടി.

"അവിടെ ജീവിക്കുകയയോ?" അവൻ ചോദിച്ചു.

"അതെ" ഞാൻ പറഞ്ഞു. "കേമൻമാർ തന്നെ ഈ സർക്കാർ പണി ക്കാർ– അല്ലെ?" കൃത്യതയുള്ള ഇംഗ്ലീഷിൽ അസാരം അനിഷ്ടത്തോടെ അവൻ തുടർന്നു. "മാസത്തിൽ ഏതാനും ഫ്രാങ്കിനുവേണ്ടി ചില മനു ഷ്യർ എന്തും ചെയ്യും എന്നത് തമാശയായിരിക്കുന്നു. നാടിന്റെ ഉള്ളി ലോട്ട് ചെല്ലുമ്പോൾ ഇവരൊക്കെ എന്താണായിത്തീരുക?"

അവിടെ എത്തിച്ചേരാനാണ് എന്റെ തിടുക്കം എന്ന് ഞാൻ പറഞ്ഞു.

"സ്സോ...! " അവൻ ആശ്ചര്യം പ്രകടിപ്പിച്ചു. ഒരു കണ്ണുകൊണ്ട് ശ്രദ്ധാപൂർവം മുന്നോട്ടു നോക്കി അവൻ കപ്പൽ കുറുകെ വെട്ടിച്ചു. "അത്ര കണ്ട് ഉറപ്പിക്കണ്ടാ" അവൻ സംസാരം തുടർന്നു. "ഇന്നലെ ഇവിടെ വെച്ച് ആത്മഹത്യ ചെയ്ത ഒരുത്തനെ ഞാൻ എടുത്തിട്ടുണ്ട്. അവനും സ്വീഡൻകാരനായിരുന്നു."

"ആത്മഹത്യ ചെയ്തെന്നോ? ദൈവമേ! എന്തിന്?" ഞാൻ നില വിളിക്കും മട്ടിൽ ചോദിച്ചു.

അവൻ ശ്രദ്ധയോടെ പുറത്തേക്കു നോക്കിനിന്നു. ആർക്കറിയാം? "സൂര്യന്റെ ചൂട് അവനു താങ്ങാൻ പറ്റാത്തതായിരുന്നിരിക്കണം, അല്ലെ ങ്കിൽ ഒരുപക്ഷേ, ഈ നാടു തന്നെ."

അവസാനം ഞങ്ങൾ തുറസായ ഒരു സ്ഥലത്തേക്കു പ്രവേശിച്ചു. തീരത്തിനരികെ ഒരുയർന്ന പാറക്കെട്ട് ദൃശ്യമായി. തീരത്തോടു ചേർന്ന് ഇളക്കി മറിച്ചിട്ട മണ്ണിന്റെ ഒരു കൂമ്പാരം. കുന്നിൻ മീതെ വീടുകൾ. ഉൽഖ നന അവശിഷ്ടങ്ങൾക്കിടയിലുള്ള വീടുകൾ ഇരുമ്പിന്റെ മേൽക്കൂരയു ള്ളവയാണ്. അവ താഴോട്ടുള്ള ചരിവിലേക്ക് ഞാന്നു കിടക്കുന്നു. കീഴ്ക്കാം തൂക്കായ ചരിവുകൾക്കു മീതെ നിന്നുള്ള തുടർച്ചയായ ശബ്ദ ങ്ങൾ ആൾപാർപ്പുള്ള ഈ ദുരിതമേഖലയുടെ അന്തരീക്ഷത്തെയാകെ മുഖരിതമാക്കുന്നു. പുഴയിലേക്ക് തള്ളി നിൽക്കുന്നുണ്ട് ഒരു ജെട്ടി. പെട്ടെന്നുള്ള സൂര്യവെളിച്ചത്തിൽ കണ്ണ് ഇരുട്ടടച്ച് പോവുന്നു. സൂര്യപ്ര കാശത്തിൽ മുങ്ങിക്കുളിച്ചു നിൽക്കുകയാണ് പരിസരം മുഴുവൻ. "അവിടെയാണ് നിങ്ങളുടെ കമ്പനിയുടെ സ്റ്റേഷൻ." പാറച്ചെരിവിലെ മരക്കെട്ടിടത്തിലേക്ക് ചൂണ്ടി സ്വീഡൻകാരൻ കപ്പിത്താൻ അറിയിച്ചു. "നിങ്ങളുടെ സാധനങ്ങൾ ഞാൻ അങ്ങോട്ടെത്തിക്കാം. നാലു പെട്ടിക ളല്ലേ ഉള്ളത്? യാത്രാ മംഗളം."

പുല്ലിൽ ചെളി പിടിച്ചു കിടക്കുന്ന ഒരു ബോയിലറിന്റെ അടു ത്തെത്തി ഞാൻ. അവിടെ നിന്ന് കുന്നിൻമുകളിലേക്കുള്ള വഴി കാണാം. വഴി തിരിയുന്നത് ഉരുളൻ പാറകളിലേക്കാണ്. ഒരു റെയിൽവേ ട്രക്ക്, ചക്രം മുകളിലേക്കായി മറിഞ്ഞു കിടപ്പുണ്ട്. ഏതോ മൃഗം ചത്തുകിട ക്കുകയാണെന്നേ തോന്നൂ. നശിച്ചുകൊണ്ടിരിക്കുന്ന കുറേയധികം യന്ത്രഭാഗങ്ങൾ ചിതറികിടക്കുന്നതായി കണ്ടു. റെയിൽവേയുടെ തുരു മ്പെടുത്ത ആണികൾ കൂമ്പാരമായി കിടക്കുന്നു. ഇടതുഭാഗത്ത് മരങ്ങൾ തണലു വിരിച്ച ഒരു സ്ഥലമുണ്ട്. അവിടെ ഇരുണ്ട വസ്തുക്കൾ ഇളകു ന്നതായി തോന്നി. ഞാൻ കണ്ണു ചിമ്മി. വഴി നെരുകുത്തനെയാണ്.

വലതുഭാഗത്ത് നിന്ന് കുഴൽ വിളി കേട്ടു. കറുത്ത മനുഷ്യർ ഓടു ന്നതു കണ്ടു. തറ കുലുക്കിക്കൊണ്ട് ഉഗ്രമുഴക്കത്തോടെ ഒരു ശബ്ദം. പാറമുകളിൽ നിന്ന് പുക ഉയരുന്നു. അത്ര മാത്രം. പാറയ്ക്ക് ഒന്നും സംഭവിച്ചിട്ടില്ല.

റെയിൽവെ പണി നടക്കുകയാണ്. പാതയ്ക്ക് പാറ തടസ്സമൊന്നു മല്ല. പക്ഷേ, ആവശ്യമില്ലാത്ത ഈ പൊട്ടിക്കലാണ് അവിടെ ആകെ നട ക്കുന്ന പണി.

പിറകിൽ നിന്ന് ചെറിയൊരു കിലുക്കം കേട്ട് ഞാൻ തിരിഞ്ഞു നോക്കി. ആറു കറുത്തവർ സംഘമായി മുകളിലേക്ക് കയറുന്നു. തല യിൽ മണ്ണു നിറച്ച കുട്ടകൾ തുലനമൊപ്പിച്ച് പതുക്കെ, എന്നാൽ ശരീരം വളയാതെ, അവർ കുന്നു കയറുകയാണ്. അവരുടെ ചുവടുറപ്പുകൾക്ക നുസരിച്ചാണ് കിലുക്കം. അരയ്ക്കു ചുറ്റും കറുത്ത തുണി കെട്ടിയിരി ക്കുന്നു. അതിന്റെ രണ്ടറ്റങ്ങളും വാലുപോലെ പിറകിൽ തൂങ്ങിക്കിടക്കു ന്നുണ്ട്. ഈ മനുഷ്യരുടെ ഓരോ വാരിയെല്ലും എനിക്ക് എണ്ണാൻ പറ്റും. കാൽമുട്ടുകളാണെങ്കിൽ കയറിൽ കെട്ടിയിട്ടതുപോലെ മുഴച്ചു നിൽക്കുന്നു. എല്ലാവരുടെയും കഴുത്തിൽ ഇരുമ്പിന്റെ പട്ടയുണ്ടായിരുന്നു. ചങ്ങലകൊണ്ട് എല്ലാവരെയും ചേർത്തു കെട്ടിയിരിക്കുകയാണ്. ഈ ചങ്ങലയുടെ തൂങ്ങിക്കിടക്കുന്ന കൊളുത്തുകളുടെ താളത്തിലുള്ള ശബ്ദ മാണ് ഞാൻ കേട്ടത്.

പാറമുകളിൽ നിന്നു കേട്ട മറ്റൊരു നാദം പെട്ടെന്ന് കടലിൽ വച്ചു കണ്ട വെടിവെപ്പു സംഭവത്തെ ഓർമപ്പെടുത്തി. അതേ മാതിരി ദുഃശകുനം പിടിച്ച ശബ്ദമായിരുന്നു ഇതും.

ഭാവനയുടെ ഏതറ്റംവരെ പോയാലും ഈ മനുഷ്യരെ ശത്രുക്ക ളെന്ന് വിളിക്കാൻ വയ്യ. കുറ്റവാളികൾ എന്നാണ് ഇവരെ വിളിക്കുന്നത്. ചീറിവരുന്ന വെടിയുണ്ടകൾ പോലെ കടലിൽ നിന്നുള്ള ദുർഗ്രഹമായ നിഗൂഢതയായി ക്രൂര നിയമങ്ങളും അവരെത്തേടി വരുന്നു. അവരുടെ ശോഷിച്ച നെഞ്ചുകൾ ഒന്നിച്ചു കിതച്ചു. വിസ്താരമേറിയ നാസാരന്ധ്ര ങ്ങൾ വിറച്ചു. മരവിച്ച കണ്ണുകൾ തുറിച്ചു നോക്കി. എന്റെ ആറിഞ്ച് അക ലെക്കൂടി എന്റെ നേരെ നോക്കാതെ അവർ കടന്നുപോയി. മരിച്ചതു പോലെ പൂർണമായിരുന്നു. അസന്തുഷ്ടമായ ആ വനജീവികളുടെ നിസ്സംഗത.

ഈ പച്ചമനുഷ്യർക്കു പിറകിൽ, പുതിയ ശക്തിയുടെ ഉൽപ്പന്നമായി ഒരാൾ റൈഫിളും പിടിച്ച് ഉദാരഭാവത്തിൽ ഉലാത്തുന്നു. ബട്ടൺ തുറ ന്നിട്ട യൂണിഫോം ജാക്കറ്റ് ധരിച്ചിരുന്നു അയാൾ. വഴിയിൽ ഒരു വെള്ള ക്കാരനെ കണ്ട് അയാൾ ചുറുചുറുക്കോടെ ആയുധം ചുമൽ വരെ ഉയർത്തി. വിവേകപൂർണമായ നടപടി ആയിരുന്നു അത്. ഇത്രയും ദൂരത്ത് കാണുന്ന വെള്ളക്കാരനായ ഞാൻ ആരായിരിക്കുമെന്ന് അവന് പറയാനായില്ല. ഒരു വലിയ വെളുത്ത തെമ്മാടിച്ചിരിയോടെ അവൻ എന്നെ സ്വീകരിക്കുകയാണെന്ന് തോന്നി. ഏതായാലും ഞാനും ഈ ഉന്നതവും നീതിപൂർണവുമായ നടപടികളുടെ മഹത്തായ ലക്ഷ്യത്തിന്റെ ഭാഗമായിരുന്നല്ലോ.

മുകളിലേക്ക് പോവുന്നതിനു പകരം ഞാൻ തിരിഞ്ഞ് ഇടത്തോട്ട് ഇറങ്ങി. ചങ്ങലയ്ക്കിട്ട സംഘം കാഴ്ചയിൽ നിന്നു മറഞ്ഞിട്ട് കുന്നു കയറാം എന്നു വിചാരിച്ചാണ് അങ്ങനെ ചെയ്തത്. ഞാനത്ര വേഗം അലിഞ്ഞു പോവുന്നവനൊന്നുമല്ല. അടിക്കേണ്ടവനും തടുക്കേണ്ടവനു മാണ് ഞാൻ. പ്രതിരോധിക്കേണ്ടതും ആക്രമിക്കേണ്ടതുമുണ്ട്. ആക്രമ

ണമായിരിക്കും ചിലപ്പോൾ പ്രതിരോധത്തിനുള്ള ഏക മാർഗം. അതിനു കൊടുക്കേണ്ടി വരുന്ന വില കണക്കാക്കാതെതന്നെ അതു ചെയ്യണം. ഞാൻ ചെന്നുപെട്ട ജീവിതശൈലി ആവശ്യപ്പെടുന്നതാണത്. പൈശാ ചികമായ ഹിംസയും ആർത്തിയും ദുരയും ഞാൻ കണ്ടിട്ടുണ്ട്. പക്ഷേ, ഞാൻ നിങ്ങളോടു പറയുന്നു, അവയിലെല്ലാം വെച്ച് ഏറ്റവും പൈശാ ചികവും ഭീകരവുമായ കാഴ്ചയാണ് ചങ്ങലയ്ക്കിട്ടു തെളിക്കപ്പെടുന്ന ഈ മനുഷ്യർ.

ആർത്തി പൂണ്ടതും ദാക്ഷിണ്യമില്ലാത്തതുമായ വിഡ്ഢിത്ത ത്തിന്റെ അയഞ്ഞതും വ്യാജവും ദുർബലവുമായ പിശാചുമായി ചങ്ങാത്തം സ്ഥാപിക്കുകയാണ് ഞാൻ എന്ന കാര്യം കണ്ണഞ്ചിപ്പിക്കുന്ന സൂര്യബിംബത്തിന്റെ ആ മണ്ണിൽ വെച്ച് ഞാൻ ദീർഘദർശനം ചെയ്തു. എത്രത്തോളം ചതിയിൽ പെടുത്തുന്നതാണ് ആ പിശാചെന്ന് വളരെ മാസങ്ങൾക്കു ശേഷം ആയിരക്കണക്കിനു മൈൽ അപ്പുറത്തുവെച്ചേ എനിക്കു ശരിക്ക് മനസിലായുള്ളൂ.

ഒരു നിമിഷം എന്തോ അടയാളം കണ്ടിട്ടെന്നപോലെ ഞാൻ തരിച്ചു നിന്നു. അവസാനം ഞാൻ കുന്ന് ചരിഞ്ഞിറങ്ങി. ഒരു മരക്കൂട്ടത്തെ ലക്ഷ്യം വെച്ചാണ് ഞാൻ നീങ്ങിയത്.

ചരിവിൽ ഒരു വലിയ ഗർത്തം കണ്ടു. നല്ല ഉദ്ദേശ്യത്തോടെ കുഴി ച്ചതാവാൻ വഴിയില്ല അത്. അതൊരു ക്വാറിയോ മണലെടുക്കാനുള്ള കുഴിയോ അല്ല. ഒരു കുഴി മാത്രമായിരുന്നു അത്. ഒരു പക്ഷേ, കുറ്റവാ ളികൾക്ക് പണി കൊടുക്കുക എന്ന ദയാവിചാരമായിരിക്കാം അതിന്റെ പിന്നിൽ. എന്തോ എനിക്കറിയില്ല. ഇടുങ്ങിയ കൊല്ലിയിലേക്ക് ഞാൻ വീഴാൻ പോയി. കുന്നിൻ പുറത്ത് ചെറിയൊരു വിടവുപോലെയേ അതു ണ്ടായിരുന്നുള്ളൂ.

ഇറക്കുമതി ചെയ്ത ഒരുപാട് ഡ്രെയിനേജ് കുഴലുകൾ അവിടെ വാരി വലിച്ചിട്ടിരിക്കുന്നു. പൊട്ടാത്ത ഒന്നുപോലും അവയിൽ ഉണ്ടായി രുന്നില്ല. ലക്കും ലഗാനുമില്ലാത്ത തകർക്കലായിരുന്നു അത്. ഞാൻ മര ച്ചുവട്ടിലെത്തി. തണലിൽ അല്പനേരം വിശ്രമിക്കുകയായിരുന്നു എന്റെ ലക്ഷ്യം. എന്നാൽ അതിനുമുമ്പെ, ഏതോ നരകത്തിന്റെ ഇരുണ്ട മൂല യിലാണ് ഞാൻ വന്നുപെട്ടതെന്ന് എനിക്കുതോന്നി. അടുത്തുതന്നെ ഒരു വെള്ളച്ചാട്ടം. ശ്വാസമടക്കിപ്പിടിച്ച, ഒരില പോലും ഇളകാത്ത ആ നിശ്ശ ബ്ദതയിൽ വെള്ളം ചാടുന്ന ശബ്ദം നിറഞ്ഞുനിന്നു. ഭൂമി കറങ്ങുന്ന തിന്റെ ശബ്ദം പെട്ടെന്നു കേൾക്കാനായതുപോലെ.

കറുത്ത രൂപങ്ങൾ പതുങ്ങി നിശപറ്റി മരങ്ങളിൽ ചാരിയിരുന്നു. പാതിവെളിച്ചത്തും പാതി ഇരുട്ടിലുമായിരുന്നു അവർ. വേദനയിലും നിരാ ശയിലും അവർ നീറി. പാറപ്പുറത്ത് മറ്റൊരു മൈൻ പൊട്ടുന്ന ശബ്ദം. എന്റെ കാൽച്ചുവട്ടിൽ മണ്ണ് തരിച്ചു. പാറക്കോറിയിൽ പണി തുടരുകയാ യിരുന്നു. പണി! ഈ സ്ഥലത്തു വെച്ചാണ് സഹായികളിൽ ചിലർ മര ണത്തിലേക്കു പിൻവാങ്ങിയത്.

സാവധാനം മരിക്കുകയായിരുന്നു അവർ എന്നത് വളരെ വ്യക്ത മാണ്. അവർ ശത്രുക്കളോ കുറ്റവാളികളോ ആയിരുന്നില്ല. ഭൂമിയിലെ യാതൊരു വസ്തുവും ആയിരുന്നില്ല അവരിപ്പോൾ. രോഗവും പട്ടിണിയും തീർത്ത കറുത്ത നിഴൽരൂപങ്ങൾ മാത്രം. തീരത്തിന്റെ ഉൾപ്രാന്തങ്ങ ളിൽ നിന്നു കരാറുകാരാൽ കൊണ്ടുവരപ്പെട്ട്, അനുരൂപമല്ലാത്ത ചുറ്റു പാടിൽ, ശീലമില്ലാത്ത ഭക്ഷണം കഴിച്ച് രോഗികളും ദുർബലരു മായിത്തീർന്നവർ. അങ്ങനെ മണ്ണിൽ ഇഴയാനും വിശ്രമിക്കാനും അനു വാദം ലഭിച്ചവർ.

കാറ്റിനെപ്പോലെ സ്വതന്ത്രരായിരുന്നു ഈ പേക്കോലങ്ങൾ. അങ്ങ നെതന്നെ നേർത്തവരും. മരച്ചുവട്ടിലെ കണ്ണുകളിലെ തിളക്കം ഞാൻ തിരിച്ചറിയാൻ ശ്രമിച്ചു. താഴോട്ടു നോക്കിയപ്പോൾ എന്റെ കൈയുടെ അടുത്തായി ഒരു മുഖം ഞാൻ കണ്ടു. കറുത്ത എല്ലിൻകൂട് മരത്തിൻ ചുവട്ടിൽ ചാരി ഇരിക്കുകയാണ്. കൺപോളകൾ പതുക്കെ ഉയർന്നു. കുഴിയിലാണ്ട കണ്ണുകൾ എന്റെ നേരെ നോക്കി. വലുതും ശൂന്യവുമാ യിരുന്നു അവ. വെളിച്ചമില്ലാത്ത വെളുത്ത നാളം. പതുക്കെ അണയുക യായിരുന്നു അത്. ബാല്യം പിന്നിട്ടിട്ടില്ലാത്ത യുവാവായിരുന്നു ആ മനു ഷ്യൻ. ഇവരെക്കുറിച്ച് എന്തെങ്കിലും തീർത്തു പറയുക ബുദ്ധിമുട്ടാ ണെന്ന് നിങ്ങൾക്കറിയാമല്ലോ. എന്റെ കീശയിലുണ്ടായിരുന്ന സ്വീഡിഷ് ബിസ്കറ്റുകളിൽ നിന്ന് ഒന്നു നൽകുകയല്ലാതെ മറ്റൊന്നും എനിക്ക് ചെയ്യാനുണ്ടായിരുന്നില്ല. അവന്റെ വിരലുകൾ അതിന്മേൽ പതുക്കെ കൂമ്പി. പിന്നെ ഇമവെട്ടാത്ത നോട്ടവും. അവന്റെ കഴുത്തിനു ചുറ്റും ഒരു വെളുത്ത രോമനൂൽ കെട്ടിയിരുന്നു. എന്തിനാവാം അത്? എവിടെ നിന്നാണ് അവനത് കിട്ടിയത്? അതൊര് അടയാളമാണോ? ആഭരണ മാണോ? അതോ ഏലസ്സോ? അതുമായി ബന്ധപ്പെട്ട് വല്ലതും മനസിലാ ക്കാനാവുമോ? കടലിനപ്പുറത്തുനിന്നു കൊണ്ടുവന്ന ഒരു വെളുത്ത ചര ടുപോലെ അത് അവന്റെ കഴുത്തിനു ചുറ്റും കിടന്നു.

ആ മരത്തിനു ചുവട്ടിൽ തന്നെ, കാലുകൾ വിടർത്തി ന്യൂനകോൺ ആകൃതിയിൽ രണ്ടു മനുഷ്യർ കൂടിയുണ്ട്. ഒരാൾ താടി കാൽമുട്ടിൽ താങ്ങി വല്ലാത്ത മട്ടിൽ ശൂന്യതയിലേക്ക് തുറിച്ചു നോക്കിക്കൊണ്ടിരുന്നു. ദുഃഖഭാരം നിമിത്തം മുഖം കമിഴ്ത്തിക്കിടക്കുന്നു അവന്റെ പ്രേതരൂപി യായ സഹോദരൻ. കൂട്ടക്കൊല നടന്നിടത്ത് കബന്ധങ്ങൾ ചിതറിക്കിട ക്കുന്നതുപോലെ അങ്ങിങ്ങായി ചിതറിക്കിടക്കുന്നു, മറ്റു മനുഷ്യഭാണ്ഡ ങ്ങൾ. ഞാൻ ഭയചകിതനായി നിൽക്കെ ഈ കൂട്ടത്തിൽ നിന്ന് ഒരു രൂപം കൈകളിലും കാൽ മുട്ടുകളിലുമായി എഴുന്നേറ്റു വെള്ളം കുടി ക്കാൻ പുഴയുടെനേരെ ഇഴഞ്ഞുനീങ്ങി. കൈയിൽ നിന്നും വെള്ളം നക്കി ക്കുടിച്ച ശേഷം അവൻ വെയിലത്ത് കാൽ പിണച്ച് ഇരുന്നു. അൽപ്പസമ യത്തിനകം തല താണ് അവൻ നിലം പതിച്ചു.

ഇനിയും ആ മരച്ചോലയിൽ അലഞ്ഞു നടക്കാൻ ഞാൻ ഇഷ്ട പ്പെട്ടില്ല. അതിനാൽ ഞാൻ ബദ്ധപ്പെട്ട് സ്റ്റേഷനിലേക്ക് നടന്നു. കെട്ടിട

ങ്ങൾക്കടുത്ത് ഒരു വെള്ളക്കാരനെ കണ്ടു. ഒട്ടും പ്രതീക്ഷിക്കാത്ത വിധം മുന്തിയ വേഷവിധാനത്തോടുകൂടിയ അയാളെ കണ്ടപ്പോൾ നിമിഷനേ രത്തേക്ക് എന്റെ കാഴ്ച എന്തോ ആയതുപോലെ തോന്നി. നീളമുള്ള വലിയ കോളർ. വെളുത്ത കഫ്. ചെമ്മരിയാടിന്റെ രോമം കൊണ്ടുള്ള ജാക്കറ്റ്. മഞ്ഞിന്റെ നിറമുള്ള ട്രൗസറുകൾ. നല്ല വൃത്തിയുള്ള ടൈ. തിളങ്ങുന്ന ബൂട്സ്. തൊപ്പിയില്ല. തലമുടി എണ്ണയിട്ട് പകുത്തു ചീകി വെച്ചിരിക്കുന്നു. വലിയ വെളുത്ത പിടിയും പച്ച ലിനൻ ശീലയുമുള്ള അലങ്കാരക്കുട ചൂടിയിട്ടുണ്ട്. ചെവിയുടെ പിറകിൽ പേനപ്പിടി കാണാം. അത്ഭുതപ്പെട്ടിരിക്കുകയാണ് അയാൾ.

ഈ അത്ഭുതരൂപത്തിനു ഞാൻ ഹസ്തദാനം ചെയ്തു. കമ്പനി യുടെ ചീഫ് അക്കൗണ്ടന്റ് ആണ് അയാളെന്ന് ഞാൻ മനസിലാക്കി. ഈ സ്റ്റേഷനിലാണ് എല്ലാരേഖകളും തയാറാക്കി സൂക്ഷിക്കുന്നത്. ലേശം ശുദ്ധവായു ശ്വസിക്കാൻ തെല്ലുനേരത്തേക്ക് പുറത്തിറങ്ങിയതാണെന്ന് അയാൾ പറഞ്ഞു. അധികനേരം കുത്തിയിരുന്നു പണിയെടുക്കുന്നതിന്റെ മുഷിപ്പ് സ്ഫുരിക്കുന്ന അങ്ങേയറ്റം വിചിത്രമായ രീതിയിലാണ് അയാ ളതു പറഞ്ഞത്. ആ കാലഘട്ടത്തിന്റെ ഓർമകളുമായി അഭേദ്യമായ വിധ ത്തിൽ ബന്ധപ്പെട്ട വ്യക്തിയുടെ പേർ ഞാനാദ്യം കേട്ടത് ഇയാളിൽ നിന്നാണ്. അല്ലെങ്കിൽ ഇയാളെക്കുറിച്ച് ഞാൻ നിങ്ങളോടു പറയുമായി രുന്നില്ല. മാത്രവുമല്ല ഞാനയാളെ ബഹുമാനിക്കുകയും ചെയ്തിരുന്നു. അതെ, ഞാനയാളുടെ കോളറെയും കുപ്പായ കയ്യിന്റെ വീതിയേറിയ മണിബന്ധാവരണത്തെയും ചീകിവച്ച മുടിയെയും ബഹുമാനിച്ചു. മുടി മുറിക്കാരന്റെ ഡമ്മിയെപ്പോലെയുണ്ടായിരുന്നു അയാൾ. പക്ഷേ, തന്റെ നാടിന്റെ വൻതോതിലുള്ള ധർമക്ഷയം മറച്ചുവയ്ക്കാൻ വേണ്ട ബാഹ്യ പ്രകടനം നടത്തുകയായിരുന്നു അയാൾ. വടിവൊത്ത കോളറും എഴുന്നുനിൽക്കുന്ന കുപ്പായവും പദവിയുടെ ചിഹ്നങ്ങളാണ്. മൂന്നുവർഷ ത്തോളം അയാൾ ഇവിടെയാണ്. എന്നിട്ട് ഇന്നും ലിനൻ തുണി എങ്ങനെ കിട്ടി എന്നു ചോദിക്കാതിരിക്കാൻ എനിക്കു കഴിഞ്ഞില്ല.

"സ്റ്റേഷനടുത്ത് നാട്ടുകാരിയായ ഒരു പെണ്ണിനെ ഞാനിതു പഠിപ്പി ക്കുകയാണ്. വളരെ ബുദ്ധിമുട്ടായിരുന്നു അത്. പണിയെടുക്കാൻ അ വൾക്ക് താൽപ്പര്യമില്ല." അയാൾ വിനയത്തോടെ പറഞ്ഞു.

ഇങ്ങനെ സത്യമായിത്തന്നെ ചിലതെല്ലാം നേടിയിട്ടുള്ള ആളാണ യാൾ. ക്രമത്തിലും ചിട്ടയിലും അടുക്കി സൂക്ഷിക്കപ്പെട്ടിട്ടുള്ള പുസ്തക ങ്ങൾക്കായി സ്വയം സമർപ്പിച്ചിരിക്കുകയായിരുന്നു അയാൾ.

സ്റ്റേഷനിലെ മറ്റെല്ലാ കാര്യങ്ങളും അവതാളത്തിലായിരുന്നു –തല വന്മാർ, സാധനങ്ങൾ, ബിൽഡിങ്ങുകൾ എല്ലാം. പൊടി പുരണ്ട കാപ്പിരി കൾ അകത്തിവെച്ച കാലുകളുമായി വരികയും പോവുകയും ചെയ്തു. പരുത്തി, ഒട്ടുകമ്പി, മണികൾ തുടങ്ങിയ നിർമിതവസ്തുക്കൾ വനത്തി ലേക്ക് അയച്ചുകൊണ്ടിരുന്നു. വിലപിടിച്ച ആനക്കൊമ്പുകൾ തിരികെയും വന്നു.

പത്തു ദിവസം സ്റ്റേഷനിൽ കാത്തുനിൽക്കേണ്ടി വന്നു എനിക്ക്. നീണ്ട കാത്തിരിപ്പ്. മുറ്റത്ത് കുടിലിലായിരുന്നു എന്റെ താമസം. ഇടയ്ക്ക് ആ ദുരിതത്തിൽ നിന്നു രക്ഷപ്പെട്ട് കണക്കെഴുത്തുകാരന്റെ ഓഫീസിൽ ചെല്ലും. മരപ്പലകകൾ തലങ്ങും വിലങ്ങും തിരശ്ചീന തലത്തിൽ നിരത്തി പണിത ചെറിയ മുറിയാണ് ഓഫീസ്. വലിയ ഡസ്കിൽ ഏതു നേരവും കുനിഞ്ഞിരുന്നു പണിയെടുക്കുകയാവും അയാൾ. കഴുത്തു മുതൽ പാദം വരെ സൂര്യവെളിച്ചം അഴികളായി വീണു കിടക്കുന്നതു കാണാം.

അകത്തേക്കു കാണണമെങ്കിൽ ഷട്ടർ തുറക്കണമെന്നില്ല. അകത്തും ചൂടായിരുന്നു. ചുറ്റും വലിയ ഈച്ചകൾ ആർത്തുകൊണ്ടി രുന്നു. അവ കുത്തുകയല്ല വെട്ടുകയാണ് ചെയ്യുക. ഞാൻ തറയിലിരി ക്കുകയാണ് പതിവ്. ഉയർന്ന പീഠത്തിലിരുന്ന് അയാൾ എഴുതുകയാവും, ചിലപ്പോൾ വ്യായാമത്തിനുവേണ്ടി അയാൾ എഴുന്നേൽക്കും.

ഉൾനാട്ടിൽ നിന്ന് സാധനങ്ങളുമായി എത്തുന്ന കാപ്പിരികൾ അകത്തു കടന്നാൽ അയാൾ ദേഷ്യപ്പെടും. "ഈ ദീനക്കാരുടെ മൂളൽ എന്റെ ശ്രദ്ധ തെറ്റിക്കുന്നു. അല്ലെങ്കിൽ തന്നെ ഈ കാലാവസ്ഥയിൽ എഴുത്തിൽ പിശകു വരാതെ നോക്കുക വലിയ ബുദ്ധിമുട്ടാണ്."

എപ്പോഴോ ഒരിക്കൽ തല ഉയർത്താതെ അയാൾ പറഞ്ഞു: "ഉൾനാ ട്ടിലേക്കു ചെന്നാൽ –മിസ്റ്റർ കുർട്സിനെ നിങ്ങൾ കണ്ടുമുട്ടും."

ആരാണ് കുർട്സെന്ന എന്റെ ചോദ്യത്തിന് അയാളൊര് ഒന്നാന്തരം ഏജന്റാണെന്ന് മറുപടി നൽകി. മറുപടി എന്നെ നിരാശപ്പെടുത്തുന്നു എന്നു കണ്ടിട്ട് കണക്കെഴുത്തുകാരൻ പേന താഴെവച്ച് പതുക്കെ ഇങ്ങ നെ കൂട്ടിച്ചേർത്തു: "വളരെ പ്രധാനപ്പെട്ട വ്യക്തിയാണദ്ദേഹം."

ഒരു വ്യാപാര കേന്ദ്രത്തിന്റെ ചുമതല വഹിക്കുകയാണ് കുർട്സ് എന്ന് പിന്നീടുള്ള ചോദ്യങ്ങളിലൂടെ ഞാൻ മനസിലാക്കി. "ആനക്കൊ മ്പുകൾ വിളയുന്ന സ്ഥലത്തു തന്നെയാണ് അദ്ദേഹം തമ്പടിച്ചിരുന്നത്. മറ്റെല്ലാവരും കൂടി അയയ്ക്കുന്നതിനെക്കാൾ കൂടുതൽ ആനക്കൊമ്പു കൾ അദ്ദേഹം അയക്കുന്നുണ്ട്...." ഇതു പറഞ്ഞ് കണക്കെഴുത്തുകാ രൻ കണക്കെഴുത്ത് തുടർന്നു.

ദീനക്കാരൻ കാപ്പിരി ഞരങ്ങാൻ പോലും കഴിയാത്തത്ര ക്ഷീണി ച്ചിരുന്നു. ഈച്ചകൾ സമാധാനത്തോടെ ആർത്തു.

പെട്ടെന്നവിടെ ഒരാരവം ഉയർന്നു. വൻതോതിൽ കാലടിയൊച്ചയും കേൾക്കാനായി. ഒരു കച്ചവട സംഘം വന്നു ചേർന്നതാണ്. പുറത്ത് അവ ലക്ഷണം പിടിച്ച ശബ്ദകോലാഹലം പൊട്ടിപ്പുറപ്പെട്ടു. എല്ലാവരും ഒറ്റ നാവുകൊണ്ട് സംസാരിക്കുകയായിരുന്നു. ഈ കോലാഹലത്തിനിടയിൽ പ്രധാന ഏജന്റ് "ഒന്നു നിർത്തൂ" എന്നു ദുർബലമായ ശബ്ദത്തിൽ പറയുന്നത് ഇരുപതു തവണയെങ്കിലും കേട്ടു.

"എന്തൊരു വലിയ കോലാഹലം" അയാൾ പതുക്കെ എഴുന്നേറ്റു കൊണ്ടു പറഞ്ഞു.

മുറിയുടെ അപ്പുറത്തേക്കു പോയി ദീനക്കാരനെ പരിശോധിച്ച ശേഷം അയാൾ എന്നോടു പറഞ്ഞു: "ഇവൻ കേൾക്കുന്നില്ല."

"എന്ത് മരിച്ചോ?" ഞാൻ ഞെട്ടി.

"ഇല്ല... ഇതുവരെ ഇല്ല." അയാൾ സംഭ്രമമേതുമില്ലാതെ മറുപടി പറഞ്ഞു.

സ്റ്റേഷൻമുറ്റത്തെ ശബ്ദകോലാഹലത്തെ ഉദ്ദേശിച്ചുകൊണ്ട് അയാൾ ഇങ്ങനെ തുടർന്നു. "കണക്ക് തെറ്റാതെ എഴുതാനുള്ളപ്പോഴാണ് ചെകുത്താന്മാരുടെ വരവ്. മരണംവരെ ഇവരെ വെറുക്കാതെ പറ്റില്ല." നിമിഷനേരം അയാൾ ആലോചനയിൽ മുഴുകി. "നിങ്ങൾ മിസ്റ്റർ കുർട്സിനെ കാണുമ്പോൾ," അയാൾ തുടർന്നു. "ഇവിടെയെല്ലാം തൃപ്തികരമാണെന്ന് അദ്ദേഹത്തോട് പറയണം. ഞാനദ്ദേഹത്തിന് എഴുതുന്നില്ല. ഇവരുടെ അടുത്ത് കൊടുത്തയച്ചാൽ സെൻട്രൽ സ്റ്റേഷനിൽ ആരുടെ കയ്യിലാണ് ചെന്നുപെടുക എന്നറിയില്ല." പതുക്കെ തള്ളിവരുന്ന കണ്ണുകൊണ്ട് എന്നെ നോക്കി അയാൾ പറഞ്ഞു: "അദ്ദേഹം ഇനിയും വളരെ മുന്നോട്ട് പോവും. അധികം കഴിയാതെ അദ്ദേഹം ഭരണകൂടത്തിലെ ആരെങ്കിലും ആയിത്തീരും. യൂറോപ്പിലെ കൗൺസിൽ ഇദ്ദേഹത്തെ –ആരെങ്കിലും ആക്കാൻ ഉദ്ദേശിക്കുന്നുണ്ട്."

കണക്കെഴുത്തുകാരൻ തന്റെ ജോലിയിലേക്കു മടങ്ങി. പുറത്തെ ശബ്ദം നിലച്ചു. പുറത്തുപോവുന്നതിനിടെ ഞാൻ വാതിലിനടുത്ത് നിന്നു. സാധനങ്ങൾ കൊണ്ടുവരുന്ന ഏജന്റ് പ്രജ്ഞയറ്റ് നിലത്തു കിടക്കുന്നു. അവനുമീതെ ഈച്ചകളുടെ ആർപ്പുയരുന്നുണ്ട്. അകത്ത് കണക്കെഴുത്തുകാരൻ പുസ്തകത്തിനു മീതെ ശരിയായി നടന്ന ഇടപാടുകളുടെ കണക്കുകൾ ചേർക്കുകയാണ്.

അമ്പതടി താഴെ മരണത്തോട്ടത്തിലെ വൃക്ഷത്തലപ്പുകൾ എനിക്കു കാണാം.

പിറ്റേന്ന്, ഒടുവിൽ, ഞാൻ സ്റ്റേഷൻ വിട്ടു. അറുപതാളുകളുള്ള ഒരു കച്ചവട സംഘത്തോടൊപ്പമായിരുന്നു യാത്ര. ഇരുനൂറു മൈൽ നടന്നു തീർക്കണം.

അതേക്കുറിച്ചൊന്നും നിങ്ങളോടു കൂടുതൽ പറയുന്നതിൽ അർഥ മില്ല. വഴികൾ തന്നെ വഴികൾ. ആൾപ്പാർപ്പില്ലാത്ത ഭൂമിയിൽ മനുഷ്യർ ചവിട്ടിയുണ്ടാക്കിയ വഴികൾ തലങ്ങും വിലങ്ങും വ്യാപിച്ചു കിടക്കുന്നു. നീണ്ട പച്ചപ്പുല്ലുകളിലൂടെ, കരിഞ്ഞുണങ്ങിയ പുല്ലുകളിലൂടെ, കുറ്റിക്കാ ടുകളിലൂടെ, താണും പൊങ്ങിയും കിടക്കുന്ന മലയിടുക്കുകളിലൂടെ നീണ്ടുപോകുന്ന ചുട്ടുപഴുത്ത വഴികൾ. കനത്ത ഏകാന്തത. ഒരു കുടിൽപോലുമില്ല എങ്ങും. സർവത്ര വിജനം. കാലങ്ങൾക്കു മുമ്പേ ജന ങ്ങൾ തുടച്ചു മാറ്റപ്പെട്ടു. ആയുധങ്ങളുമായി വെള്ളക്കാർ കൂട്ടത്തോടെ വന്നിറങ്ങുന്നതും ഇടത്തും വലത്തും നാട്ടുകാരെ കൊണ്ട് സാധനങ്ങൾ വഹിപ്പിച്ചു തിരികെപ്പോവുന്നതും അങ്ങനെ ഫാമുകളും കുടിലുകളും ഞൊടിയിടയിൽ കാലിയാവുന്നതും ഞാൻ ഭാവനയിൽ കണ്ടു.

വിജനമായ അനേകം ഗ്രാമങ്ങൾ ഞാൻ പിന്നിട്ടു. പുൽച്ചുമരുക ളുടെ അവശിഷ്ടങ്ങളിൽ ദയനീയമായ ഒരു കുട്ടിത്തം അവശേഷിക്കു ന്നുണ്ട്. എനിക്കു പിറകെ അറുപത് ജോടി കാലുകൾ നിലം ചവിട്ടു ന്നുണ്ട്. ഓരോരുത്തരുടെയും തലയിൽ അറുപത് റാത്തൽ ഭാരമുള്ള ചുമടുകൾ. തമ്പുകെട്ടി, പാകം ചെയ്ത്, തിന്ന്, ഉറങ്ങി വീണ്ടും യാത്ര. ഇടയ്ക്കൊരു ചുമട്ടുകാരൻ നിലം പതിച്ച് മൃത്യു പൂകും. വഴിയോരത്തെ നീണ്ട പുല്ലിൽ ഒഴിഞ്ഞ വെള്ളപ്പാത്രവും വടിയും തുണയായി അന്ത്യ വിശ്രമം. കനത്ത നിശ്ശബ്ദത കാവൽ.

ശാന്തമായ രാത്രികളിൽ എങ്ങുനിന്നോ ചെണ്ടയുടെ മേളം കേൾക്കാം. ദുർബലവും ക്ഷീണിതവും വന്യവും പിടിച്ചുലയ്ക്കുന്നതു മായ ശബ്ദം. ക്രിസ്തീയ രാജ്യങ്ങളിലെ മണിനാദം പോലെ, മുഴക്കമു ള്ളതും അർഥസാന്ദ്രമായതുമായിരുന്നു അത്.

ഒരിക്കൽ കുടുക്കുകളഴിച്ചിട്ട യൂണിഫോമിൽ ഒരു വെള്ളക്കാരനെ കണ്ടു. സാൻസിബർക്കാരായ ആയുധധാരികളുടെ അകമ്പടിയോടെ അ വിടെ താവളമടിച്ചിരിക്കുകയായിരുന്നു അയാൾ– നല്ല ആതിഥ്യ മര്യാദ യുള്ള ആൾ. സന്തോഷവാൻ. കുടിച്ചിട്ടുണ്ടെന്ന് പറഞ്ഞുകൂടാ. റോഡിന് കാവൽനിൽക്കുകയാണ് താനെന്ന് അയാൾ പറഞ്ഞു. ഏതു റോഡെന്നോ എന്തു കാവലെന്നോ എനിക്കു മനസിലായില്ല. നെറ്റിയിൽ വെടിയുണ്ട തറഞ്ഞ് മരിച്ച മധ്യവയസ്കനായ ഒരു നീഗ്രോയുടെ ജഡം മൂന്നു മൈൽ അകലെ പിന്നീട് ഞാൻ കണ്ടു. ഞാനാ ശവത്തിൽ ചവിട്ടി വീഴാൻ പോയി. ഇതാവാം ഒരുപക്ഷേ, ഈ പ്രദേശത്തെ സ്ഥിരമായ പുരോഗതിയായി കണക്കാക്കാവുന്നത്. എനിക്കുമുണ്ടായിരുന്നു വെള്ള ക്കാരനായ ഒരു കൂട്ടാളി. കാഴ്ചയിൽ തരക്കേടില്ലാത്ത തടിച്ചുകൊഴുത്ത മനുഷ്യൻ. വെള്ളമോ തണലോ ഇല്ലാത്ത കുന്നിൻ മുകളിലെ വെയിലു കൊണ്ട് ഇടയ്ക്കിടക്ക് ബോധം കെടും. സ്വന്തം കോട്ടിനുള്ളിൽ വേറൊ രുത്തന്റെ തല കയറ്റി നടക്കുക എത്ര ദുരിതം പിടിച്ചതാണെന്ന് നിങ്ങൾ ഊഹിച്ചാൽ മതി.

താൻ എന്തിനാണ് ഇവിടെ വന്നതെന്ന് അവനോടു ചോദിക്കാതി രിക്കാൻ എനിക്കു കഴിഞ്ഞില്ല. "പണമുണ്ടാക്കാൻ തന്നെ. എന്താ നിങ്ങ ളുടെ അഭിപ്രായം?" എന്നായിരുന്നു അവന്റെ പുച്ഛം കലർന്ന മറുപടി. പിന്നീട് അവനു പനി പിടിച്ചു. ഒരു ദണ്ഡിനു താഴെ തുണിത്തൊട്ടിൽ കെട്ടി അതിൽ അവനെ എടുത്തുകൊണ്ടു പോകേണ്ടിവന്നു. പതിനാറു റാത്തൽ തൂക്കമുണ്ടായിരുന്നു അവന്. ചുമട്ടുകാരുമായുണ്ടായ വക്കാ ണത്തിന് കണക്കില്ല. അവർ പ്രതിഷേധിച്ച് ഓടിപ്പോയി. രാത്രിയിൽ ചുമ ടുകളുമായി പതുങ്ങി നടക്കും. ഒരർഥത്തിൽ ലഹള തന്നെ. ഒരു വൈകു ന്നേരം അംഗവിക്ഷേപങ്ങളോടുകൂടി ഞാൻ ഇംഗ്ലീഷിൽ ഒരു പ്രഭാഷണം നടത്തി. അറുപതു ജോഡി കണ്ണുകളുടെ മുമ്പിലായിരുന്നു എന്റെ ആംഗ്യ പ്രഭാഷണം.

പിറ്റേന്നു നേരം പുലർന്നപ്പോൾ ഒരൊറ്റ കുട്ടി എന്റെ മുമ്പിലില്ല. എല്ലാവരും രായ്ക്കുരാമാനം സ്ഥലം വിട്ടിരുന്നു. തടിയൻ വെള്ളക്കാരനും തൊട്ടിലും മാത്രം ബാക്കി. ഞാനും തടിമാടന്റെ ഞരക്കങ്ങളും പുതപ്പു കളും ഭീകരതയും തനിച്ചാണെന്ന യാഥാർഥ്യവുമായി ഒരു മണിക്കൂറി നകം എനിക്കു പൊരുത്തപ്പെടേണ്ടി വന്നു. അവന്റെ മൂക്കിന്റെ തൊലി ഉരഞ്ഞിരുന്നു. കറുത്തവരിൽ ആരെയെങ്കിലും ഞാൻ കൊല്ലണമെന്ന് അവൻ പറഞ്ഞിരുന്നു. പക്ഷേ, ആരുടെയും നിഴൽ പോലും എവിടെയും ഉണ്ടായിരുന്നില്ല.

ആ പഴയ ഡോക്ടറെ ഞാൻ ഓർത്തു. "അവിടെയെത്തുമ്പോൾ വ്യക്തികൾക്കുണ്ടാവുന്ന മാനസിക മാറ്റങ്ങളിൽ ശാസ്ത്രത്തിന് താൽപ്പ ര്യമുണ്ടെന്ന്" പറഞ്ഞ ഡോക്ടറെ. ശാസ്ത്രത്തിനു താൽപ്പര്യമുള്ള വ്യ ക്തിയാവുകയാണ് ഞാനെന്ന് എനിക്കു തോന്നി. എന്തായാലും അതു കൊണ്ടൊന്നും കാര്യമില്ല. പതിനഞ്ചാം ദിവസം വലിയ പുഴ ദൃഷ്ടിപഥ ത്തിലെത്തി. സെൻട്രൽ സ്റ്റേഷനിലേക്ക് ഞാൻ വേച്ചു വേച്ചു നടന്നു. ചെടിയും കാടും മൂടിയ കായലിനു സമീപമായിരുന്നു അത്. ഒരു വശത്ത് ദുർഗന്ധമുള്ള ചളിയാണ് അതിര്. മറ്റു മൂന്നു ഭാഗങ്ങളിലും കോരപ്പുല്ല് കൊണ്ടുള്ള വേലികൾ. അവഗണിക്കപ്പെട്ട ഒരു വിടവാണ് ആകെയുള്ള കവാടം. ആ സ്ഥലത്തേക്കുള്ള ആദ്യ നോട്ടത്തിൽ തന്നെ അതു നട ത്തിക്കൊണ്ടിരിക്കുന്ന അയഞ്ഞു തൂങ്ങിയ പിശാചിനെ കാണാം. എന്നെ ഒരുനോക്കു കാണാൻ വേണ്ടി കെട്ടിടത്തിന്റെ ഉള്ളിൽ നിന്ന് നീണ്ട വടി കൾ കൈയിൽ പിടിച്ച വെള്ളക്കാർ പുറത്തേക്കു വന്നു. പിന്നീട് അവർ എവിടെയോ അപ്രത്യക്ഷപ്പെട്ടു.

തടിച്ച്, കറുത്ത മീശയുള്ള ഒരാൾ, എന്റെ പേരു കേട്ട ഉടനെ, എന്നോടു പറഞ്ഞു, ഞാൻ ജോലി ചെയ്യേണ്ട കപ്പൽ നദിയുടെ അടി യിൽ കുടുങ്ങിക്കിടക്കുകയാണെന്ന്. ഞാൻ ഇടിവെട്ടേറ്റതുപോലെ തരിച്ചു.

"എന്ത്? എങ്ങനെ? എന്തുകൊണ്ട്?"

"ഓ ഒന്നിനും കുഴപ്പമില്ല." മാനേജർ തന്നെ അവിടെയുണ്ട്. എല്ലാം നേരെയാണ്. "എല്ലാവരും ഭംഗിയായി ചെയ്തിട്ടുണ്ട്. ഭംഗിയായി!"

"നിങ്ങൾ പോയി മാനേജരെ കാണുക. അദ്ദേഹം കാത്തിരിക്കുന്നു." അയാൾ വെപ്രാളത്തോടെ പറഞ്ഞു.

കപ്പൽ മുങ്ങിയതിന്റെ യഥാർഥ പ്രാധാന്യം എനിക്ക് ഉടനെയൊ ന്നും പിടികിട്ടിയില്ല. ഇപ്പോൾ എനിക്കത് മനസിലാവുന്നുണ്ടെന്ന് ഞാൻ വിചാരിക്കുന്നു — ഉറപ്പൊന്നുമില്ല — തീരെ ഉറപ്പില്ല കേട്ടോ. ആലോചി ക്കുമ്പോൾ അതൊരു മണ്ടത്തരമാണെന്നു തീർച്ച. എല്ലാം വെറും സ്വാ ഭാവികം. ഒരു ലക്ഷണംകെട്ട ശല്യമായേ ആ നിമിഷം അതേക്കുറിച്ചു തോന്നിയുള്ളൂ. കപ്പൽ മുങ്ങിപ്പോയി. അതിന്റെ രണ്ടു ദിവസം മുമ്പാണ് ഏതാനും കപ്പിത്താന്മാരുമായി മാനേജർ അതിൽ തിരക്കിട്ട് യാത്ര ആരം ഭിച്ചത്. മൂന്നു മണിക്കൂർ ആവുന്നതിനു മുമ്പ് തെക്കൻ തീരത്തിനടുത്ത് അതു വെള്ളത്തിൽ മുങ്ങി.

ബോട്ട് നഷ്ടപ്പെട്ട സ്ഥിതിക്ക് എനിക്കിനി എന്താണു ചെയ്യാനാ
വുക എന്നു ഞാൻ ചോദിച്ചു. നദിയിൽനിന്ന് കപ്പൽ പൊക്കിയെടു
ക്കുന്നതിന് വാസ്തവത്തിൽ പലതും എനിക്ക് ചെയ്യാനുണ്ടായിരുന്നു.
പിറ്റേന്നാൾ തന്നെ എനിക്കു പുറപ്പെടേണ്ടി വന്നു. മുങ്ങിയ കപ്പൽ സ്റ്റേഷ
നിലെത്തിച്ചു നന്നാക്കിയെടുക്കാൻ മാസങ്ങളെടുത്തു.

മാനേജറുമായുള്ള എന്റെ പ്രഥമ കൂടിക്കാഴ്ച വിചിത്രമായിരുന്നു.

ഇരുപതു മൈൽ നടന്നെത്തിയ – എന്നോട് ഒന്നിരിക്കാൻ അയാൾ
പറഞ്ഞില്ല. നിറത്തിലും ആകൃതിയിലും പെരുമാറ്റത്തിലും ശബ്ദത്തിലും
സാധാരണക്കാരൻ. ഒത്ത ശരീരം. നിർജീവമായ നീലകണ്ണുകൾ.
അയാൾ നോക്കുമ്പോൾ കണ്ണുകൾ മുറിവേൽപ്പിക്കുന്നതും കോടാലി
പോലെ കനമുള്ളതുമായിരുന്നു. എന്നാൽ അപ്പോൾപ്പോലും അയാളുടെ
ശരീരത്തിന്റെ ബാക്കിഭാഗം ഒന്നുമറിയാത്തമട്ടിൽ നിസ്സംഗത നടിച്ചു.
എന്നാൽ അയാളുടെ അധരങ്ങളിൽ എന്തോ ഒന്ന് —ഒരു ചിരി—ചിരിയ
ല്ല-എന്തോ ഒന്നു തത്തിക്കളിച്ചത് ഞാനോർക്കുന്നു. പക്ഷേ, വിശദീക
രിക്കാൻ എനിക്കാവില്ല. സ്വബോധത്തോടെയുള്ളതായിരുന്നില്ല ഈ ചിരി.
അയാൾ എന്തോ പറഞ്ഞതിനു ശേഷം ആ ചിരി കുറച്ചു നേരത്തേക്ക്
കനത്തു. സംസാരിച്ചു തീരുമ്പോഴാണ് അതു പ്രത്യക്ഷപ്പെട്ടിരുന്നത്.
സാധാരണമായ ഒരു വാക്കിനെയോ പ്രയോഗത്തെയോ ദുർഗ്രഹമാക്കു
ന്നതിനുവേണ്ടി സീലടിക്കുന്നതുപോലെ.

ചെറുപ്പത്തിലേ ഇവിടെ ജോലി ലഭിച്ച ഒരു കച്ചവടക്കാരൻ മാത്ര
മായിരുന്നു അയാൾ. എല്ലാവരും അയാളെ അനുസരിച്ചു. പക്ഷേ,
ആർക്കും അയാളോടു സ്നേഹമുണ്ടായിരുന്നില്ല. ആരും അയാളെ പേടി
ക്കുകയോ ബഹുമാനിക്കുകയോ ചെയ്തില്ല. ആളുകളിൽ ഒരുതരം അസ്വ
സ്ഥതയാണ് അയാൾ ജനിപ്പിച്ചത്. ഒരുതരം അസ്വസ്ഥത. ഇങ്ങനെയുള്ള
ഒരാൾക്ക് പണി എത്രത്തോളം ഫലപ്രദമായി ചെയ്യാൻ കഴിയുമെന്ന്
നിങ്ങൾക്ക് ആലോചിച്ചാലറിയാം.

സംഘാടനത്തിനുള്ള വൈഭവം അയാൾക്കുണ്ടായിരുന്നില്ല. കാര്യ
ങ്ങൾക്ക് തുടക്കം കുറിക്കാനോ മര്യാദയ്ക്കു കൊണ്ടുനടക്കാനോ ഒന്നും
പഠിപ്പോ ബുദ്ധിയോ ഉള്ള ആളല്ല അയാൾ. വീണു കിട്ടിയതാണ്
അയാൾക്ക് തന്റെ പദവി. കാരണമെന്തെന്നല്ലേ? ഒരു രോഗത്തിനും
കീഴ്പ്പെടുത്താനാവാത്ത ശരീരമായിരുന്നു അയാളുടേത്. മൂന്നുവർഷം
അയാൾ അവിടെ പൂർത്തിയാക്കിയിട്ടുണ്ട്. നല്ല ശരീരത്തിൽ നല്ല
ആരോഗ്യം ഉണ്ടാവുന്നതു തന്നെ ഒരധികാരമാണ്. അവധിക്കു നാട്ടിൽ
പോയപ്പോൾ മൂപ്പർ ഏറെ കോലാഹലമുണ്ടാക്കി. വലിയ ഡംബോടെ.
ശരീരത്തിനു യാതൊരു കോട്ടവും തട്ടാതെ കരയിലെത്തിയ സാഹസി
കൻ!

അയാളുടെ സാധാരണ വർത്തമാനത്തിൽ നിന്നു തന്നെ
ഒരാൾക്കിതു മനസിലാക്കാനാവും. തന്റെ വകയായി അയാൾ ഒന്നും
ഉണ്ടാക്കിയിരുന്നില്ല. നിലവിലുള്ളത് നടത്തിക്കൊണ്ടുപോവുക മാത്രമെ

അയാൾ ചെയ്തുള്ളൂ. എന്നിട്ടും അയാൾ വലിയവനായി കണക്കാക്ക പ്പെട്ടു. ആർക്കും നിയന്ത്രിക്കാൻ പറ്റാത്തവിധം അയാളുടെ ആരോഗ്യം അയാളെ വളർത്തി. അയാൾ ആരോടും വെളിപ്പെടുത്തിയിട്ടില്ലാത്ത ഒരു രഹസ്യമായിരുന്നു അത്.

ഒരുപക്ഷേ, ഒന്നും ഉണ്ടായിരുന്നിരിക്കില്ല. ഒരിക്കൽ എന്തോ ഉഷ്ണ മേഖലാ രോഗം ബാധിച്ച് സ്റ്റേഷനിലെ ഏതാണ്ട് എല്ലാവരും കിടപ്പിലാ യപ്പോൾ അയാൾ പറഞ്ഞത്രെ: "ഇവിടെ വരുന്ന ആളുകൾക്ക് കുടലു ണ്ടാവരുത്." തന്റെ സ്വതസിദ്ധമായ ചിരികൊണ്ട് അയാൾ ആ പറഞ്ഞ തിനു മുദ്രവച്ചു. താൻ ഉള്ളിൽ സൂക്ഷിക്കുന്ന ഏതോ ഇരുട്ടറയിലേക്കു അത് വാതിൽ തുറക്കുമെന്ന് ഭയന്നിട്ടെന്നപോലെ.

ഊൺമേശയിൽ വെള്ളക്കാർ ഇരിപ്പിടത്തിന്റെ സ്ഥാനത്തെചൊല്ലി തർക്കം കൂടിയപ്പോൾ അയാൾ വലിയൊരു വട്ടമേശയുണ്ടാക്കി. അതി ടാനായി പ്രത്യേകം പുര കെട്ടിയുണ്ടാക്കി. അതായിരുന്നു സ്റ്റേഷനിലെ ഭക്ഷണമുറി. അയാൾക്കുള്ളതായിരുന്നു പ്രധാനസ്ഥാനം. ബാക്കിയുള്ള വർക്ക് ഒരു പദവിയുമുണ്ടായിരുന്നില്ല. അയാളെക്കുറിച്ചു പരിഷ്കൃത നെന്നോ അപരിഷ്കൃതനെന്നോ പറഞ്ഞുകൂടാ. ശാന്തൻ. തിന്നു കൊഴുത്ത ഒരു കാപ്പിരിച്ചെക്കനായിരുന്നു അയാളുടെ ഭൃത്യൻ. അയാ ളെയല്ലാതെ ആരെയും അവൻ വകവച്ചില്ല.

എന്നെ കണ്ടപാടെ അയാൾ സംസാരിക്കാൻ തുടങ്ങി. ഞാൻ റോഡിൽ ഒരുപാടു നേരം കളഞ്ഞെന്ന് മൂപ്പർ കുറ്റപ്പെടുത്തി. അതിനാൽ ഞാനില്ലാതെ തന്നെ മൂപ്പർക്കു തുടങ്ങേണ്ടി വന്നത്രെ. സ്റ്റേഷനിലെ സ്ഥിതിഗതികൾ ഗൗരവം പിടിച്ചതാണ്. ആരു മരിച്ചു, ആരു ജീവിച്ചിരി ക്കുന്നു എന്നറിയാൻ പറ്റാത്തവിധം കാര്യങ്ങൾ മന്ദഗതിയിലാണ്. അയാൾ പറഞ്ഞുകൊണ്ടിരുന്നു. എന്റെ വിശദീകരണങ്ങളൊന്നും മൂപ്പർ ശ്രദ്ധിച്ചില്ല. മെഴുകുകൊണ്ട് സീൽ ചെയ്യുന്ന പണിക്കിടയിൽ "സ്റ്റേഷ നിലെ സ്ഥിതി ഗുരുതരമാണ്, ഗുരുതരമാണ്" എന്ന് അയാൾ ആവർത്തിച്ചു കൊണ്ടിരുന്നു. വളരെ പ്രധാനപ്പെട്ട ഒരു സ്റ്റേഷനിൽ കാര്യ ങ്ങൾ ആകെ തകിടം മറിഞ്ഞിരിക്കുകയാണെന്ന് കേൾക്കുന്നതായും അയാൾ പറഞ്ഞു. കേട്ടത് നേരാവാതിരിക്കട്ടെ എന്നും പറയുന്നുണ്ടായി രുന്നു.

"മിസ്റ്റർ കുർട്സ്...." ഇതു കേട്ടപ്പോൾ എനിക്ക് അസഹ്യത തോന്നി. മിസ്റ്റർ കുർട്സിനെ കുറിച്ച് തീരത്തു വച്ച് ഞാൻ കേട്ടിട്ടുണ്ടെന്ന് –ഞാൻ പറഞ്ഞു. ഓ! അപ്പോൾ അവിടെയും അവർ അദ്ദേഹത്തെ കുറിച്ച് പറ യുന്നുണ്ടല്ലെ?" അയാൾ തന്നോടു തന്നെ മുരണ്ടു.

കുർട്സ് ആണ് ഏറ്റവും നല്ല ഏജന്റ് എന്ന് അയാൾ പറഞ്ഞു തുടങ്ങി. തികച്ചും വ്യത്യസ്തനായ ഒരാൾ. കമ്പനിയെ സംബന്ധിച്ചിട ത്തോളം വളരെ പ്രധാനപ്പെട്ട വ്യക്തിയാണയാൾ. അതിനാൽ മാനേജ രുടെ ഉൽക്കണ്ഠ എനിക്കു മനസിലാക്കാം. താൻ വളരെ വളരെ അസ്വ സ്ഥനാണെന്ന് അയാൾ പറഞ്ഞു.

പെട്ടെന്നു കസേരയിൽനിന്ന് ഇളകിക്കൊണ്ട് അയാൾ 'ആഹ്! മിസ്റ്റർ കുർട്സ്!' എന്ന് ആശ്ചര്യത്തോടെ മൊഴിഞ്ഞു. മെഴുകുകൊണ്ട് സീൽ ചെയ്യുന്ന വടി പൊട്ടി. അപകടം അയാളെ നിശ്ശബ്ദനാക്കി.

"ഈ പണി എത്രകാലമെടുക്കും" എന്ന് എന്നോടു ചോദിക്കുക യാണ് പിന്നീട് അയാൾ ചെയ്തത്. എനിക്കാണെങ്കിൽ അരിശം വരു ന്നുണ്ടായിരുന്നു. വിശന്നിട്ട് വയ്യ. പോരെങ്കിൽ നിന്നനിൽപ്പിൽ നിൽക്കു കയും. ഞാൻ പറഞ്ഞു: "അത് എനിക്കെങ്ങനെ പറയാനാവും? തകർന്ന കപ്പൽ ഞാൻ കണ്ടിട്ടുപോലുമില്ല. ഏതാനും മാസങ്ങൾ വേണ്ടിവരുമെന്ന് ഞാൻ സംശയിക്കുന്നു..."

ഈ സംസാരം വെറുതെയാണെന്ന് എനിക്കു തോന്നി. "ഏതാനും മാസങ്ങൾ" മാനേജർ പറഞ്ഞു. "മൂന്നു മാസം വേണ്ടി വരുമെന്ന് നമുക്ക് പറയാം. അതെ അത്ര സമയം വേണ്ടിവരും."

ഞാനാ മുറിയിൽ നിന്നു പുറത്തു കടന്നു. അയാളെക്കുറിച്ചുള്ള എന്റെ അഭിപ്രായം മുറുമുറുത്തുകൊണ്ടാണ് ഞാൻ പുറത്തു കടന്നത്. "വായാടിയായ വിഡ്ഢി." പക്ഷേ, പിന്നീട് ഞാനിതു പിൻവലിച്ചു. കപ്പൽ നന്നാക്കിയെടുക്കാൻ വേണ്ട സമയം എത്ര കൃത്യമായാണ് അയാൾ കണക്കു കൂട്ടിയതെന്ന് ബോധ്യപ്പെട്ടപ്പോൾ!

പിറ്റേദിവസം ഞാൻ ജോലി തുടങ്ങി. സ്റ്റേഷനു പുറം തിരിഞ്ഞാ യിരുന്നു എന്റെ പണി. അങ്ങനെയല്ലാതെ എനിക്കെന്റെ ജീവിതത്തെ കൈമോശം വരാതെ സൂക്ഷിക്കാനാവുമായിരുന്നില്ല. ഇവിടെയുള്ള വെള്ള ക്കാർ ചെയ്യുന്നതെന്താണെന്ന് ഞാൻ നിരീക്ഷിച്ചു. വെറുതെ അലക്ഷ്യ മായി വെയിലത്ത് ഉലാത്തുക. അതു മാത്രമായിരുന്നു അവർ ചെയ്തിരുന്നത്. എന്താണ് ഇതിന്റെ അർഥമെന്നു ഞാൻ എന്നോടു തന്നെ ചോദിച്ചു. കയ്യിൽ തങ്ങളുടെ അസംബന്ധം നിറഞ്ഞ നീണ്ട വലിയ വടിയുമായി അവർ അങ്ങുമിങ്ങും അലഞ്ഞുതിരിഞ്ഞു. ജീർണിച്ച വേലിക്കെത്ത് അകപ്പെട്ട വിശ്വാസമില്ലാത്ത തീർഥാടകരെപ്പോലെ.

'ആനക്കൊമ്പ്' എന്ന പദം അന്തരീക്ഷത്തിൽ തങ്ങി നിന്നു. എല്ലാ വരും മന്ത്രിച്ചിരുന്നത് അതാണ്. അവർ അതിനോട് പ്രാർഥിക്കു കയാണെന്ന് തോന്നും. ശവം കോട്ടുവായ് ഇടുന്നതുപോലെ അവരിൽ നിന്ന് ഈ ആർത്തിപിടിച്ച മന്ത്രം പുറത്തേക്കു വന്നുകൊണ്ടിരുന്നു. ദൈവമേ! എന്റെ ജീവിതത്തിൽ ഇത്ര അയഥാർഥമായ ഒരു സംഗതി ഞാൻ കണ്ടിട്ടില്ല. പുറത്ത് വനത്തിനിടയിൽ വെട്ടിത്തെളിയിക്കപ്പെട്ട ഈ തുണ്ട് ഭൂമി, അധിനിവേശം ഒഴിഞ്ഞു പോവുന്നതിനായി ക്ഷമയോടെ കാത്തുകിടക്കുന്ന അജയ്യവും മഹത്തുമായ എന്തോ ഒന്നായി എനി ക്കുതോന്നി. പിശാചിനെയോ സത്യത്തെയോ പോലെ.

മാസങ്ങൾ കടന്നുപോയി. എന്തെല്ലാം സംഭവങ്ങൾ! സാരമില്ല. ഒരു വൈകുന്നേരം ചിത്രങ്ങളുള്ള നെയ്തു തുണികളും മുത്തുകളും മറ്റും സൂക്ഷിച്ച ഓലപ്പുരയ്ക്ക് തീപിടിച്ചു. പക വീട്ടുന്നതിനുവേണ്ടി ഭൂമി അഗ്നി തുറന്നു വിട്ടതാണെന്നേ തോന്നു. ഞാൻ എന്റെ തകർന്ന ആവിക്കപ്പ

ലിനടുത്ത് പൈപ്പ് വലിച്ച് ഇരിക്കുകയായിരുന്നു. തീ ആളിക്കത്തുന്നത് നോക്കി ആളുകൾ ആഹ്ലാദം കൊണ്ട് തുള്ളിച്ചാടുന്നതു കണ്ടു. അവർ കൈകൾ ഉയർത്തിപ്പിടിച്ചിരുന്നു. കയ്യിൽ ടിന്നുമായി തടിച്ച ഒരു മീശ ക്കാരൻ പുഴയിലേക്ക് ഇറങ്ങിവന്നു. "എല്ലാവരും ഭംഗിയായി പെരുമാ റുന്നു "ഭംഗിയായി" എന്ന് അയാൾ എന്നോടു പറഞ്ഞു. അയാൾ ടിന്ന് പുഴയിൽ മുക്കി കാൽഭാഗം വെള്ളം നിറച്ച് തിരികെ പോയി. ടിന്നിന്റെ മൂട്ടിൽ ദ്വാരമുള്ളത് ഞാൻ ശ്രദ്ധിച്ചു.

ഞാൻ അലസമായി ഉലാത്തി. തിരക്കൊന്നുമുണ്ടായിരുന്നില്ല. ഒരു തീപ്പെട്ടിക്കുടുപോലെ സകലം കഴിഞ്ഞു. തീനാളങ്ങൾ എല്ലാറ്റിനെയും നക്കിത്തുടച്ചു. ഷെഡ് ഇപ്പോൾ ഒരു വെണ്ണീർ കുമ്പാരം മാത്രം. കനലു കൾ അതിൽ കിടന്ന് ക്രൂരമായി തിളങ്ങി.

സമീപത്ത് കുറെ വെള്ളക്കാർ ഒരു നീഗ്രോയെ പൊതിരെ തല്ലുന്നു. അവനാണ് തീപിടുത്തത്തിന് കാരണക്കാരൻ എന്നാണ് അവർ പറയു ന്നത്. വേദനകൊണ്ട് ഞെരിപിരികൊണ്ട് അവൻ രോദനം പുറപ്പെടുവി ക്കുന്നു.

കുറെ നാൾ കഴിഞ്ഞ് അവൻ ഒരു മരച്ചുവട്ടിൽ ഇരിക്കുന്നത് ഞാൻ കണ്ടു. രോഗിയും ക്ഷീണിതനുമായിരുന്ന അവൻ വെച്ചുവെച്ചു കാട്ടി ലേക്കു മറഞ്ഞു.

ചാരക്കുമ്പാരത്തിനടുത്തേക്ക് ഞാൻ നീങ്ങിയപ്പോൾ ഇരുട്ടിൽ രണ്ടു മനുഷ്യർ അടക്കം പറയുന്നത് കേട്ടു. കുർട്സിന്റെ പേര് അവർ പറയു ന്നുണ്ട്. പിന്നീട് ഇങ്ങനെയും കേട്ടു. "നിർഭാഗ്യകരമായ ഈ അപകട ത്തിൽ നിന്നും മുതലെടുക്കണം." ഇതു പറഞ്ഞ് ഒരാൾ നടന്നു മറഞ്ഞു. മറ്റേയാൾ അവിടെത്തന്നെ നിന്നു. വെളുത്ത മൂക്കും കൂർത്ത താടിയു മുള്ള ചെറുപ്പക്കാരൻ. ഒന്നാന്തരം ഏജന്റാണെന്ന് കണ്ടാലറിയാം. മറ്റു ള്ളവരിൽ നിന്ന് ഇയാൾ വേറിട്ടുനിന്നു. മാനേജരുടെ ചാരനായിരുന്നു ഇയാൾ. മുമ്പ് ഞാനയാളോടു സംസാരിച്ചിട്ടു പോലുമില്ല.

ഞങ്ങൾ സംഭാഷണത്തിൽ ഏർപ്പെട്ടു. പതുക്കെപ്പതുക്കെ ഞങ്ങളാ പരിസരത്തുനിന്നു നടന്നുനീങ്ങി. അയാൾ എന്നെ തന്റെ മുറിയിലേക്ക് ക്ഷണിച്ചു. സ്റ്റേഷന്റെ പ്രധാന കെട്ടിടത്തിലായിരുന്നു അയാളുടെ മുറി. അയാൾ തീപ്പെട്ടിയുരസി. നന്നായി അലങ്കരിച്ച മുറി. വെള്ളിത്തലപ്പുള്ള വസ്ത്രപ്പെട്ടി. സ്വന്തമായി മെഴുകുതിരികൾ. സ്റ്റേഷനിൽ മാനേജർക്കു മാത്രമായിരുന്നു മെഴുകുതിരികൾ ഉപയോഗിക്കാൻ അവകാശമുള്ളത്. ചുമരുകൾ പായകൾകൊണ്ട് മറച്ചിരുന്നു. കുന്തം, പരിച, ഇരുമ്പു മുന പിടിപ്പിച്ച കുന്തം, കത്തികൾ ഇവ വിജയത്തിന്റെ അടയാളമായി തൂങ്ങി ക്കിടക്കുന്നു.

ഇഷ്ടിക ഉണ്ടാക്കലാണത്രെ ഇയാളെ ഏൽപ്പിച്ച ജോലി. പക്ഷേ, സ്റ്റേഷനിലൊന്നും ഇഷ്ടികയുടെ ഒരു കഷണംപോലും ഞാൻ കണ്ടില്ല. ഈ ചെറുപ്പക്കാരൻ ഒരു വർഷമായി സ്റ്റേഷനിൽ കഴിയുന്നു. താൻ കാത്തിരിക്കുകയാണെന്ന് അയാൾ പറഞ്ഞു. ഇഷ്ടിക ഉണ്ടാക്കാനാവ

ശ്യമായ സാമഗ്രികളൊന്നും ഇവിടെയില്ല. യൂറോപ്പിൽ നിന്ന് അവ അയയ്
ക്കാൻ സാധ്യത കാണാത്തതിനാൽ ഇയാളുടെ കാത്തിരിപ്പെന്തിനാ
ണെന്ന് ഞാൻ അത്ഭുതപ്പെട്ടു. പ്രത്യേകതരം നിർമാണമായിരിക്കും.

സ്റ്റേഷനിൽ അവരെല്ലാം –പതിനാറോ, ഇരുപതോ പേർ –വാസ്ത
വത്തിൽ എന്തിനോ വേണ്ടി കാത്തിരിക്കുന്നവരായിരുന്നു. അത്ര സുഖ
കരമായ കാര്യമായി എനിക്കു തോന്നിയില്ല. എന്റെ കാഴ്ചയിൽ രോഗമ
ല്ലാതെ മറ്റൊന്നും അവരെത്തേടി എത്തിയിരുന്നില്ല. അങ്ങോട്ടുമിങ്ങോട്ടും
അപായപ്പെടുത്താൻ ഗൂഢാലോചന നടത്തിയും ഏഷണി പറഞ്ഞും
അവർ സമയം ചെലവഴിച്ചു. ആ സ്റ്റേഷനു തന്നെ ഗൂഢാലോചനയുടെ
ഒരന്തരീക്ഷമുണ്ടായിരുന്നു. പക്ഷേ, അതുകൊണ്ട് ഒന്നും സംഭവി
ച്ചിരുന്നില്ല. മൊത്തം പദ്ധതിയുടെ വ്യാജ മനുഷ്യസ്നേഹനാട്യം പോലെ
അയഥാർഥ്യമായിരുന്നു അതും. അവരുടെ സംസാരത്തെയും ഭരണനിർവ
ഹണത്തെയും പ്രവർത്തന രീതിയെയും പോലെ സകലം വ്യാജമയം.
ആനക്കൊമ്പ് കിട്ടുന്ന സ്റ്റേഷനുകളിൽ നിയമനം തരപ്പെട്ടു കിട്ടുക
എന്നതായിരുന്നു എല്ലാവരുടെയും ആഗ്രഹം. ആ ഒരു വികാരം മാത്ര
മാണ് അവിടെ യഥാർഥമായുണ്ടായിരുന്നത്. ആനക്കൊമ്പ് വ്യാപാരത്തി
ലൂടെ നല്ല ലാഭവിഹിതം കിട്ടുമെന്നതിനാലാണ് അവരതിന് ആഗ്രഹി
ച്ചത്. അതിനുവേണ്ടിമാത്രം അവർ പരസ്പരം ഗൂഢാലോചന നടത്തു
കയും അന്യോന്യം വെറുക്കുകയും ചെയ്തു. എന്നാൽ ഫലത്തിൽ ഒരു
ചെറുവിരൽ അവർ ഉയർത്തുന്നുണ്ടോ? ഇല്ല! ചിലർക്ക് കുതിരയെ തന്നെ
മോഷ്ടിക്കാം. ചിലർക്ക് കുതിരയുടെ കടിഞ്ഞാൺ ഒന്നുനോ
ക്കാൻപോലും അനുവാദമില്ല. നേർക്കുനേരെ ഒരു കുതിരയെ മോഷ്ടി
ക്കുക ബഹുകേമം! അവരതു ചെയ്തു. അവൻ കുതിരസവാരി വശമു
ണ്ടെങ്കിലായി. അതേസമയം വേറൊരുത്തൻ കടിഞ്ഞാണിന്റെ നേരെ
നോക്കിയാൽ ദയാലുക്കളായ പുണ്യാത്മാക്കളുടെ തൊഴി കിട്ടുകയും
ചെയ്യും.

എന്തിനാണ് ആ ചെറുപ്പക്കാരൻ എന്നോടു ലോഹ്യം കൂടുന്നതെന്ന്
എനിക്കു മനസിലായില്ല. പക്ഷേ, അവന്റെ സ്നേഹവർത്തമാനങ്ങൾ
ക്കിടയ്ക്ക് അവൻ എന്നിൽനിന്ന് എന്തോ കിട്ടാൻ ശ്രമിക്കുകയാണെന്ന്
എനിക്കു മനസിലായി. വാസ്തവത്തിൽ അവൻ എന്നെ ചോർത്തുകയാ
യിരുന്നു. യൂറോപ്പിനെ കുറിച്ച് അവൻ ഇടയ്ക്കിടെ സൂചിപ്പിച്ചുകൊണ്ടി
രുന്നു. എനിക്ക് അറിയാൻ സാധ്യതയുള്ള ആളുകളെപ്പറ്റിയാണ് അവൻ
ചോദിച്ചുകൊണ്ടിരുന്നത്. അവന്റെ ചെറിയ കണ്ണുകൾ ആകാംക്ഷകൊണ്ട്
വജ്രംപോലെ തിളങ്ങി. ഇത്തിരി ഗർവ് സൂക്ഷിക്കാൻ അവൻ ശ്രമിക്കു
ന്നുണ്ടായിരുന്നു. തുടക്കത്തിൽ ഞാനമ്പരന്നു. പെട്ടെന്നു തന്നെ അവൻ
എന്നിൽ നിന്ന് എന്താണ് ചോർത്തിയെടുക്കാൻ ശ്രമിക്കുന്നത് എന്നറി
യാനുള്ള താൽപ്പര്യം എനിക്കുണ്ടായി. അയാൾക്ക് ഉപകാരപ്പെടുന്ന
എന്താണ് എന്നിലുള്ളത് എന്ന് എനിക്കു മനസിലായില്ല. അവൻ സ്വയം
എത്ര അന്ധാളിക്കുന്നുണ്ട് എന്നു കാണുക രസകരമായിരുന്നു.

സത്യത്തിൽ എനിക്ക് ശരീരമാകെ മരവിപ്പാണനുഭവപ്പെട്ടത്. നാശം പിടിച്ച ആ സ്റ്റീംബോട്ട് നന്നാക്കുന്നതിനെക്കുറിച്ചല്ലാതെ മറ്റൊന്നും എന്റെ തലയിലുണ്ടായിരുന്നില്ല. എന്നെ നാണംകെട്ട എതിർ കക്ഷിയായെ അവർ കണ്ടിരുന്നുള്ളൂ എന്ന് വ്യക്തം. ഒടുവിൽ അവനു ദേഷ്യം വന്നപ്പോൾ അതു മറച്ചുവെക്കുന്നതിനുവേണ്ടി അവൻ കോട്ടുവായിട്ടു. ഞാൻ എഴുന്നേറ്റു. അപ്പോൾ ഒരു ഓയിൽ പെയിന്റിങ് എന്റെ ശ്രദ്ധ യിൽപ്പെട്ടു. കയ്യിൽ ചുട്ടുമായി നിൽക്കുന്ന, വസ്ത്രം ധരിച്ച, കണ്ണു കെട്ടിയ ഒരു സ്ത്രീയുടെ ചിത്രമായിരുന്നു അത്. പശ്ചാത്തലം വളരെ ഇരുണ്ട തായിരുന്നു. അന്തസുള്ളതായിരുന്നു സ്ത്രീയുടെ ചലനങ്ങൾ. ടോർച്ചിൽ നിന്നു മുഖത്തു പതിക്കുന്ന വെളിച്ചം അശുഭസൂചനയാണു നൽകിയത്.

ആ പെയിന്റിങ് എന്നെ ഹഠാദാകർഷിച്ചു. മെഴുകുതിരി കത്തിച്ചു വച്ച ഒരു അര പൈന്റ് ഷാംബെയ്ൻ കുപ്പിയുമായി ചെറുപ്പക്കാരൻ എന്റെ അടുത്തുതന്നെ നിന്നു. ആരാണീ ചിത്രം വരച്ചതെന്ന ചോദ്യത്തിന് മിസ്റ്റർ കുർട്സ് എന്ന് അവൻ മറുപടി പറഞ്ഞു. ഒരു വർഷത്തിലധിക മായി കുർട്സ് ഈ സ്റ്റേഷനിൽ ഇതു പെയ്ന്റ് ചെയ്തിട്ട്.

"ആരാണീ മിസ്റ്റർ കുർട്സ്? എന്നോടു പറയുക" ഞാൻ ആവശ്യ പ്പെട്ടു.

ദൂരേക്കു നോക്കിക്കൊണ്ട് ചെറിയ ശബ്ദത്തിൽ അവൻ പറഞ്ഞു: "ഇന്നർ സ്റ്റേഷനിലെ ചീഫാണ് കുർട്സ്."

"വലിയ ഉപകാരം." ഞാൻ ചിരിച്ചു. "നിങ്ങൾ സെൻട്രൽ സ്റ്റേഷ നിലെ ഇഷ്ടികയുണ്ടാക്കുന്നവനും. ഇതെല്ലാവർക്കുമറിയാം."

ഒടുവിൽ അവൻ പറഞ്ഞു: "അദ്ദേഹം അസാധാരണ സിദ്ധിയുള്ള ഒരു അത്ഭുതമനുഷ്യനാണ്. ദയയുടെയും ശാസ്ത്രത്തിന്റെയും പുരോ ഗതിയുടെയും ദൂതൻ. മറ്റെന്തെല്ലാമാണെന്ന് ചെകുത്താനേ അറിയൂ." അവൻ തുടർന്നു. "യൂറോപ്പ് നമ്മിൽ ഏൽപ്പിച്ച ഉത്തരവാദിത്വം നിറവേ റ്റാൻ ഉയർന്ന ബുദ്ധിയും വിശാലമായ അനുകമ്പയും ഉദ്ദേശ്യത്തിലുള്ള ഏകാഗ്രതയും ആവശ്യമാണ്."

"ആരാണിങ്ങനെ പറഞ്ഞത്?" ഞാൻ ചോദിച്ചു.

"അവരിൽ പലരും ഇങ്ങനെ പറയുന്നു. ചിലർ അങ്ങനെ എഴുതു കയും ചെയ്തിട്ടുണ്ട്. അങ്ങനെയാണ് മിസ്റ്റർ കുർട്സ് ഇവിടെ എത്തുന്നത്. അദ്ദേഹത്തെപ്പറ്റി നിങ്ങൾ അറിയേണ്ടതുണ്ട്." അവൻ പറഞ്ഞു.

"എന്താണറിയേണ്ടത്?" അത്ഭുതത്തോടെ ഞാൻ ചോദിച്ചു.

എന്റെ ചോദ്യം ശ്രദ്ധിക്കാതെ അവൻ പറഞ്ഞു: "അതെ. ഏറ്റവും നല്ല സ്റ്റേഷന്റെ മേലധികാരിയാണിന്ന് അദ്ദേഹം. അടുത്ത വർഷം അദ്ദേഹം അസിസ്റ്റന്റ് മാനേജരാവും. രണ്ടു വർഷംകൂടി കഴി ഞ്ഞാൽ....അദ്ദേഹം എന്താണാവുകയെന്നു നിങ്ങൾക്കറിയാമെന്നു ഞാൻ വിചാരിക്കുന്നു. പുതുതായി വന്നവരുടെ കൂട്ടത്തിലാണ് നിങ്ങൾ. നോക്കി തിരഞ്ഞെടുത്തയച്ച ആളുകൾ. അദ്ദേഹത്തെ തിരഞ്ഞെടുത്ത് ഇങ്ങോട്ട്

അയച്ചവർ തന്നെയാണല്ലോ നിങ്ങളെയും ഇങ്ങോട്ടു നിർദേശിച്ചത്. അല്ലെന്നു പറയേണ്ട. എനിക്കെന്റെ കണ്ണുകളെ വിശ്വസിക്കാം." എന്റെ ദേഹത്തു വെളിച്ചം വീണു. എന്റെ അമ്മായിയുടെ സ്വാധീനം കൊണ്ടാണ് എന്നെക്കുറിച്ച് ഇങ്ങനെ നല്ലൊരഭിപ്രായം ഈ ചെറുപ്പക്കാരനെക്കൊണ്ടു പറയിപ്പിച്ചത്. ഞാൻ പൊട്ടിച്ചിരിച്ചുപോയി. "കമ്പനിയുടെ സ്വകാര്യ കത്തുകൾ നിങ്ങൾ വായിക്കാറുണ്ടോ?" ഞാൻ ചോദിച്ചു. അവനു ഒന്നും പറയാനുണ്ടായിരുന്നില്ല. അതൊരു നല്ല തമാശയായിരുന്നു. "മിസ്റ്റർ കുർട്സ് ജനറൽ മാനേജരാവുമ്പോൾ നിങ്ങൾക്കതിന് അവസരം ഉണ്ടാ വുകയില്ല." ഞാൻ കടുപ്പിച്ചു പറഞ്ഞു.

അവൻ പെട്ടെന്ന് മെഴുകുതിരി ഊതി. ഞങ്ങൾ പുറത്തു കടന്നു. നിലാവ് ഉദിച്ചിരുന്നു. കറുത്ത മനുഷ്യരൂപങ്ങൾ തീയിലേക്ക് വെള്ളമൊ ഴിച്ചുകൊണ്ട് ഉദാസീനമായി ചുറ്റി നടന്നു. വെള്ളമൊഴിക്കുമ്പോൾ 'ശീ' എന്ന ശബ്ദം ഉയർന്നു. നിലാവിൽ ആവി പൊങ്ങി. അടികൊണ്ട് ചതഞ്ഞ കാപ്പിരി എവിടെയോ കിടന്ന് മോങ്ങുന്നുണ്ടായിരുന്നു.

"ഈ മൃഗങ്ങൾ എന്തു കോലാഹലങ്ങളാണുണ്ടാക്കുന്നത്!" മീശ ക്കാരൻ ഞങ്ങളുടെ ഭാഗത്തു വന്നു പറഞ്ഞു. "അവനെ നന്നായി പെരു മാറ്. അതിക്രമം, അടി! ഇത്തിരിയും ദയവേണ്ട. ഇങ്ങനെയേ ഭാവിയിലെ തീപിടുത്തങ്ങൾ തടയാനാവൂ. ഞാൻ മാനേജറോടു പറയുകയായി രുന്നു..." അയാൾ എന്റെ കൂട്ടുകാരനെ ശ്രദ്ധിച്ചു. അതോടെ അയാളുടെ കാറ്റുപോയി. "അല്ല സംഗതി ആകെ മോശമായിട്ടൊന്നുമില്ല. അടിമ ത്തപൂർണമായ ഹൃദയാലുതയോടെ അയാൾ പറഞ്ഞു: "അത് സ്വാഭാ വികമാണ്. ഹാ! അപകടം –കലാപം." അയാൾ അപ്രത്യക്ഷനായി.

ഞാൻ പുഴക്കരയിലൂടെ നടന്നു. മറ്റേയാൾ എന്നെ പിന്തുടർന്നു. കഠോരമായ ഒരു പിറുപിറുക്കൽ ഞാനെന്റെ ചെവിയിൽ കേട്ടു. "വിഡ്ഢി ക്കുശ്മാണ്ടൻ. വെള്ളക്കാരായ തീർഥാടകർ ചുറ്റും നിന്ന് കൈയും കലാ ശവും കൂട്ടി ചർച്ചയിലേർപ്പെട്ടു. പലരുടെയും കയ്യിൽ വടി ഉണ്ടായിരുന്നു. കിടക്കാൻ പോവുമ്പോഴും ഇവരുടെ കൈയിൽ വടി ഉണ്ടാവും. വേലി ക്കപ്പുറം കാട് നിലാവെളിച്ചത്തിൽ മനോഹരമായ ഒരു കാഴ്ചയായിരുന്നു. നേരിയ വനമർമരത്തിലൂടെ, വിലപിക്കുന്ന നാടിന്റെ ദുർബലമായ ശബ്ദ ത്തിലൂടെ കരയുടെ നിശ്ശബ്ദത ആരുടെയും ഹൃദയത്തിൽ പ്രവേശിക്കും. അതിന്റെ നിഗൂഢത, മാഹാത്മ്യം, മറച്ചുവെച്ച ജീവിതത്തിന്റെ അതിശ യകരമായ യാഥാർഥ്യം എല്ലാം. അടുത്തെവിടെയോ പ്രഹരിച്ചവശനാ ക്കപ്പെട്ട കാപ്പിരി കിടന്നു മോങ്ങുന്നു. ദീർഘമായ ഒരു നിശ്വാസം.

ഞാൻ എന്റെ ചുവടുകളെ ആ സ്ഥലത്തു നിന്നു അകലേക്കു കൊണ്ടുപോകാൻ ഉദ്ദേശിച്ചു. അപ്പോൾ ഒരു കരം എന്നെ സ്പർശിച്ചു. ആ മനുഷ്യൻ ഇങ്ങനെ പറഞ്ഞു. "സർ, ഞാൻ തെറ്റിദ്ധരിക്കപ്പെടാൻ ആഗ്രഹിക്കുന്നില്ല. പ്രത്യേകിച്ചും നിങ്ങളാൽ. എന്നേക്കാൾ മുമ്പേ മി. കുർട്സിനെ കാണാൻ ഭാഗ്യമുള്ള ആളാണ് നിങ്ങൾ. എന്നെക്കുറിച്ച് അദ്ദേഹത്തിന് തെറ്റായ ധാരണ ഉണ്ടാവരുത്."

ഞാൻ അവനെ തുടരാനനുവദിച്ചു. വേണമെങ്കിൽ എനിക്ക് ഈ പിശാചിന്റെ ഉള്ളിലേക്ക് ചൂണ്ടു വിരൽ താഴ്ത്താം. അവിടെ അയഞ്ഞ കുറച്ചു ചളിയല്ലാതെ മറ്റൊന്നും കണ്ടെത്താനാവില്ല. ഇപ്പോഴുള്ള മാനേ ജറുടെ അസിസ്റ്റന്റാവാനുള്ള ശ്രമത്തിലാണയാൾ. ഇയാളും മാനേജരും മി. കുർട്സിന്റെ ആഗമനം ഇഷ്ടപ്പെടുന്നില്ല എന്ന് എനിക്കു പതിയെ മനസിലായി. ഇവരുടെ പദ്ധതികളെ അദ്ദേഹത്തിന്റെ വരവ് തകിടം മറിക്കും. അവൻ മുൻപിൻ നോക്കാതെ പറഞ്ഞുകൊണ്ടിരുന്നു. ഞാൻ തടസപ്പെടുത്തിയില്ല.

ഏതോ ജലമൃഗം ചത്തുകിടക്കുന്നതുപോലെയുള്ള എന്റെ കപ്പ ലിൽ ചാരി നിൽക്കുകയായിരുന്നു ഞാൻ. പുരാതനമായ ചളിയുടെ ഗന്ധം എന്റെ മൂക്കിൽ തുളച്ചു കയറി. ദൈവമേ! ആദി വനത്തിന്റെ നിശ്ശബ്ദത എന്റെ കൺമുമ്പിൽ. ഇരുണ്ട നദീമുഖത്ത് വെളിച്ചത്തിന്റെ അനേകം തുരുത്തുകളുണ്ടായിരുന്നു. നേർത്ത രജതപാളിയിൽ പരന്നു കിടക്കുന്ന നിലാവെളിച്ചം. പുൽത്തകിടിയിൽ, ചളിയിൽ, കുറ്റിച്ചെടിക ളിൽ, മരക്കൂട്ടങ്ങളിൽ എല്ലാം. ആരവങ്ങളില്ലാതെ ഒഴുകുന്ന മഹാനദി യുടെ ഉപരിതലത്തിലും ഇടവിട്ട് എനിക്കതു കാണാം. പ്രതീക്ഷിക്കാ വുന്ന വിധം മഹത്തരമായിരുന്നു ഇതെല്ലാം.

മനുഷ്യൻ തന്നെക്കുറിച്ചു തന്നെ നിരന്തരം ചിലച്ചുകൊണ്ടിരിക്കു മ്പോൾ പ്രകൃതി മൗനം പുതച്ചു നിൽക്കുന്നു. പ്രകൃതിയുടെ ശാന്തത ഞങ്ങളോടെന്തോ യാചിക്കുകയാണോ അതോ ഞങ്ങളെ ഭീഷണിപ്പെ ടുത്തുകയാണോ എന്ന് ഞാൻ അത്ഭുതപ്പെട്ടു.

ഇവിടെ ജീവിച്ച ഞങ്ങൾ ആരായിരുന്നു? ഈ നിശ്ശബ്ദ വസ്തുക്കളെ ഞങ്ങൾ കൈകാര്യം ചെയ്യുകയായിരുന്നോ അതോ അവ ഞങ്ങളെ കൈകാര്യം ചെയ്യുകയായിരുന്നോ? സംസാരിക്കാൻ കഴിയാത്ത ഈ വസ്തുക്കൾ എത്രമാത്രം വലുതും മൂകവുമാണെന്ന് എനിക്കു തോന്നി.

എന്താണതിലുള്ളത്? അതിനകത്തുനിന്ന് ഇത്തിരി ആനക്കൊമ്പു കൾ വരുന്നത് ഞാൻ കണ്ടു. മിസ്റ്റർ കുർട്സ് അതിനകത്തുണ്ടെന്നും ഞാൻ കേട്ടു. അതേക്കുറിച്ച് ഞാനെമ്പാടും കേട്ടിട്ടുണ്ട്. എത്രയെന്ന് ദൈവത്തിനറിയാം. എന്നിട്ടും അതേക്കുറിച്ച് എനിക്കൊരു രൂപവും ഉണ്ടാ യിരുന്നില്ല. അതിനകത്ത് ഒരു മാലാഖയോ യക്ഷിയോ ഉണ്ടെന്ന് ആരെ ങ്കിലും എന്നോടു പറഞ്ഞാൽ എനിക്ക് മനസിലാവുന്നതിനെക്കാളധി കമൊന്നും എനിക്ക് മനസിലായിട്ടില്ല.

ചൊവ്വാഗ്രഹത്തിലെ നിവാസികളെക്കുറിച്ച് നിങ്ങളെപ്രകാരം വിശ്വ സിക്കുന്നുവോ അപ്രകാരം ഞാനും അതിൽ വിശ്വസിച്ചു. ചൊവ്വാഗ്രഹ ത്തിൽ മനുഷ്യരുണ്ടെന്ന് ഉറച്ചു വിശ്വസിച്ചിരുന്ന ഒരു സ്കോട്ട്‌ലന്റുകാ രൻ കപ്പൽപ്പണിക്കാരനെ എനിക്കറിയാം. അവർ എങ്ങനെയുള്ളവരാ ണെന്നും അവർ എങ്ങനെയാണ് പെരുമാറുക എന്നും അവനോടാരെ ങ്കിലും ചോദിച്ചാൽ അവൻ പറയും, നൂലിൻമേലുമാണവർ നടക്കുക

എന്ന്. അവൻ പറയുന്നതുകേട്ട് നിങ്ങൾ ചിരിച്ചാൽ അവന് അറുപത് വയസുണ്ടെങ്കിലും അവൻ നിങ്ങളോട് അടികൂടാൻ തുനിയും.

കുർട്സിന്റെ കാര്യത്തിൽ തല്ലുകൂടാനൊന്നും ഞാനില്ല. എങ്കിലും കുർട്സ് ഏതാണ്ട് ഒരു നുണയനാണെന്നു ഞാൻ കരുതി. നിങ്ങൾക്കറി യുമോ ഞാൻ നുണയെ വെറുക്കുന്നു. എനിക്കത് സഹിക്കാൻ കഴി യില്ല. ഞാൻ മറ്റുള്ളവരെക്കാൾ നേരുള്ളവനായതു കൊണ്ടൊന്നുമല്ല. അതെന്നെ ദുർബലനാക്കുന്നു എന്നതുകൊണ്ടു മാത്രം. നുണയ്ക്ക് മര ണത്തിന്റെ ഒരു ചവി ഉണ്ട്, നശ്വരതയുടെ രുചി. ലോകത്തിൽ ഞാൻ വെറുക്കുന്നതും ഇതുതന്നെയാണ്. ഞാൻ മറക്കാനിഷ്ടപ്പെടുന്നതും അതുതന്നെ. നുണയെന്നെ ദീനക്കാരനാക്കുന്നു.

യൂറോപ്പിലുള്ള എന്റെ സ്വാധീനത്തെപ്പറ്റി ചെറുപ്പക്കാരനായ ആ വിഡ്ഢി സങ്കൽപ്പിക്കുന്നതെല്ലാം സത്യമെന്ന നിലയ്ക്ക് നിന്നുകൊള്ളട്ടെ എന്ന് ഞാൻ വിചാരിച്ചു. ആഭിചാരത്തിൽ മയങ്ങിയ മറ്റു തീർഥാടക രെപ്പോലെ ഞാനും പെട്ടെന്നു ഒരു നാട്യത്തിന് വശംവദനായി. ഞാനി നിയും കണ്ടിട്ടില്ലാത്ത കുർട്സിന്റെ അടുത്ത് ഇത് ഏതെങ്കിലും നിലയ്ക്ക് ഉപകരിക്കുമെന്ന ധാരണ എനിക്കുണ്ടായിരുന്നു.

കുർട്സ് എനിക്ക് ഒരു വാക്ക് മാത്രമാണ്. ആ മനുഷ്യനെ ആ പേരിൽ നിങ്ങൾ കണ്ടതിനെക്കാൾ അധികമൊന്നും ഞാൻ കണ്ടിട്ടില്ല. നിങ്ങൾ അദ്ദേഹത്തെ കാണുന്നുണ്ടോ. നിങ്ങളീ കഥ കാണുന്നുണ്ടോ. നിങ്ങളെന്തെങ്കിലും കാണുന്നുണ്ടോ. ഞാൻ നിങ്ങളോടൊരു സ്വപ്നം പറയുകയാണെന്നെനിക്ക് തോന്നുന്നു. തീർത്തും നിഷ്ഫലമായ ഒരു ഉദ്യമം. സ്വപ്നത്തിൽ കണ്ടതൊന്നും അതിന്റെ ശരിയായ രൂപത്തിൽ പറഞ്ഞവതരിപ്പിക്കാൻ സാധിക്കുകയില്ല. "സ്വപ്നത്തിന്റെ അതിശയം, അസംബന്ധം, വിക്ഷുബ്ധത അങ്ങനെ അവിശ്വസനീയമായ അതിന്റെ സത്ത... ഒന്നും ആവിഷ്കരിക്കുക സാധ്യമല്ല."

അൽപ്പനേരത്തേക്ക് മാർലോ മൗനിയായി. മാർലോ തുടർന്നു:

"അല്ല സാധ്യമല്ല. ഒരാളുടെ അസ്തിത്വത്തിന്റെ ജീവസ്പന്ദങ്ങൾ മറ്റൊരാൾക്ക് പറഞ്ഞുകൊടുക്കുക ഒരിക്കലും സാധ്യമല്ല. നാം സ്വപ്നം കാണുന്നതുപോലെ നാം ജീവിക്കുന്നു. അതേ അതുമാത്രം."

മാർലോ ചിന്താമഗ്നനായിട്ടെന്നപോലെ വീണ്ടും നിർത്തി. എന്നിട്ടു തുടർന്നു:

"ആ സമയത്ത് എനിക്കു കാണാൻ സാധിച്ചതിനേക്കാൾ കൂടുത ലായി അതിൽ നിങ്ങളിപ്പോൾ കാണാൻ സാധിക്കും. നിങ്ങൾക്കെന്നെ അറിയാം. നിങ്ങളെന്നെ കാണുന്നു."

ഇരുട്ടിന് കനം കൂടി. ഞങ്ങൾ ശ്രോതാക്കൾ ആരും പരസ്പരം കാണുന്നുണ്ടായിരുന്നില്ല. മാർലോ മുമ്പേ തന്നെ ഞങ്ങളിൽനിന്നു അകന്നുമാറി ഇരിക്കുന്നതിനാൽ അയാൾ ഞങ്ങൾക്ക് വെറുമൊരു ശബ്ദമായിരുന്നു. ആരും ഒന്നും മിണ്ടുന്നുണ്ടായിരുന്നില്ല. മറ്റുള്ളവരെല്ലാം ഉറങ്ങുകയായിരുന്നു. ഞാൻ ഉണർന്നു തന്നെ ഇരുന്നു. ഞാൻ മാർലോ

പറയുന്നത് ശ്രദ്ധാപൂർവം കേട്ടു. നദിയിലെ കനത്ത നിശാന്തരീക്ഷത്തിൽ മനുഷ്യാധരങ്ങളുടെ സഹായമില്ലാതെ തന്നെ അസുഖകരമായ ചിന്ത കളുടെ തുമ്പ് കിട്ടുന്നതിനുവേണ്ടി ഓരോ വാക്കും വാക്യവും വിടാതെ ഞാൻ ശ്രദ്ധിച്ചു.

മാർലോ കഥ തുടർന്നു:

"ഇഷ്ടികക്കാരനെ അവന്റെ സംസാരം തുടരാൻ ഞാൻ അനുവ ദിച്ചു. എനിക്ക് പിന്നിലുണ്ടെന്ന് അവൻ കരുതുന്ന ശക്തിയെക്കുറിച്ച് ചിന്തിക്കുവാനും. വാസ്തവത്തിൽ എനിക്കു പിന്നിൽ ഒരു ശക്തിയും ഉണ്ടായിരുന്നില്ല. ഞാൻ ചാരി നിൽക്കുന്ന നശിച്ചു നാരായണക്കല്ലെടുത്ത പഴയ ആ സ്റ്റീം ബോട്ടല്ലാതെ ഒന്നും എന്റെ പിന്നിലില്ല. നിലാവെളി ച്ചത്ത് അലയാനല്ല ഇവിടെ വന്നതെന്നും മിസ്റ്റർ കുർട്സ് അസാമാന്യ പ്രതിഭയാണെന്നും ബുദ്ധിയുള്ള മനുഷ്യരുടെ തുണയുണ്ടെങ്കിൽ ജോലി എളുപ്പമാവുമെന്നുമൊക്കെ വാചകമടിക്കുമ്പോഴും അവൻ ഇഷ്ടിക ഉണ്ടാക്കുന്നുണ്ടായിരുന്നില്ല!. അതിനുള്ള തടസ്സം എനിക്കറിയാം. മാനേ ജർക്കു വേണ്ടി അവൻ കാര്യസ്ഥന്റെ പണി ചെയ്തിരുന്നെങ്കിൽ അതി നുള്ള കാരണം തന്റെ മീതെയയുള്ള ഒരാളുടെ വിശ്വാസം ആർജിക്കാ നുള്ള അവസരം ബുദ്ധിയുള്ള ഏതു മനുഷ്യനും ഒഴിവാക്കുകയില്ല എന്നതു കൊണ്ടാണ്..."

എനിക്കെന്താണ് വേണ്ടിയിരുന്നത്? മടക്കാണി. കപ്പൽ നന്നാക്കാൻ അഗ്രം പരന്ന ആണികൾ. തീരത്ത് പെട്ടിക്കണക്കിന് മടക്കാണികൾ ഉണ്ട്. അവിടെ സ്റ്റേഷൻപരിസരത്ത് എവിടെ നോക്കിയാലും ഇത്തരം ആണി കൾ കൂമ്പാരമായി ഇട്ടിരിക്കുന്നതു കാണാം. പക്ഷേ, ഇവിടെ? ആണി ഏറെ ആവശ്യമുള്ള ഈ സ്ഥലത്ത് ഒന്നുപോലുമില്ല! പ്ലേറ്റുകൾ ആവ ശ്യത്തിനുണ്ട്. അവ ഉറപ്പിക്കാൻ മടക്കാണികളാണ് ഇല്ലാത്തത്. ഈ സ്റ്റേഷനിൽ നിന്ന് തീരസ്റ്റേഷനിലേക്ക് എല്ലാ ആഴ്ചയിലും ദൂതന്മാർ വരികയും പോവുകയും ചെയ്യുന്നുണ്ട്. വ്യാപാരസാധനങ്ങളുമായി കച്ച വടസംഘങ്ങളും പോവുന്നുണ്ട്. പെട്ടിക്ക് ഒരു പെന്നി വിലയുള്ള ചില്ലു മുത്തുകൾ, കൈത്തുവാലകൾ, കാലിക്കോ ഇവയെല്ലാം അവർ കൊണ്ടു വരും. ആണികൾ മാത്രമില്ല. മൂന്നു ചുമടുകൾ മതി സ്റ്റീം ബോട്ട് നന്നാ ക്കാനാവശ്യമായ ആണികൾ കൊണ്ടുവരാൻ.

ഇഷ്ടികക്കാരൻ രഹസ്യസൂക്ഷിപ്പുകാരനാവുകയായിരുന്നു ഇപ്പോൾ. എന്റെ തണുത്ത പെരുമാറ്റം അവനെ ഒടുവിൽ കോപാകുല നാക്കി. "ദൈവത്തെയോ പിശാചിനെയോ ഒന്നും എനിക്കു ഭയമില്ല, എന്നിട്ടല്ലെ മനുഷ്യരെ" അവൻ എന്നോട് പറഞ്ഞു.

അതെനിക്ക് നല്ലപോലെ മനസിലാക്കാൻ കഴിയുന്നുണ്ടെന്ന് ഞാൻ പറഞ്ഞു. എനിക്കു വേണ്ടത് മടക്കാണികളാണ്. കുർട്സ് അറിയുകയാ ണെങ്കിൽ അദ്ദേഹവും ആവശ്യപ്പെടുക ആണികളായിരിക്കും. നിങ്ങൾ തീരത്തേക്ക് ആഴ്ചയിലും കത്തെഴുതുന്നുണ്ട്.

മാനേജർ പറയുന്നത് എഴുതുക മാത്രമാണ് തന്റെ ജോലിയെന്നു അവൻ പറഞ്ഞു.

പെട്ടെന്ന് ബുദ്ധിയുള്ള ഏതൊരു മനുഷ്യനേയും പോലെ അവൻ വിഷയം മാറ്റി. ഹിപ്പപ്പൊട്ടാമസിനെക്കുറിച്ചാണ് പിന്നീടവൻ സംസാരി ച്ചത്. പെട്ടെന്നവൻ സ്വപ്നത്തിൽ മാറ്റം വരുത്തി. ആകെ തണുത്തു, ഞാൻ ഉറങ്ങുകയാണെന്നു കരുതിയാവണം എന്നെ ശല്യപ്പെടുത്തിയില്ല. (രാവും പകലും ഞാൻ കഴിഞ്ഞിരുന്നത് എന്റെ തകർന്ന കപ്പലിലാണ്).

രാത്രി കരയിൽ കയറുകയും സ്റ്റേഷൻ ഗ്രൗണ്ടിൽ ചുറ്റി നടക്കു കയും ചെയ്യുന്ന ഒരു ഹിപ്പോ ഉണ്ടായിരുന്നു. വെള്ളക്കാർ കിട്ടാവുന്ന ആയുധങ്ങളൊക്കെ ഈ ഹിപ്പോക്കെതിരെ പ്രയോഗിച്ചു നോക്കി. തോക്കു കൾ അവർ കാലിയാക്കി. ഈ ഊർജമൊക്കെ പാഴാവുകയയാണ് ചെയ്തത്. "ആ മൃഗത്തിന് ഒരു മാസ്മരിക ജീവിതം ഉണ്ട്. പക്ഷേ, ഇത് ഇവിടത്തെ മൃഗങ്ങളെക്കുറിച്ചേ പറഞ്ഞുകൂടു. ഇവിടെയുള്ള മനു ഷ്യർക്ക് മാസ്മരിക ജീവിതമില്ല. ഞാൻ പറയുന്നത് മനസി ലാവുന്നുണ്ടോ?"

ഒരു നിമിഷം അവൻ നിർത്തി. അവന്റെ വളഞ്ഞ മൂക്ക് അവൻ ഒന്നുകൂടി ചരിച്ചു. നിലാവിൽ അവന്റെ ഇമവെട്ടാത്ത കണ്ണ് വജ്രം പോലെ തിളങ്ങി. ശുഭരാത്രി നേർന്ന് അവൻ കാൽ നീട്ടിവെച്ച് നടന്നു. അവൻ ആകെ വിമ്മിട്ടത്തിലും അതിശയത്തിലുമാണെന്ന് എനിക്കു കാണാൻ കഴിഞ്ഞു. കഴിഞ്ഞ ദിവസങ്ങളിലേതിനെക്കാൾ ഇതെനിക്കു പ്രതീക്ഷ നൽകി. അവനിൽനിന്നു എന്റെ ഉറ്റമിത്രമായ തകർന്ന കപ്പലിലേക്ക് തിരി യുക എത്രയോ ആശ്വാസകരമായിരുന്നു. ഞാനതിൽ കയറി. ഒരു ബിസ്കറ്റ് ടിൻ കണക്കെ അതെന്റെ കാൽച്ചുവട്ടിൽ ഇളകിയാടി. ആകെ എല്ലൊടിഞ്ഞു തകർന്ന നിലയിലായിരുന്ന അതിനെ എനിക്ക് ഇഷ്ടപ്പെ ടാൻ പാകത്തിൽ ഞാൻ നന്നാക്കി എടുത്തിരുന്നു. മറ്റൊരു സുഹൃ ത്തിനും എന്നെ ഇത്ര നന്നായി സേവിക്കാൻ സാധിക്കുകയില്ല. എനി ക്കെന്തു ചെയ്യാൻ കഴിയുമെന്നു കണ്ടുപിടിക്കാൻ കപ്പൽ എന്നെ സഹാ യിച്ചു.

ജോലി ചെയ്യാൻ എനിക്കിഷ്ടമല്ല. അലസമായിരുന്ന്, മനോഹരങ്ങ ളായ കാര്യങ്ങളെക്കുറിച്ച് ചിന്തിക്കാനാണെനിക്കിഷ്ടം. ജോലി ചെയ്യുക എനിക്കെന്നല്ല ഒരു മനുഷ്യനും ഇഷ്ടമുള്ള കാര്യമല്ല. പക്ഷേ, ജോലി ഞാനിഷ്ടപ്പെടുന്നു. അവനവനെ കണ്ടെത്താനുള്ള അവസരമാണത്. മറ്റാരാൾക്കു വേണ്ടിയല്ല അത്. തന്നെക്കുറിച്ച് മറ്റൊരാൾക്കും അറിയാ നാവാത്ത യാഥാർഥ്യം സ്വയം കണ്ടെത്തുക—അതാണ് ജോലിയായുള്ളത്. മറ്റുള്ളവർക്കു പുറംകാഴ്ച മാത്രമേ കാണാനാവൂ. അതിന്റെ സാരമെ ന്താണെന്ന് അവർക്കു പറയാനാവില്ല.

അമരത്ത് ആളിരിക്കുന്നതിൽ എനിക്കത്ഭുതം തോന്നിയില്ല. കാൽ താഴെ ചളിയിലേക്ക് തൂക്കിയിട്ടാണ് ഇരിപ്പ്. സ്റ്റേഷനിലുണ്ടായിരുന്ന ഒറ്റെറ മെക്കാനിക്കുകളുമായി ഞാൻ അടുപ്പം സ്ഥാപിച്ചിരുന്നു. മറ്റു വെള്ളക്കാർ പുച്ഛത്തോടെയാണ് അവരെ കണ്ടിരുന്നത്. അവരുടെ

അപൂർണമായ രീതികൾ കൊണ്ടാവാം അവർ ഇവരെ വെറുക്കുന്നത്. ബോയിലർ പണിക്കാരൻ ഫോർമാനായിരുന്നു ഇത്. നല്ല പണിക്കാരൻ. എല്ലിച്ച്, മെലിഞ്ഞു നീണ്ട്, വലിയ കണ്ണുകളും മഞ്ഞ മുഖവുമുള്ള മനുഷ്യൻ. മുഴു കഷണ്ടി. അസ്വസ്ഥത മുറ്റുന്ന മുഖഭാവം. അരക്കെട്ട് വരെ നീണ്ടുകിടക്കുന്ന താടി. ആറു ചെറിയ കുട്ടികളുള്ള വിഭാര്യനാണ് ഇയാൾ. മക്കളെ നോക്കാൻ ഒരു പെങ്ങളെ ഏൽപ്പിച്ചാണ് ഇങ്ങോട്ടു പോന്നത്. പ്രാവുകളെ പറത്തലാണ് ജീവിതത്തിൽ ഏക ആവേശം. ആ കലയിൽ അഭിജ്ഞനും ആവേശഭരിതനുമാണിയാൾ. പ്രാവുകളിൽ ഇയാൾ മതിമറക്കും. ജോലി കഴിഞ്ഞാൽ പുറത്തുവന്നു കുറച്ചുനേരം തന്റെ കുട്ടികളെയും പ്രാവുകളെയും കുറിച്ച് വർത്തമാനം പറഞ്ഞിരിക്കുക ഇയാളുടെ പതിവാണ്. ജോലി ചെയ്യുമ്പോൾ ചളിയിലൂടെ നൂണ്ട് കപ്പലിന്റെ അടിഭാഗത്തേക്ക് പോവേണ്ടി വരുമ്പോൾ താടി വാരിക്കെട്ടി തുവാലയായി വിരിക്കും. അതിനുവേണ്ടി പ്രത്യേകം കൊണ്ടുവന്നിട്ടുള്ള താണെന്നപോലെ. വൈകുന്നേരങ്ങളിൽ തീരത്ത് കുത്തിയിരുന്ന് അതീവ ശ്രദ്ധയോടെ ആ പൊതി അലക്കുന്നതു കാണാം. ശേഷം ഒരു ബ്രഷി ന്മേൽ താടി ഉണങ്ങാനായി ആറിയിടും.

ഞാനവന്റെ പുറത്തുതട്ടി ഉറക്കെപ്പറഞ്ഞു: "നമുക്ക് മടക്കാണികൾ കിട്ടും." താൻ കേട്ടത് വിശ്വസിക്കാൻ കഴിയാതെ അവൻ തപ്പിത്തടഞ്ഞെ ഴുന്നേറ്റ് സാശ്ചര്യം വിളിച്ചലറി: "ഇല്ല! മടക്കാണികൾ കിട്ടുകയില്ല." പിന്നീ ടവൻ ശബ്ദം താഴ്ത്തി ചോദിച്ചു. "നേരാണോ.... ഏ..." എന്തുകൊണ്ടാണ് അയാൾ ഭ്രാന്തന്മാരെപ്പോലെ പെരുമാറിയതെന്ന് എനിക്കറിയില്ല. വിരൽ മൂക്കിന്റെ ഒരുവശത്ത് വച്ച് അയാൾ നിഗൂഢമായി തലകുലുക്കി. "നി ങ്ങൾക്കു നല്ലതുവരട്ടെ." ഒരു കാൽ ഉയർത്തിക്കൊണ്ട് തലയ്ക്കു മീതെ കൈകളുയർത്തി വിരൽ ഞൊടിച്ചുകൊണ്ട് മെക്കാനിക്ക് പറഞ്ഞു. ഞാൻ ഒരു നൃത്തച്ചുവട് വെക്കാൻ ശ്രമിച്ചു. ഇരുമ്പ് തട്ടിനു മുകളിൽ ഞങ്ങൾ തുള്ളിച്ചാടി. കപ്പൽ ഡക്ക് പടപടാ ശബ്ദമുണ്ടാക്കി. മറുകരയിലെ കന്യാ വനം ആ ശബ്ദത്തെ പ്രതിധ്വനിയായി ഉറങ്ങിക്കിടക്കുന്ന സ്റ്റേഷനിലേക്ക് മടക്കി അയച്ചു. കൂരകളിൽ ഉറങ്ങുന്ന ചില വെള്ളക്കാരെയെങ്കിലും അത് ഉണർത്തിയിരിക്കണം. കറുത്ത ഒരു രൂപം മാനേജറുടെ കുടിലിന്റെ വാതിൽക്കൽ വന്നുനിന്നു വെളിച്ചം മറച്ചു. പിന്നീട് അപ്രത്യക്ഷനായി. അൽപ്പം കഴിഞ്ഞ് വാതിലടഞ്ഞു വെളിച്ചം ഇല്ലാതായി. ഞങ്ങൾ നിന്നു. ഞങ്ങളുടെ ചാട്ടം കൊണ്ട് മുറിഞ്ഞുപോയ മൗനം വൻകരയുടെ പിന്നാമ്പു റങ്ങളിൽ നിന്ന് വീണ്ടും പ്രവഹിച്ചു തുടങ്ങി. വൃക്ഷനിബിഡമായ മ ഹാവിപിനം. ശിഖരങ്ങൾ, ഇലകൾ, തൊങ്ങലുകൾ, നിശ്ചലമായ നിലാവ്. നിശ്ശബ്ദ ജീവിതത്തിന്റെ അധിനിവേശം. ഞങ്ങളിൽ ഓരോരുത്തരു ടെയും നിസാരമായ അസ്തിത്വത്തെ തുത്തെറിയാൻ, നദീമുഖത്ത് തലകീഴായി പതിക്കാൻ പാകത്തിൽ തല ഉയർത്തി നിൽക്കുന്ന വൃക്ഷ ങ്ങളുടെ മഹാനിര. നദിയിൽ മത്സ്യാകൃതിയിലുള്ള ഭീകരജന്തു കുളി ക്കുമ്പോൾ ഉയരുന്നതെന്നപോലെ ഭീതിതമായ ഒരു തിരയിളക്കമോ

ഫുൽകാരമോ അകലെനിന്ന് ഞങ്ങളെ തേടിയെത്തി. "എന്താണ് നമുക്ക് മടക്കാണികൾ കിട്ടാത്തത്?" ഒടുവിൽ ന്യായമായ ശബ്ദത്തിൽ ബോയ്ലർ പണിക്കാരൻ ചോദിച്ചു.

എന്തുകൊണ്ടാണ്? തീർച്ചയായയും എനിക്കതെറിയില്ല. "മൂന്നാഴ്ച യ്ക്കുള്ളിൽ നമുക്കത് കിട്ടും" ഞാൻ ആത്മവിശ്വാസത്തോടെ പറഞ്ഞു.

പക്ഷേ, ആണി എത്തിയില്ല. ആണിക്കു പകരം വന്നത് അധിനി വേശമാണ്. അതായത് ശിക്ഷ. അഥവാ മേലാവിന്റെ സന്ദർശനം. പുതിയ വസ്ത്രങ്ങളും തോൽബൂട്ടും ധരിച്ച് കഴുതപ്പുറത്ത് എഴുന്നള്ളുന്ന വെള്ളക്കാരന്റെ നേതൃത്വത്തിൽ പല സംഘങ്ങൾ ഇടയ്ക്കിടെ വന്നുകൊ ണ്ടിരുന്നു. കഴുതപ്പുറത്തിരിക്കുന്ന ധരൻ താഴെ ഇടത്തും വലത്തുമായി ആദരവോടെ കൂടിനിൽക്കുന്ന മറ്റു വെള്ളക്കാരെ അഭിവാദ്യം ചെയ്തു. കഴുതയുടെ പിറകെ ഒച്ചവെക്കുന്ന കറുത്തവരുടെ പട, ടെന്റുകൾ, ക്യാമ്പ് സ്റ്റൂളുകൾ, തകരപ്പെട്ടികൾ തുടങ്ങി പലവിധ സാമാനങ്ങൾ സ്റ്റേഷൻ മു റ്റത്ത് കുമിഞ്ഞുകൂടി.

അഞ്ചുതവണ ഇത്തരം സംഘങ്ങൾ എത്തി. എവിടെ നിന്നെല്ലാമോ കടകൾ കൊള്ളചെയ്തുകൊണ്ടുവന്ന് വനപ്രദേശത്ത് ഇറക്കിയിടുന്ന തായാണ് അതുകണ്ടാൽ തോന്നുക. ആകെപ്പാടെ കുഴഞ്ഞുമറിഞ്ഞ കുമ്പാരങ്ങൾ. മനുഷ്യൻ ചെയ്യുന്ന വിഡ്ഢിത്തം.

എൽഡൊറാഡോ പര്യവേക്ഷണസംഘം എന്നാണ് പുതിയ സംഘം സ്വയം പരിചയപ്പെടുത്തിയത്. ഒന്നും പുറത്ത് പറയരുതെന്ന് അവർ പ്രതി ജ്ഞയെടുത്തതായി എനിക്കു തോന്നി. കടൽക്കൊള്ളക്കാരുടേത് പോലെയായിരുന്നു അവരുടെ സംസാരം. ധീരത തൊട്ടു തെറിച്ചിട്ടില്ലാത്ത എടുത്തു ചാട്ടം. സങ്കോചമില്ലാത്ത ആർത്തി, ധൈര്യം ചേരാത്ത ക്രൂരത ഇതായിരുന്നു ഇവരുടെ മുഖമുദ്ര. ഈ കൂട്ടത്തിൽ ആർക്കും ദീർഘദൃ ഷ്ടിയുടെ തരി പോലും ഇല്ലായിരുന്നു. ഗൗരവപൂർണമായ ലക്ഷ്യബോ ധവും അവരിൽ ആർക്കും ഉണ്ടായിരുന്നില്ല. ഈ ലോകത്തെ ജോലിക്ക് ഇവയെല്ലാം ആവശ്യമാണെന്ന തോന്നൽ പോലും അവരിൽ ആർക്കും ഉള്ളതായി തോന്നിയില്ല. ഭൂമിയുടെ ഉള്ളറകളിൽ നിന്ന് നിധി പുറത്തെ ടുത്ത് സ്വന്തമാക്കുക എന്ന ആഗ്രഹം മാത്രമാണ് അവരിൽ കണ്ടത്. ഒരലമാര കുത്തിത്തുറക്കുന്ന കൊള്ളസംഘത്തിന് ഉള്ളതിനെക്കാൾ വലിയ ധാർമികതയൊന്നും ഇവരെ സ്പർശിച്ചിട്ടില്ല. ആരാണ് ഈ സംഘത്തിന്റെ ചെലവ് വഹിച്ചിരുന്നത് എന്ന് എനിക്കറിയാൻ കഴിഞ്ഞില്ല. ഞങ്ങളുടെ മാനേജരുടെ അമ്മാവനായിരുന്നു സംഘത്തലവൻ.

മോശം ചുറ്റുപാടിലുള്ള ഒരറവുകാരനെയാണ് അയാൾ ഓർമിപ്പി ച്ചത്. ഉറക്കം തൂങ്ങിയായ കൗശലക്കാരന്റേതുപോലെയായിരുന്നു അയാ ളുടെ കണ്ണുകൾ. തന്റെ തടിച്ച കുടവയറ് ചെറിയ കാലുകളിൽ പ്രദർശ നത്തിനെന്നോണം അയാൾ താങ്ങിനിർത്തി. മരുമകനോടല്ലാതെ ആരോടും അയാൾ സംസാരിച്ചില്ല. ഇവർ രണ്ടുപേരും ദിവസം മുഴുവൻ

തല അന്യോന്യം മുട്ടിച്ച് വാതോരാതെ വെടി പറഞ്ഞുകൊണ്ട് ചുറ്റി നടന്നു.

മടക്കാണികളെ ചൊല്ലി ബേജാറാവുന്നത് ഞാൻ നിർത്തി. അത്തരം കാര്യങ്ങളെക്കുറിച്ച് ബേജാറാവുന്നതിനുള്ള ശേഷി ആർക്കും വളരെ പരിമിതമായേ ഉണ്ടാവുകയുള്ളൂ. അതൊക്കെ പോയി തുലയട്ടെ, എന്നു ഞാൻ വച്ചു. ഇപ്പോൾ ചിന്താമഗ്നനാവാൻ എനിക്ക് ഇഷ്ടംപോലെ സമയമുണ്ട്. ഇടയ്ക്കൊക്കെ ഞാൻ കുർട്സിനെ കുറിച്ച് ആലോചിക്കും. അദ്ദേഹത്തിൽ വളരെ തൽപ്പരനൊന്നുമായിരുന്നില്ല ഞാൻ. എങ്കിലും എന്തോ തരത്തിൽ ധാർമികമായി ചില ആശയങ്ങളൊക്കെയുള്ള ഈ മനുഷ്യൻ ഉന്നതസ്ഥാനത്ത് എത്തുമോ എന്നും എത്തിയാൽ എങ്ങനെയായിരിക്കും അദ്ദേഹം തന്റെ ജോലി ആരംഭിക്കുക എന്നും അറിയാൻ എനിക്ക് ഏറെ ആകാംക്ഷ ഉണ്ടായിരുന്നു.

ഭാഗം രണ്ട്

ഒരു വൈകുന്നേരം ഞാൻ എന്റെ സ്റ്റീം ബോട്ടിന്റെ ഡെക്കിൽ അർധമയക്കത്തിൽ കിടക്കുകയായിരുന്നു. മാനേജരും അയാളുടെ അമ്മാവനും എന്തോ സംസാരിച്ചുകൊണ്ട് നടന്നുവരുന്ന ശബ്ദം ഞാൻ കേട്ടു. ഞാൻ തല കൈത്തണ്ടയിൽ വച്ച് ഒന്നുകൂടി സുഖമായി കിടന്നു. അവരുടെ സംസാരം ചെവിയിൽ മന്ത്രിക്കുന്ന വിധം എനിക്കു കേൾക്കാമായിരുന്നു: "ഞാനൊരു കൊച്ചുകുട്ടിയെപ്പോലെ പാവമാണ്. പക്ഷേ, എന്നോടാരും കൽപ്പിക്കുന്നത് എനിക്കിഷ്ടമല്ല. ഞാനാണോ മാനേജർ അതോ ഞാനല്ലെന്നുണ്ടോ? അവനെ അങ്ങോട്ടയയ്ക്കാൻ എന്നോടാ ജ്ഞാപിച്ചിരിക്കുന്നു. അവിശ്വസനീയമാണിത്....."

ഇരുവരും നദിയുടെ കരയിൽ നിന്നാണ് സംസാരിക്കുന്നതെന്നു എനിക്കു മനസ്സിലായി. എന്റെ തലയ്ക്കു തൊട്ടുമുകളിൽ, സ്റ്റീം ബോട്ടിന്റെ നേരെ മുമ്പിലാണവർ. ഞാൻ അനങ്ങിയില്ല. അനങ്ങണമെന്ന് എനിക്കു തോന്നിയതുമില്ല. എനിക്ക് ഉറക്കമുണ്ടായിരുന്നു.

"ഇതെല്ലാം സുഖമുള്ള കാര്യമല്ല" മാനേജരുടെ അമ്മാവൻ മുരണ്ടു.

"തന്നെ ഇങ്ങോട്ടയയ്ക്കാൻ അയാൾ അധികാരികളോടു ആവശ്യപ്പെട്ടിരിക്കുന്നു. തനിക്ക് എന്തു ചെയ്യാൻ സാധിക്കുമെന്ന് കാണിച്ചു കൊടുക്കാനാണത്രെ. എന്നിട്ട് അതിനനുസരിച്ച് എനിക്കു കൽപ്പനയും കിട്ടിയിരിക്കുന്നു. നോക്കണം, ഈ മനുഷ്യന് അവിടെയുള്ള ഒരു സ്വാധീനം. ഭയാനകമല്ലേ ഇത്?"

ഭയാനകം തന്നെ എന്ന് ഇരുവരും സമ്മതിച്ചു. പിന്നീട് രണ്ടുപേരും ചില കടുത്ത അഭിപ്രായ പ്രകടനങ്ങൾ നടത്തി. "കൗൺസിലിനെ ക്കൊണ്ട് ഒരാൾ എന്തും ചെയ്യിക്കുക!" എന്തൊക്കെയോ അസംബന്ധ ങ്ങളും അവർ പറഞ്ഞു. മയക്കം കാരണം എനിക്ക് മുഴുവനായൊന്നും

മനസിലായില്ല. തെളിഞ്ഞുകേട്ട ഒരു കാര്യമിതാണ്. അമ്മാവന്റെ ശബ്ദം. "കാലാവസ്ഥ നിനക്കുവേണ്ടി ഈ പ്രശ്നം പരിഹരിച്ചുകൊള്ളും. അയാ ളവിടെ തനിച്ചാണോ?"

"അതെ" മാനേജർ പറഞ്ഞു. "അയാൾ തന്റെ സഹായിയെ ഒരു കുറിപ്പുമായി എന്റെയടുത്തേക്കു അയച്ചിരിക്കുന്നു. കുറിപ്പിലുള്ളത് ഇങ്ങ നെയാണ്: "ഈ പിശാചിനെ നാടുകടത്തുക. മേലിൽ ഇമ്മാതിരി ആളു കളെ ഇങ്ങോട്ടയയ്ക്കരുത്. നിങ്ങളിങ്ങോട്ടയയ്ക്കുന്ന തരം ആളുകൾ കൂടെയുണ്ടാവുന്നതിനെക്കാൾ തനിച്ച് ജോലി ചെയ്യാനാണ് എനിക്കി ഷ്ടം. ഒരു വർഷം മുമ്പായിരുന്നു ഇത്. ഇമ്മാതിരി ധിക്കാരം നിങ്ങൾക്ക് സങ്കൽപ്പിക്കാനാവുമോ?"

"അതിനുശേഷം എന്തെങ്കിലുമുണ്ടായോ?" അമ്മാവന്റെ പരുക്കൻ ഒച്ച.

"ആനക്കൊമ്പ്. നല്ല മുന്തിയതരം ആനക്കൊമ്പുകൾ" മാനേജരുടെ മറുപടി.

"അവ?" ഉച്ചത്തിലുള്ള കനത്ത ചോദ്യം.

"അയാൾ ഇംഗ്ലണ്ടിലേക്ക് അയച്ചു" വെടിപൊട്ടിക്കുന്നതുപോലുള്ള മറുപടി.

പിന്നീട് ശാന്തം. കുർട്സിനെ കുറിച്ചായിരുന്നു ഇരുവരുടെയും സംസാരം.

അപ്പോഴേക്കും ഞാൻ പൂർണമായി ഉണർന്നു കഴിഞ്ഞിരുന്നു. എന്നിട്ടും ഞാൻ അനങ്ങാതെ, എഴുന്നേൽക്കാൻ മടിച്ചു കിടന്നു.

"എങ്ങനെയാണ് ഈ ആനക്കൊമ്പുകൾ ഇതുവരെയെത്തിയത്?" മുതിർന്ന ആൾ മുരണ്ടു. ആൾ വളരെ അസ്വസ്ഥനായിരുന്നു.

കുർട്സിന്റെ ഒപ്പമുണ്ടായിരുന്ന ഒരു യൂറോപ്യന്റെ മേൽ നോട്ടത്തിൽ ഒരുകൂട്ടം ചെറുവള്ളങ്ങളിലാണവ കൊണ്ടുവന്നതെന്ന് മാനേ ജർ അറിയിച്ചു. ആനക്കൊമ്പുകളുമായി നാട്ടിലേക്കു മടങ്ങാൻ കുർട്സും ആദ്യം ഉദ്ദേശിച്ചിരുന്നു എന്നു വ്യക്തമാണ്. ആ സമയത്ത് സ്റ്റേഷനിൽ ഒന്നും സൂക്ഷിപ്പുണ്ടായിരുന്നില്ല. പക്ഷേ, മുന്നൂറ് മൈൽ താണ്ടി ഇവിടെ എത്തിയശേഷം പെട്ടെന്നദ്ദേഹം തീരുമാനം മാറ്റി. നാലു തുഴക്കാരുമായി ചെറിയൊരു തോണിയിൽ മൂപ്പർ തിരിച്ചുപോയി. ആനക്കൊമ്പുകളുമായി യാത്ര തുടരാൻ സങ്കരവർഗക്കാരെ ഏൽപ്പിച്ചായിരുന്നു മടക്കം.

ആരെങ്കിലും ഇങ്ങനെ ചെയ്യുമോ എന്ന അതിശയത്തിലായിരുന്നു മാനേജരും അമ്മാവനും. കുർട്സിനെ അതിനു പ്രേരിപ്പിച്ചതെന്താണെന്ന് ഇരുവർക്കും പിടികിട്ടിയില്ല. കുർട്സിനെ കാണുന്നതുപോലെയാണ് എനിക്കു തോന്നിയത്. ഒരു തോണി. കറുത്തവർഗക്കാരായ നാലു തുഴ ക്കാർ. ഒരു വെള്ളക്കാരൻ ഒറ്റയ്ക്ക് തന്റെ ആസ്ഥാനത്തേക്ക് തിരിച്ചു പോകുന്നു. ഒരുപക്ഷേ, തന്റെ ഗൃഹത്തെക്കുറിച്ചുചിന്തിച്ചും ആശ സിച്ചുംകൊണ്ട്. വന്യതയുടെ ആഴങ്ങളിലേക്ക് മുഖം നട്ട് ശൂന്യവും ദുരിതം പിടിച്ചതുമായ തന്റെ സ്റ്റേഷനിലേക്ക്. അദ്ദേഹത്തിന് അതിനു

ണ്ടായ പ്രേരണ എന്താവാമെന്ന് എനിക്കു മനസിലായില്ല. ഒരുപക്ഷേ, അദ്ദേഹം തന്റെ ജോലിയിൽ ശ്രദ്ധ കേന്ദ്രീകരിക്കുന്നതിൽ ആനന്ദം അനു ഭവിച്ചിരിക്കാം. മാനേജരുടെയും അമ്മാവന്റെയും സംസാരത്തിൽ ഇദ്ദേ ഹത്തിന്റെ പേർ ഒരിക്കൽപ്പോലും ഉച്ചരിക്കപ്പെട്ടിരുന്നില്ല. "ആ മനുഷ്യൻ" എന്നേ അവർ പറഞ്ഞുള്ളൂ. സങ്കരവർഗക്കാരനെക്കുറിച്ച് അവർ പറഞ്ഞത് "ആ തെമ്മാടി" എന്നും. അസാമാന്യമായ തന്റേടത്തോടെയും ധൈര്യ ത്തോടെയുമാണ് സങ്കരവർഗക്കാരൻ തന്റെ യാത്ര തുടർന്നതെന്നും എനി ക്കു മനസിലാക്കാം. കുർട്സ് രോഗഗ്രസ്ഥനാണെന്നും പൂർണമായി സുഖം പ്രാപിച്ചിട്ടില്ല എന്നും അയാൾ റിപ്പോർട്ടു ചെയ്തു.

എന്റെ താഴെ മാനേജരും അമ്മാവനും രണ്ടടി അങ്ങോട്ടുമിങ്ങോട്ടും നടന്നു. അതിനിടയ്ക്ക് ഇത്രയും ഞാൻ കേട്ടു: "മിലിട്ടറി പോസ്റ്റ് – ഡോക്ടർ – ഇരുന്നൂറ് മൈൽ – ഇപ്പോൾ തീർത്തും തനിച്ച് – ഒഴിവാ ക്കാൻ പറ്റാത്ത വിളംബങ്ങൾ – ഒമ്പതു മാസം – ഒരു വർത്തമാനവു മില്ല. വിചിത്രമായ കേട്ടുകേൾവികൾ."

അവർ വീണ്ടും അടുത്തു വന്നു. മാനേജർ പറയുന്നു: "എന്റെ അല വലാദി കച്ചവടക്കാർക്കല്ലാതെ ആർക്കും നാട്ടുകാരിൽ നിന്നു ആന ക്കൊമ്പ് കിട്ടുന്നില്ല."

ആരെക്കുറിച്ചാവാം ഇവർ ഇപ്പോൾ സംസാരിക്കുന്നത്? കുർ ട്സിന്റെ ജില്ലയിൽപ്പെട്ട ആരെയോ പറ്റിയാണ് ഇവർ പറയുന്നതെന്ന് ഏകദേശം എനിക്കു മനസിലായി. ആരായാലും മാനേജർക്ക് അവരെ ഇഷ്ടമല്ലെന്നും.

"ഈ അലവലാദികളിൽ ഒരുത്തനെയെങ്കിലും മറ്റുള്ളവർക്കു താക്കീതായി തൂക്കിക്കൊന്നിട്ടില്ലെങ്കിൽ നമ്മൾക്ക് രക്ഷയുണ്ടാവില്ല." മാനേജർ പറഞ്ഞു.

"അതെ, തൂക്കുക തന്നെ വേണം. എന്തിനതു ചെയ്യാതിരിക്കണം? എന്തെങ്കിലും ചെയ്തേ പറ്റൂ. അതാണു ഞാൻ പറയുന്നത്. ഇവിടെ നിന്നെ അപകടത്തിൽപ്പെടുത്താൻ കെൽപ്പുള്ള ആരുമില്ല. മനസിലാവു ന്നുണ്ടോ? ഈ കാലാവസ്ഥയിൽ മറ്റാരെക്കാളും പിടിച്ചു നിൽക്കാനനുള്ള ശക്തി നിനക്കുണ്ട്. അപകടം യൂറോപ്പിലാണ്. പക്ഷേ, അവിടത്തെ കാര്യം ഞാൻ പോരുന്നതിനു മുമ്പേ ശരിയാക്കിയിട്ടുണ്ട്."

അവർ വീണ്ടും നടക്കാൻ തുടങ്ങി. പതിഞ്ഞ ശബ്ദത്തിൽ എന്തോ പിറുപിറുക്കുന്നുണ്ട്. ഇടയ്ക്ക് ശബ്ദം വീണ്ടും ഉയർന്നു.

"അസാധാരണമായ ഈ കാലതാമസം എന്റെ കുറ്റമല്ല, എന്നെ ക്കൊണ്ട് ആവുന്നത്ര നന്നായി ഞാൻ പ്രവർത്തിച്ചിട്ടുണ്ട്." തടിച്ച മനു ഷ്യൻ നെടുവീർപ്പയച്ചു. "വളരെ സങ്കടമുണ്ട്."

"അയാളുടെ സംസാരത്തിന്റെ മാരണം പിടിച്ച അസംബന്ധം" അപ രൻ തുടർന്നു, "അയാൾ ഇവിടെ ഉണ്ടായിരുന്നപ്പോൾ എന്നെ വേണ്ടത്ര ശല്യപ്പെടുത്തിയിട്ടുണ്ട്. അയാളുടെ വർത്തമാനം കേൾക്കണ്ടേ, "ഓരോ സ്റ്റേഷനും കൂടുതൽ മെച്ചപ്പെട്ടതിലേക്കു വഴി കാണിക്കുന്ന ദീപശിഖ

യാവണം. വ്യാപാര കേന്ദ്രം തന്നെ; പക്ഷേ, ഇവിടുത്തുകാരെ മനുഷ്യ രാക്കുന്നതിനും വിദ്യ അഭ്യസിപ്പിക്കുന്നതിനും പുരോഗമിപ്പിക്കുന്നതിനു മുള്ള കേന്ദ്രങ്ങൾ കൂടിയാവണം അവ. ആലോചിച്ചു നോക്കൂ. ആ കഴുത! അവന് മാനേജറാവണം. ഇല്ല, അത്...."

കോപാധിക്യം കൊണ്ട് മാനേജർക്ക് ശ്വാസം മുട്ടുന്നു. ഞാൻ എന്റെ തല അൽപ്പമൊന്ന് ഉയർത്തി. അവർ എന്റെ എത്ര അടുത്താണെന്ന് കണ്ട് അത്ഭുതപ്പെട്ടു – എന്റെ തൊട്ടു താഴെ. ഞാൻ അവരുടെ തൊപ്പി യിൽ തുപ്പിയേനെ. ചിന്തയിൽ മുഴുകി അവർ ഗ്രൗണ്ടിൽ നിൽക്കുകയയാ യിരുന്നു. മാനേജർ ചെറിയൊരു കമ്പുകൊണ്ട് തന്റെ കാലിന്മേൽ ഉര സുന്നുണ്ട്. അയാളുടെ ജ്ഞാനിയായ ബന്ധു തല ഉയർത്തി: "ഇത്ത വണ നീ വന്നതിനുശേഷം സുഖം തന്നെ ആയിരുന്നില്ലേ?"

"ആര്? ഞാൻ? ഹ! കുടോത്രം പോലെ, കൂടോത്രം പോലെ. പക്ഷേ, ബാക്കിയുള്ളവർ – ഹാ – എന്റെ ദൈവമേ! സകലത്തിനും ദീനം പിടി ച്ചു. വളരെ വേഗത്തിൽ അവർ ചാവുകയും ചെയ്യുന്നു. അതിനാൽ എനി ക്കവരെ നാട്ടിനു പുറത്തയയ്ക്കാൻ സമയം കിട്ടാറില്ല – പറഞ്ഞാൽ വിശ്വ സിക്കില്ല."

"ഉം...അങ്ങനെ തന്നെ" അമ്മാവൻ മുരണ്ടു, "എന്റെ മകനേ....ഇ തിൽ വിശ്വാസമർപ്പിച്ചോ നീ."

കൈകൊണ്ട് അയാൾ എന്തോ ഒരാംഗ്യം കാണിക്കുന്നത് ഞാൻ കണ്ടു. പതിയിരിക്കുന്ന മരണത്തോടു വഞ്ചനാത്മകമായ അഭ്യർഥന നട ത്തുന്നതുപോലെയാണ് എനിക്കു തോന്നിയത്. ഒളിച്ചിരിക്കുന്ന പിശാ ചിന്റെ, അതിന്റെ ഹൃദയത്തിലെ നിബിഡമായ ഇരുട്ടിനോടു രഹസ്യ മായി ഒരു ഉടമ്പടി. ഞാൻ പെട്ടെന്നു ചാടിയെഴുന്നേറ്റ് ഭയാനകമായ എന്തോ പ്രതീക്ഷിച്ചെന്നപോലെ വനത്തിന്റെ അറ്റത്തേക്കു നോക്കി. ചില പ്പോൾ എന്തെല്ലാം വിഡ്ഢിത്തം നിറഞ്ഞ ആശയങ്ങളാണ് നമുക്കുണ്ടാ വുക എന്നു നിങ്ങൾക്കറിയാമല്ലോ.

അവർ ഉറക്കെ ശപഥം ചെയ്തുകൊണ്ട് – ഭയം കൊണ്ടാവണം – എന്റെ സാന്നിധ്യം അറിഞ്ഞിട്ടില്ലെന്ന മട്ടിൽ അവിടെ നിന്നു നടന്നു മറഞ്ഞു. സൂര്യൻ വളരെ താണിരുന്നു. തോളോടുതോളുരുമ്മി മുന്നോ ട്ടാഞ്ഞ് ഇരുവരും ആയാസപ്പെട്ട് കുന്നുകയറി. രണ്ടാളുടെയും നീള വ്യത്യാസമുള്ള നിഴൽ അവരുടെ പിറകെ പതുക്കെ ഇഴഞ്ഞു കൊണ്ടി രുന്നു. ഒരു പുൽനാമ്പിനെപ്പോലും അവ വളയ്ക്കുന്നുണ്ടായിരുന്നില്ല.

ഏതാനും ദിവസങ്ങൾക്കുള്ളിൽ എൽഡൊറാഡോ പര്യവേക്ഷണ സംഘം കാട്ടിൽ മറഞ്ഞു. കടൽ, മുങ്ങൽവിദഗ്ധനെ മറയ്ക്കുന്നതു പോലെ കാട് അവരെ മറച്ചു. പിന്നീട് കുറേക്കഴിഞ്ഞ് കേട്ട വാർത്ത അവരുടെ കഴുതകൾ മുഴുവൻ ചത്തെന്നാണ്. അവയെക്കാൾ വില കുറഞ്ഞ മനുഷ്യരുടെ വിധി എന്തായി എന്ന് എനിക്കറിയില്ല. ബാക്കി യുള്ള നമ്മെപ്പോലെ അവർക്കും അവരർഹിച്ചത് കിട്ടിക്കാണും എന്ന കാര്യത്തിൽ സംശയമില്ല. ഞാനന്വേഷിച്ചില്ല. മിസ്റ്റർ കുർട്സിനെ ഉടനെ

കാണാന്‍ സാധിക്കും എന്നതില്‍ ആവേശം പൂണ്ടിരിക്കുകയായിരുന്നു ഞാന്‍.

നദിയിലൂടെ മുകളിലേക്ക് യാത്ര ചെയ്യുന്നത് ലോകത്തിന്റെ ആരംഭ ഘട്ടത്തിലേക്ക് തിരിച്ചു നടക്കുന്നതുപോലെയായിരുന്നു. സസ്യങ്ങള്‍ കല ഹിക്കുകയും വൃക്ഷങ്ങള്‍ രാജാക്കന്മാരായി വാഴുകയും ചെയ്ത കാലം. ശൂന്യമായ അരുവി. മഹാ നിശ്ശബ്ദത. നിബിഡമായ വനം. തപ്തവും സാന്ദ്രവും കനത്തതും മന്ദിച്ചതുമായ വായു. സൂര്യവെളിച്ചത്തിന്റെ തിള ക്കത്തിന് ആഹ്ലാദമൊന്നും ഉണ്ടായിരുന്നില്ല. നീണ്ട ജലപാതകള്‍ നിഴല്‍ മൂടിയ വിദൂരതയുടെ തമസിലേക്ക് അപ്രത്യക്ഷപ്പെട്ടു. വെള്ളിപുതച്ച നദീ തീരങ്ങളില്‍ ഹിപ്പൊപൊട്ടാമസും മുതലയും അടുത്തടുത്ത് കിടന്നുവെ യില്‍ കാഞ്ഞു.

വിശാലമായ ജലപ്പരപ്പ് ദ്വീപുകള്‍ക്കിടയില്‍ വിസ്തൃതമായി കിടന്നു. മരുഭൂമിയിലെന്നപോലെ നിങ്ങള്‍ക്കതില്‍ എവിടെയും വഴി നഷ്ടപ്പെടാം. നിങ്ങള്‍ മുമ്പ് എന്തായിരുന്നുവോ അതില്‍ നിന്നെല്ലാം അറുത്തുമാറ്റ പ്പെട്ട്, ദൂരെ, തീര്‍ത്തും പുതിയ ഒന്നിലേക്ക്, ഒരുപക്ഷേ, പുതിയ ഒരു അസ്തിത്വത്തിലേക്കു തന്നെ, നിങ്ങള്‍ ചെന്നു പെടാം. ചിലപ്പോള്‍ നിങ്ങള്‍ക്കു നിങ്ങളുടെ ഭൂതകാലം തിരിച്ചു കിട്ടുകയാവും. സ്വന്തത്തിനു വേണ്ടി മാറ്റിവെക്കാന്‍ ഒരു നിമിഷം പോലും കിട്ടാതിരിക്കുകയും ചെയ്യും. അസ്വസ്ഥജനകവും ശബ്ദായമാനവുമായ ഒരു സ്വപ്നം പോലെയാവും അതിന്റെ വരവ്. തരുലതാദികളും ജലവും നിശ്ശബ്ദതയും നിറഞ്ഞ വിചിത്ര സുന്ദരമായ ഒരു ലോകത്തിന്റെ അപ്രതിരോധ്യമായ യാഥാര്‍ഥ്യ ങ്ങള്‍. സമാധാനമല്ല ഈ ശാന്തത. പിടികിട്ടാത്ത ലക്ഷ്യത്തിനു മീതെയുള്ള അടയിരിപ്പാണത്. പ്രതികാരദാഹത്തോടെയാണ് അതു നിങ്ങളെ ഉറ്റുനോക്കുന്നത്. പിന്നെ എനിക്കത് പരിചിതമായിത്തീര്‍ന്നു.

പിന്നീട് ഞാനത് കണ്ടില്ല; എനിക്കതിന് സമയമുണ്ടായിരുന്നില്ല. മറഞ്ഞു കിടക്കുന്ന കരകളുടെ അടയാളങ്ങള്‍ തിരിച്ചറിയേണ്ടതുണ്ടാ യിരുന്നു എനിക്ക്. പലപ്പോഴും ഉള്‍വിളി കൊണ്ടെന്നപോലെ, മുങ്ങിക്കി ടക്കുന്ന ശിലകള്‍ക്കുവേണ്ടി ഞാന്‍ പരതി. വഴി ഏതെന്ന് ഊഹിക്കേ ണ്ടിയിരുന്നു. പിറ്റേന്ന് കപ്പലോടിക്കാനുള്ള ആവിക്കായി കത്തിക്കാന്‍ വിറക് കണ്ടുപിടിക്കണം. ഇത്തരം കാര്യങ്ങള്‍ ചെയ്യാനുണ്ടാവുമ്പോള്‍ എങ്ങനെയാണ് ആഴത്തിലുള്ള യാഥാര്‍ഥ്യങ്ങള്‍ ശ്രദ്ധിക്കാനാവുക? അവ യെല്ലാം അസ്പഷ്ടമായി കാണാപ്പുറത്തേക്ക് മറയുന്നു.

ആന്തരിക സത്യം മറഞ്ഞുകിടക്കുകയാണ് – ഭാഗ്യം! ഭാഗ്യം! ചില പ്പോള്‍ എനിക്കു തോന്നും നിഗൂഢമായ ആ നിശ്ശബ്ദത എന്റെ വാനര വിദ്യകളെ നിരീക്ഷിച്ചു നില്‍ക്കുകയാണെന്ന്. മുറുക്കിക്കെട്ടിയ കയറില്‍ നിങ്ങള്‍ കളിക്കുന്ന കളി അത് നോക്കി നില്‍ക്കുന്നില്ലേ, അതുപോലെ – എന്താണത്? ഒരുരുണ്ടുവീഴ്ചയ്ക്ക് അര ക്രൗണ്‍?

"മര്യാദക്കാരനാവാന്‍ ശ്രമിക്കുക, മാര്‍ലോ." ഒരു ശബ്ദം ഉയര്‍ന്നു. ഞാനല്ലാതെ ഒരു ശ്രോതാവുകൂടി ഉണര്‍ന്നിരിക്കുന്നുണ്ടെന്ന് എനിക്കു മനസിലായി.

"ഞാൻ നിങ്ങളോട് മാപ്പു ചോദിക്കുന്നു. വിലയുടെ ബാക്കിക്ക് അനുഭവിക്കേണ്ടി വന്ന ഹൃദയവേദന ഞാൻ മറന്നു. അല്ലെങ്കിലും കളി നന്നാവുന്നെങ്കിൽ അതിനു കൊടുക്കേണ്ടിവരുന്ന വിലയിൽ എന്തിരി ക്കുന്നു? നിങ്ങൾ നിങ്ങളുടെ അഭ്യാസങ്ങൾ നന്നായി ചെയ്യുന്നു. ഞാനും എന്റെ അഭ്യാസത്തിൽ മോശക്കാരനല്ല. അതുകൊണ്ടാണല്ലോ എന്റെ കന്നിയാത്രയിൽ ആവിബോട്ട് മുങ്ങിപ്പോവാതിരുന്നത്. ഇപ്പോഴും എനി ക്കതൊരു അത്ഭുതമാണ്. കണ്ണുകെട്ടിയ ഒരു ഡ്രൈവർ തല്ലിപ്പൊളി റോഡിലൂടെ വാനോടിക്കുന്നത് സങ്കൽപ്പിക്കുക. ഞാൻ ശരിക്ക് വിയർക്കു കയും വിറയ്ക്കുകയും ചെയ്തു. എപ്പോഴും വെള്ളത്തിൽ പൊങ്ങി നിൽക്കേണ്ട ബോട്ട് അടിയിൽ തട്ടി നിന്നുപോവുക, പിന്നീട് നീങ്ങാൻ വേണ്ടി അടിയിലെ മണ്ണ് മാന്തേണ്ടി വരിക – ഇതെല്ലാം ഓർക്കാൻ പറ്റാത്ത കാര്യങ്ങളാണ്. ഹൃദയത്തിന് അടിയേൽക്കുന്നതുപോലെയാണ്. ഒരിക്കലും അതു മറക്കാനാവില്ല. രാവും പകലും അതോർത്ത് തീ തിന്നും. വർഷങ്ങൾ കഴിഞ്ഞാലും ആ ഓർമയുടെ ഭീതിമായില്ല. പല പ്പോഴും ബോട്ട് ഇങ്ങനെ മുന്നോട്ടു തള്ളേണ്ടി വന്നിട്ടുണ്ട്.

ഇരുപത് നരഭോജികളെ പണിക്കു നിർത്തിയിരുന്നു. മിടുക്കന്മാർ –എനിക്കവരോട് നന്ദിയുണ്ട്. അവർ അന്യോന്യം തിന്നുന്നത് ഞാൻ കണ്ടിട്ടില്ല. ഹിപ്പൊപ്പൊട്ടാമസിന്റെ പഴകിയ ഇറച്ചി അവർ തിന്നിരുന്നു. കാടിന്റെ നിഗൂഢ ഗന്ധം അതെന്റെ മൂക്കിനുള്ളിലേക്കു കടത്തിവിട്ടു. ഫൂ! എനിക്കിതിപ്പോഴും മണക്കാം. ബോട്ടിൽ മാനേജരും ദണ്ഡധാരിക ളായ മൂന്നോ നാലോ വെള്ളക്കാരും ഉണ്ടായിരുന്നു. ചിലപ്പോൾ ഞങ്ങൾ തീരത്തിനടുത്തുള്ള ഒരു സ്റ്റേഷന്റെ അടുത്തെത്തും. മന്ത്രവാദം കൊണ്ട് ബന്ധികളാവയവരെപ്പോലെ തോന്നിക്കുന്ന വെളുത്ത മനുഷ്യൻ ആഹ്ലാ ദാരവങ്ങളോടെ സ്വാഗതമറിയിച്ച് ഇറങ്ങിവരും.

ഞങ്ങൾ വീണ്ടും നിശ്ശബ്ദതയിലേക്കു യാത്ര തുടർന്നു. ഇടതൂർന്നു വളരുന്ന ലക്ഷക്കണക്കിനു മഹാമരങ്ങൾ തല ഉയർത്തി നിൽക്കുന്നു. അവയുടെ കാൽക്കൽ കര നദിയെ ആശ്ലേഷിച്ചു. വലിയൊരു കെട്ടിട ത്തിന്റെ തറയിലൂടെ ചീവീട് നുഴയുന്നതുപോലെ ഞങ്ങളുടെ ബോട്ട് വളരെ പതുക്കെ മുന്നോട്ടുപോയി. നിങ്ങൾക്കതു വളരെ ചെറുതാ ണെന്നും എല്ലാം നഷ്ടപ്പെട്ടുവെന്നും തോന്നും. എങ്കിലും തീർത്തും നിരാ ശരായിരുന്നില്ല ഞങ്ങൾ. ചീവീട് ഇഴയുന്നതും അതിനു എന്തോ ചെയ്യാ നുള്ളതുകൊണ്ടാണല്ലോ. തങ്ങൾ എന്തിലേക്കാണ് ഇഴയുന്നത് എന്ന് തീർഥാടകർക്ക് നിശ്ചയമുണ്ടായിരുന്നോ എന്നെനിക്കറിയില്ല. എന്തോ കിട്ടുമെന്ന് തങ്ങൾ പ്രതീക്ഷിക്കുന്ന എവിടേക്കോ ആയിരിക്കാം അവർ ഇഴഞ്ഞത്! ഞാൻ പന്തയം വെക്കുന്നു. എന്നെ സംബന്ധിച്ചിടത്തോളം കുർട്സിലേക്കായിരുന്നു ബോട്ട് ഇഴഞ്ഞത്. കുർട്സിലേക്കു മാത്രം. ആവിക്കുഴൽ ചോർന്നപ്പോൾ ഞങ്ങളുടെ ഇഴച്ചിൽ വീണ്ടും പതുക്കെ യായി. വിസ്താരമേറിയ ജലപാത ഞങ്ങൾക്കു മുന്നിൽ തുറന്നും പിന്നിൽ അടഞ്ഞും കിടന്നു. ഞങ്ങൾ കടന്നു പോന്നതിനു ശേഷം കാടിറങ്ങി

വന്ന് മടങ്ങിവരാനുള്ള ഞങ്ങളുടെ വഴി അടച്ചതുപോലെ ഉണ്ടായിരുന്നു അത്.

തമസിന്റെ ഹൃദയത്തിലേക്കു ഞങ്ങൾ ആഴത്തിൽ ആഴത്തിൽ മുന്നേറി. അവിടെ വളരെ ശാന്തമായിരുന്നു. രാത്രിയിൽ ചിലപ്പോൾ ചെണ്ട യുടെ നാദം കേട്ടു. പ്രഭാതം പൊട്ടിവിടരുന്നതുവരെ ഞങ്ങളുടെ തലയ്ക്കുമീതെ ആ നാദം വട്ടം ചുറ്റിപ്പറന്നു. അതു യുദ്ധത്തിനുള്ള ആഹ്വാനമാണോ സമാധാനത്തിലേക്കുള്ള ക്ഷണമാണോ പ്രാർഥന യാണോ എന്നൊന്നും എനിക്കു മനസിലായില്ല.

തണുത്ത നിശ്ചലതയായാണ് പ്രഭാതങ്ങൾ ഇറങ്ങി വന്നത്. മരം മുറിപ്പുകാർ ഉറങ്ങി. അവരുടെ തീക്കുണ്ഡങ്ങൾ അമർന്നു കത്തി. ചരി ത്രാതീതമായ ഭൂമിയിൽ അലഞ്ഞു നടക്കുന്നവരായിരുന്നു ഞങ്ങൾ. ഏതോ അജ്ഞാതമായ ഗ്രഹത്തെപ്പോലെയായിരുന്നു അത്. ശപിക്ക പ്പെട്ട ദായാധനം അനന്തരമെടുക്കാൻ ആദ്യമെത്തിയ ആളുകളായി ഞങ്ങൾക്കു ഞങ്ങളെത്തന്നെ സങ്കൽപ്പിക്കാമായിരുന്നു. കടുത്ത അധ്വാ നവും കഠിനമായ വേദനയും കൂലി നൽകി കൈവശപ്പെടുത്താൻ വന്ന വർ. ഒരു വളവു തിരിയുമ്പോൾ പെട്ടെന്ന് ചുമരുകളും മേൽക്കൂരകളും കണ്ണിൽപ്പെടും. ചലനമറ്റ വലിയ ഇലക്കുമ്പാരത്തിനു താഴെ ശബ്ദങ്ങ ളുടെ പ്രളയം. കറുത്ത കരങ്ങളുടെ താഡനങ്ങൾ, കാലൊച്ചകൾ, ഇള കുന്ന ശരീരങ്ങൾ, ഉരുളുന്ന കണ്ണുകൾ.

ബോട്ട് സാവധാനം മുന്നോട്ടു നീങ്ങി. ചരിത്രാതീത മനുഷ്യർ ഞങ്ങളെ ശപിക്കുകയായിരുന്നു. അതോ അവർ ഞങ്ങളോട് പ്രാർഥി ക്കുകയാണോ ഞങ്ങളെ വരവേൽക്കുകയാണോ ചെയ്തിരുന്നത്? ആർക്കു പറയാനാവും? ഞങ്ങളുടെ ചുറ്റുപാടുകളിൽ നിന്ന് ഞങ്ങൾ അറുത്തുമാറ്റപ്പെട്ടിരുന്നു. ഞങ്ങൾക്കതിനെ മനസിലാക്കാനായില്ല. വിചി ത്രരൂപികളെപ്പോലെ ഞങ്ങൾ കടന്നുപോയി, പുറമേക്ക് അത്ഭുതം പ്രക ടിപ്പിച്ചും സ്വകാര്യമായി ഭയന്നും, ഭ്രാന്താലയത്തിലെ ആവേശത്തിനു മുന്നിലൂടെ നടക്കുന്ന ഭ്രാന്തില്ലാത്തവനെപ്പോലെ. ഒരടയാളവും അവ ശേഷിപ്പിക്കാതെ മറഞ്ഞുപോയ കാലത്തിന്റെ ആദ്യരാവുകളിലൂടെയാ യിരുന്നുവല്ലോ ഞങ്ങളുടെ യാത്ര. വളരെ ദൂരെ. അതിനാൽ ഞങ്ങൾക്ക് ഒന്നും ഓർക്കാനോ മനസിലാക്കാനോ സാധിച്ചില്ല.

ഭൂമി ഭൂമിയല്ലെന്നു തോന്നി. കീഴടക്കിയ രാക്ഷസന്റെ ചങ്ങലയിട്ട കാലുകളിലേക്കു നോക്കുന്നതുപോലെ അതിനെ നോക്കാൻ ഞങ്ങൾ ശീലിച്ചിരുന്നു. അഭൗമികമായ ഭൂമി. അതിലെ മനുഷ്യരോ? അവർ മൃഗ ങ്ങളായിരുന്നില്ല. അവർ മൃഗങ്ങളല്ലെന്ന ഈ സംശയമാണ് ഏറ്റവും ചീത്തയായ കാര്യം. പതുക്കെ അതുണ്ടാവും. അവർ ആർപ്പുവിളിക്കു കയും ചാടുകയും വട്ടം കറങ്ങുകയും ചെയ്യും. മുഖം അപ്രസന്നമാക്കും. അവരും നിങ്ങളെപ്പോലെ മനുഷ്യരാണെന്ന ചിന്തയാണ് നിങ്ങളെ ത്രസി പ്പിക്കുക-വന്യവും വികാരനിർഭരവുമായ ഈ കോലാഹലവുമായുള്ള നിങ്ങളുടെ വിദൂരമായ കുടുംബബന്ധത്തെക്കുറിച്ച ചിന്ത. ആ ശബ്ദ

ത്തിന്റെ ഭീകരമായ നിഷ്കപടതയുടെ നേര്‍ത്തൊരു ലാഞ്ഛന നിങ്ങ
ളിലും ഉണ്ടെന്നു നിങ്ങള്‍ സമ്മതിക്കും. അത്രത്തോളം നിങ്ങളും മനു
ഷ്യരാണെങ്കില്‍.

എന്തും ചെയ്യാന്‍ കരുത്തുള്ളതാണ് മനുഷ്യന്റെ മനസ്സ്. എല്ലാം
അതിലുണ്ട്. ഭൂതവും വര്‍ത്തമാനവും ഭാവിയും എല്ലാം. സന്തോഷം,
ഭീതി, ദുഃഖം, സമര്‍പ്പണം, ധീരത, ക്രോധം എന്നുവേണ്ട എല്ലാം അതി
ലുണ്ട്. സത്യം പോലും അതിനു പ്രാപ്യമാണ്. വിഡ്ഢി മാത്രമേ അതിനു
മുമ്പില്‍ പകച്ചു പോവുകയുള്ളൂ. സ്വന്തം കരുത്തു കൊണ്ടുവേണം
സത്യത്തെ നേരിടാന്‍. അതിന് ഈ തീരത്തുള്ള മനുഷ്യരെപ്പോലെയാ
വണം. ജന്മനായുള്ള സ്വന്തം ശക്തികൊണ്ട് സത്യത്തെ അഭിമുഖീകരി
ക്കുക. സിദ്ധാന്തങ്ങള്‍കൊണ്ടതു സാധിക്കുകയില്ല. സമ്പാദ്യംകൊണ്ടും
ആവില്ല. ആദ്യത്തെ പ്രഹരത്തില്‍ തന്നെ അവയെല്ലാം പാറിപ്പോകും.
ബോധപൂര്‍വമുള്ള വിശ്വാസം. അതാണാവശ്യം.

ആരാണു മുരളുന്നത്? ഒരിയിടാനും നൃത്തം ചെയ്യാനുമല്ലേ ഞാന്‍
തീരത്തണഞ്ഞതെന്നു നിങ്ങള്‍ അതിശയിക്കുന്നുണ്ടാവും. അല്ല, അതി
നല്ല ഞാന്‍ പോയത്. ശരി, എനിക്കതിന് സമയമുണ്ടായിരുന്നില്ല. ഞാന്‍
പറഞ്ഞില്ലേ, എനിക്കേറെ പണിയുണ്ടായിരുന്നു. വെളുത്തീയവും കമ്പി
ളിപ്പുതപ്പിന്റെ കഷണങ്ങളുംകൊണ്ട് ആവിക്കുഴലിന്റെ ചോര്‍ച്ച അട
യ്ക്കണം. എന്തു ചെയ്തിട്ടായാലും ആ യാനപാത്രത്തെ മുന്നോട്ടു
കൊണ്ടുപോവേണ്ടതുണ്ടായിരുന്നു. ബുദ്ധിയുള്ള ഒരു മനുഷ്യനെ രക്ഷി
ക്കാനാവശ്യമായ ഉപരിതല സത്യം വേണ്ടത്ര ഈ കാര്യങ്ങളില്‍ തന്നെ
യുണ്ട്. ഇതിനിടയ്ക്ക് എനിക്കു കാട്ടുജാതിക്കാരനായ ഫയര്‍മാനെ ശ്രദ്ധി
ക്കണം. താരതമ്യേന മെച്ചപ്പെട്ട ജനുസായിരുന്നു അവന്‍. കുത്തനെ
യുള്ള ബോയ്‌ലര്‍ തിളപ്പിക്കാന്‍ അവനു സാധിക്കുമായിരുന്നു. കാലു
റയും തുവല്‍ത്തൊപ്പിയും ധരിച്ച് പിന്‍കാലില്‍ നടക്കുന്ന നായയെപ്പോലെ
അവന്‍ എന്റെ നേരെ താഴെ നിന്നു പണിയെടുത്തു. മനസിന് ഉല്‍ക്കര്‍ഷ
മുണ്ടാക്കുന്നതാണ് ആ കാഴ്ച. ഏതാനും മാസത്തെ പരിശീലനം
അവനെ നല്ല പണിക്കാരനാക്കി. വെള്ളത്തിന്റെ അളവിലേക്കും ബോയ്‌ല
രിലേക്കും ഇടം കണ്ണിട്ടു നോക്കി അവന്‍ കാര്യമായി കണക്കു കൂട്ടി
ജോലിചെയ്തുകൊണ്ടിരുന്നു. ദേഷ്യപ്പെടുകയും പ്രതികാരം ചെയ്യുകയും
ചെയ്യുന്ന പിശാചായി അവന്‍ ബോയ്‌ലറിനെ കണ്ടിരിക്കണം. ബോയ്‌ല
രിലെ ഗ്ലാസിനുള്ളിലൂടെ നോക്കുമ്പോള്‍ വെള്ളമില്ലെങ്കില്‍ പിശാച്
കോപിക്കും എന്ന് അവന്‍ മനസിലാക്കി. അതിനാല്‍ അവര്‍ വിയര്‍ത്തൊ
ലിച്ച് വെള്ളം നിറയ്ക്കുകയും തീ കത്തിക്കുകയും ചെയ്തു. ഭയത്തോടെ
അവന്‍ ഗ്ലാസ് നിരീക്ഷിച്ചു. അവന്‍ വിറകു കത്തിക്കുന്നതിനിടെ ഞങ്ങള്‍
പതുക്കെ തീരം കടന്നുപോയി. മഹാമൗനങ്ങളെ പിന്നിലാക്കി ഞങ്ങള്‍
കുര്‍ട്‌സിന്റെ അടുത്തേക്കു നീങ്ങിക്കൊണ്ടിരുന്നു. ആവിബോട്ട് നോക്കി
നടത്താനുള്ളതിനാല്‍ എനിക്കോ ഫയര്‍മാനോ ചിന്തകളില്‍ മുഴുകാന്‍
സമയമുണ്ടായിരുന്നില്ല.

ഇന്നർസ്റ്റേഷന്റെ അമ്പതുമൈൽ താഴെ ഉപേക്ഷിക്കപ്പെട്ട ഒരു മുള കുടിൽ ഞങ്ങൾ കണ്ടു. അനാഥമായ ഒരു കൊടിക്കാലും വിറകുകുമ്പാരവും അവിടെ ഉണ്ടായിരുന്നു. അപ്രതീക്ഷിതമായ കാഴ്ച. ഞങ്ങൾ തീര ത്തോടടുപ്പിച്ചു. വിറകുകുമ്പാരത്തിൽ ഒരു ബോർഡിൽ ഇങ്ങനെ എഴു തിവച്ചിട്ടുണ്ട്. 'ഈ വിറക് നിങ്ങൾക്കുള്ളതാണ്. വേഗമാകട്ടെ. ശ്രദ്ധിച്ച് അടുത്തു വരിക.' എഴുത്തിനു താഴെ അവ്യക്തമായ ഒരൊപ്പ്. കുർട്സ് എന്നല്ല, നീണ്ട പേരാണ്.

വേഗമാകട്ടെ. എവിടേക്ക്? പുഴയുടെ മുകളിലേക്കോ? "ശ്രദ്ധിച്ച് അടുത്തു വരിക." ഞങ്ങളതു ചെയ്തില്ല. ഈ സ്ഥലത്തിനു മാത്രം ബാധ കമായ മുന്നറിയിപ്പാവണം അതെന്നില്ല. മീതെ എന്തോ കുഴപ്പമുണ്ട്. എത്രത്തോളം? അതായിരുന്നു ചോദ്യം.

ചുറ്റുപാടുമുള്ള കുറ്റിക്കാടുകൾ ഒന്നും പറഞ്ഞില്ല. വളരെ ദൂര ത്തേക്കു നോക്കാൻ അവ ഞങ്ങളെ അനുവദിച്ചതുമില്ല. കുടിലിന്റെ വാതിൽക്കൽ കീറിയ ഒരു ചുവന്ന കർട്ടൺ തൂക്കിയിട്ടുണ്ട്. സങ്കട ത്തോടെ അതു ഞങ്ങളുടെ നേരെ വീശിക്കൊണ്ടിരുന്നു. കുടിൽ ആകെ അലങ്കോലമായിട്ടുണ്ട്. പക്ഷേ, വളരെ മുമ്പ് അവിടെ ഒരു വെള്ളക്കാ രൻ ജീവിച്ചതിന്റെ ലക്ഷണങ്ങൾ കാണാം. രണ്ടു കാലിൽ നാട്ടിയ ഒരു പരുക്കൻ മേശയുണ്ട്. ഇരുണ്ട മൂലയിൽ ചവറുകളുടെ കുമ്പാരം. വാതി ലിനടുത്തു നിന്ന് എനിക്കൊരു പുസ്തകം കിട്ടി. അതിന് ചട്ടയുണ്ടായി രുന്നില്ല. താളുകൾ പഴകിപ്പിഞ്ഞിയിട്ടുണ്ട്. പക്ഷേ, വൃത്തിയുള്ള ബൈൻഡിങ്. *കടൽയാത്രയെ സംബന്ധിച്ച ചില കാര്യങ്ങളെക്കുറിച്ച അന്വേഷണം.* എന്നാണ് പുസ്തകത്തിന്റെ ശീർഷകം. 'ടോവർ' എന്നോ 'ടോവ്സൻ' എന്നോ ആണ് ഗ്രന്ഥകാരന്റെ നാമം. പട്ടികകളും അക്ക ങ്ങളും രേഖാചിത്രങ്ങളും നിറഞ്ഞ്, വായിക്കാൻ സുഖമില്ലാത്ത പുസ്ത കമാണതെന്നു ഞാൻ കണ്ടു. എങ്കിലും അത്ഭുതകരമായ ഈ പുരാവ സ്തുവിനെ ഞാൻ സ്നേഹത്തോടെ പരിചരിച്ചു. കപ്പലുകളുടെ ചങ്ങല കളെയും മറ്റും സംബന്ധിക്കുന്ന വിവരങ്ങളാണ് അതിലുള്ളതെന്ന് എനിക്കു തോന്നി. വളരെ ആത്മാർഥതയോടെ തയാറാക്കിയതാണെന്ന് ഒറ്റനോട്ടത്തിൽ തന്നെ ആർക്കും മനസിലാകും. ശരിയായ വിധത്തിൽ ജോലി ചെയ്യുന്നതിനുള്ള സത്യസന്ധമായ ഒരുക്കം അതിലുണ്ട്.

കടൽയാത്രക്കാരന്റെ ഈ കുറിപ്പുകൾ കാടിനെക്കുറിച്ച ചിന്തയിൽ നിന്ന് എന്നെ അകറ്റി. ഇവിടെ ഇങ്ങനെയൊരു പുസ്തകം വിസ്മയം തന്നെ. പുസ്തകത്തിന്റെ മാർജിനിൽ പെൻസിൽകൊണ്ട് ചില കാര്യ ങ്ങൾ കുറിച്ചിരിക്കുന്നു. എനിക്കെന്റെ കണ്ണുകളെ വിശ്വസിക്കാനായില്ല. കോഡ് ഭാഷയിലാണ് എല്ലാം എഴുതിയിരിക്കുന്നത്. ഒരാൾ ഒരു പുസ്ത കവുമായി ഇവിടെ വന്നുപെടുക. എന്നിട്ടത് ശ്രദ്ധാപൂർവം പഠിച്ച് മാർജി നിൽ കോഡ് ഭാഷയിൽ കുറിപ്പുകൾ എഴുതുക. ഇതൊന്ന് ആലോചിച്ചു നോക്കൂ! ധാരാളിത്തം നിറഞ്ഞ നിഗൂഢതയാകുന്നു ഇത്.

ഉൾക്കൺം നിറഞ്ഞ ശബ്ദത്തെക്കുറിച്ചു ഞാൻ പതുക്കെ ബോധ വാനായി. കണ്ണുയർത്തി നോക്കിയപ്പോൾ വിറകുകുന അപ്രത്യക്ഷമാ

യിരിക്കുന്നു. മാനേജരും തീർഥാടകരുംകൂടി എന്നെ ഒച്ചയിട്ടു വിളിക്കു
കയാണ്. പുസ്തകം, പിന്നീട് വായിക്കുന്നതിനുവേണ്ടി, ഞാൻ പോക്ക
റ്റിൽ തിരുകി. ഗാഢവും പുരാതനവുമായ സൗഹൃദത്തോട് വിടപറയു
ന്നതുപോലെയാണ് ആ കുടിലിൽ നിന്ന് പടിയിറങ്ങുമ്പോൾ എനിക്കു
തോന്നിയത്.

എന്റെ മുടന്തൻ ആവിയെഞ്ചിൻ ഞാൻ വീണ്ടും ചലിപ്പിച്ചു. "ഇവിടെ
കുടികെട്ടിപ്പാർത്തവൻ ദുരന്തം പിടികൂടിയ വ്യാപാരിയായിരിക്കും." മാനേ
ജർ പറഞ്ഞു.

"ഇംഗ്ലീഷുകാരനായിരുന്നിരിക്കണം." ഞാൻ പറഞ്ഞു.

"ശ്രദ്ധയില്ലാതിരുന്നാൽ ആരും അപകടത്തിൽപ്പെടും." മാനേജർ
കടുത്ത സ്വരത്തിൽ മുരണ്ടു.

ഈ ലോകത്ത് അപകടത്തിൽനിന്ന് ആരും സുരക്ഷിതനല്ലെന്ന്
ഞാൻ നിഷ്കളങ്കമായി ഓർത്തു.

ഒഴുക്കിനിപ്പോൾ ശക്തി കൂടുതലാണ്. ബോട്ട് അതിന്റെ അവസാ
നത്തെ കിതപ്പിലാണെന്ന് തോന്നി. അമരചക്രം തകർന്ന് തുന്നം പാടി.
ബോട്ടിന്റെ അടുത്ത തകർച്ചയ്ക്കുവേണ്ടി, പെരുവിരലിൽ ഊന്നി നിന്ന്
ഞാൻ കാതോർത്തു. ഏതു നിമിഷവും ഈ നികൃഷ്ട വസ്തു ഉപേ
ക്ഷിക്കുന്നത് ഞാൻ പ്രതീക്ഷിച്ചിരുന്നു. ജീവിതത്തിന്റെ അവസാന നാളു
കൾ നോക്കി നിൽക്കുന്നതുപോലെയായിരുന്നു ഞാൻ. എന്നിട്ടും ഞങ്ങൾ
മുന്നോട്ട് തുഴഞ്ഞു. ചിലപ്പോൾ, കുർട്സിനടുത്തേക്കുള്ള യാത്രയുടെ
പുരോഗതി കണക്കാക്കുന്നതിനായി ഞാൻ അകലെയുള്ള മരത്തെ അട
യാളമായി കണക്കാക്കും. എന്റെ ശ്രമം പരാജയപ്പെട്ടതേയുള്ളൂ. അക
ലെയുള്ള മരത്തിൽ കണ്ണുനട്ടിരിക്കുക മനുഷ്യന്റെ ക്ഷമയ്ക്കപ്പുറമാണ്.
മാനേജർ നിലവിലുള്ള സ്ഥിതിയുമായി മനോഹരമായി പൊരുത്തപ്പെ
ട്ടിരിക്കുന്നു. എന്റെ മനസ്സ് ക്ഷോഭാകുലമായിരുന്നു. കുർട്സിനോട്
തുറന്നു സംസാരിക്കണമോ വേണ്ടയോ എന്ന് ഞാൻ എന്നോടുതന്നെ
തർക്കിച്ചുകൊണ്ടിരുന്നു. തർക്കത്തിൽ ഒരു തീരുമാനമെടുക്കുന്നതിനു
മുമ്പുതന്നെ എന്റെ സംശയവും നിശ്ശബ്ദതയും നിരർഥമാകുവാൻ
പോവുകയാണെന്നു ഞാൻ തിരിച്ചറിഞ്ഞു.

അറിയുന്നതിലും അവഗണിക്കപ്പെടുന്നതിലും എന്തുകാര്യം? ആര്
മാനേജറായാലെന്താണ്? ചിലപ്പോൾ ഇത്തരം ഉൾക്കാഴ്ചയുള്ള ആലോ
ചനകൾ മിന്നിമറയും. അപ്രാപ്യമായ ആഴങ്ങളിലെവിടെയോ ആണ്
വസ്തുതകളുടെ യാഥാർഥ്യം സ്ഥിതി ചെയ്യുന്നത്.

രണ്ടാംനാൾ സായാഹ്നത്തിനു മുമ്പ് ഞങ്ങൾ കുർട്സിന്റെ സ്റ്റേഷൻ
എട്ടുമൈൽ ഇപ്പുറമുള്ളതെന്നു ഞങ്ങൾ കണക്കാക്കിയ ഒരിടത്തെത്തി.
മുന്നോട്ട് യാത്ര തുടരാനായിരുന്നു എന്റെ ആഗ്രഹം. പക്ഷേ, രാത്രി
അവിടെ തങ്ങുന്നതാവും നല്ലതെന്ന് മാനേജർ നിർദേശിച്ചു. രാത്രി
മുന്നോട്ടു പോവുന്നത് അപകടം വരുത്തുമെന്ന് അദ്ദേഹം പറഞ്ഞു. മാത്ര
മല്ല, പകൽ അവിടെ എത്തിയെങ്കിലേ അറിയിപ്പു കൊടുത്തശേഷം

സ്റ്റേഷനിലേക്കു പ്രവേശിക്കാനും സാധിക്കുകയുള്ളൂ എന്നും മാനേജർ ചൂണ്ടിക്കാണിച്ചു. അതു ന്യായമാണെന്ന് എനിക്കും ബോധ്യമായി. എട്ടു മൈൽ പിന്നിടാൻ മൂന്നു മണിക്കൂർ മതി. ഇപ്പോൾ യാത്ര തുടർന്നാൽ രാത്രിയാവും അവിടെ എത്തുക. എങ്കിലും വെറുതെ കാത്തിരിക്കുന്ന തിൽ എനിക്ക് വലിയ വിഷമമുണ്ടായിരുന്നു. പല മാസങ്ങൾക്കുശേഷം ഒരു രാത്രികൂടി കാത്തിരിക്കുന്നതിൽ സങ്കടപ്പെടാനൊന്നുമില്ലെങ്കിലും.

സൂര്യനസ്തമിക്കുന്നതിനു മുമ്പുതന്നെ ഇരുട്ട് പരന്നു. നദി ശാന്ത മായി. എന്നാൽ അത് അതിശീഘ്രം ഒഴുകിക്കൊണ്ടിരുന്നു. കര നിശ്ശ ബ്ദവും നിശ്ചലവും. മരങ്ങളും ലതകളും ജീവികളും ശിലയായി രൂപാ ന്തരപ്പെട്ടതുപോലെ. നേർത്ത ഒരനക്കംപോലും കേൾക്കാനുണ്ടായിരു ന്നില്ല. നിദ്രയല്ല. അസ്വാഭാവികമായ ഒരവസ്ഥ. എനിക്കു ചെവികേൾക്കാ തായതാണോ എന്നു ഞാൻ സംശയിച്ചു. നിങ്ങളും അങ്ങനെയല്ലേ സംശ യിക്കൂ. രാത്രി പൊടുന്നനെ വന്നപ്പോൾ പെട്ടെന്ന് അന്ധനായതുപോ ലെയും തോന്നി.

പുലർച്ചെ മൂന്നു മണിക്ക് മൂന്ന് വലിയ മത്സ്യങ്ങൾ ചാടുന്ന ശബ്ദം കേട്ടു. വെടിയൊച്ചപോലെയാണ് എനിക്കു തോന്നിയത്. സൂര്യനുദിച്ച പ്പോൾ വെളുത്ത മൂടൽ മഞ്ഞുണ്ടായിരുന്നു. ചൂടുള്ളതും കട്ടികൂടിയതു മായ മൂടൽ മഞ്ഞ്. ഒന്നും കാണാൻ വയ്യ. കോട നീങ്ങിപ്പോവാതെ അത വിടെത്തന്നെ നിൽപ്പാണ്. എട്ടൊമ്പത് മണിയായപ്പോൾ ഷട്ടർ ഉയരുന്ന തുപോലെ അതു മേൽപ്പോട്ട് നീങ്ങാൻ തുടങ്ങി. നിബിഡമായ വനം ഞങ്ങൾക്ക് ദൃശ്യമായി. സൂര്യബിംബം അതിനുമേൽ പ്രകാശിച്ചു നിൽക്കുന്നു. വെളുത്ത തിരശ്ശീല വീണ്ടും താഴുന്നു. ചങ്ങല ബന്ധിക്കു ന്നതിനിടെ ഒരു നിലവിളി ഉയർന്നു. പിന്നീടത് നിലച്ചു. വനരോദനം പോലെ വീണ്ടും അത് വന്ന് ഞങ്ങളുടെ ചെവികളിൽ നിറഞ്ഞു. അപ്ര തീക്ഷിതമായ ആ നിലവിളി എന്റെ തൊപ്പിക്കു കീഴിലെ മുടികളെ കുത്തനെ നിർത്തി. മറ്റുള്ളവർക്ക് എന്താണു തോന്നിയതെന്നു എനിക്ക റിയില്ല. മൂടൽമഞ്ഞ് നിലവിളിക്കുന്നതായാണ് എനിക്കു തോന്നിയത്. എല്ലാ ഭാഗത്തുനിന്നും ഒരുമിച്ചുള്ള ആക്രന്ദനം. അസഹനീയമാം വിധം തുളച്ചു കയറുന്ന ശബ്ദമായിരുന്നു അത്. ഞങ്ങൾ നിശ്ചലരും നിശ്ശ ബ്ദരുമായി.

"എന്താ, എന്താ, എന്താണിതിന്റെ അർഥം?"

ഞങ്ങളുടെ തീർഥാടകസംഘത്തിലെ തടിച്ചുകുറിയ ഒരുത്തൻ എന്റെ കൈമുട്ടിനു തട്ടി ചോദിച്ചു.

വേറെ രണ്ടുപേർ വാ പൊളിച്ച് ഒരു നിമിഷം തരിച്ചുനിന്നു. എന്നിട്ട് കാബിനിലേക്കു മറഞ്ഞു. ഭയചകിതമായ നോട്ടത്തോടെ എന്തും നേരി ടാൻ തയാറായി അവൻ പുറത്തുവന്നു. ഞങ്ങളുടെ ബോട്ട് മുങ്ങിപ്പോ വുകയാണെന്നും ബാക്കിയുള്ള ലോകം മുഴുവൻ ശൂന്യമാണെന്നും ഞങ്ങൾക്കു തോന്നി.

പെട്ടെന്ന് യാത്രയ്ക്കു തയാറാവാൻ ഞാനാവശ്യപ്പെട്ടു. "അവർ നമ്മെ ആക്രമിക്കുമോ?" ആരോ ഭയത്തോടെ മന്ത്രിക്കുന്നു.

"ഈ മൂടൽമഞ്ഞിൽ അവർ നമ്മെ മുഴുവൻ കഴുത്തറക്കും." ആരോ മറുപടി പറഞ്ഞു.

എല്ലാവരുടെയും മുഖം ഭയംകൊണ്ട് വിളറി.

കൈകൾ വിറച്ചു.

കണ്ണുകൾ ഇമവെട്ടാൻ മറന്നു.

കറുത്തവരുടെയും വെള്ളക്കാരുടെയും മുഖഭാവത്തിലെ വ്യത്യാസം വിചിത്രമായിരുന്നു. നദിയുടെ ഈ ഭാഗം ഞങ്ങളെപ്പോലെ തന്നെ കറുത്തവർക്കും അപരിചിതമായിരുന്നു, വെറും എണ്ണൂറു മൈൽ അകലെയാണ് അവരുടെ പാർപ്പിടങ്ങൾ എങ്കിലും.

വളരെയേറെ അസ്വസ്ഥരായിരുന്നു വെള്ളക്കാർ, പെട്ടെന്നുണ്ടായ കലഹം അവരെ ഞെട്ടിച്ചിരുന്നു. മറ്റുള്ളവരുടെ മുഖത്ത് ജാഗ്രതയുടെ ഭാവങ്ങൾ തെളിഞ്ഞു. പക്ഷേ, ശാന്തരായിരുന്നു അവർ. കാര്യങ്ങൾ തങ്ങൾക്കു വഴങ്ങുന്നതാണെന്ന സംതൃപ്തി സ്ഫുരിക്കുന്ന ഏതാനും വാക്കുകൾ മാത്രം അവർ കൈമാറി. ഇളിച്ചുകാട്ടിക്കൊണ്ട് ചങ്ങല വലിക്കുന്നവർപോലും ശാന്തരായാണ് കാണപ്പെട്ടത്. ഇരുണ്ട നീലക്കരയുള്ള വസ്ത്രംകൊണ്ട് ദേഹമാസകലം പുതച്ച, എണ്ണമയമുള്ള മുടി ചുരുളു കളായി കെട്ടിവെച്ച, മൂക്കിനു വിസ്താരമേറിയ തുളകളുള്ള ഒരു മനു ഷ്യൻ എന്റെ അരികെ നിന്നു. "ആഹാ!" സൗഹൃദത്തിനു വേണ്ടി ഞാന വനെ അഭിവാദ്യം ചെയ്തു.

"അവനെ പിടി." കൂർമ്പല്ലുകൾ പുറത്തു കാണിച്ച് വന്യമായ ആഹ്ലാ ദത്തോടെ അവൻ പറഞ്ഞു, "അവനെ പിടിച്ചു ഞങ്ങൾക്കു താ."

"നിങ്ങൾക്കോ. എന്തിന്? നിങ്ങളെന്താണ് അവരെ ചെയ്യാൻ പോവു ന്നത്?" ഞാൻ ചോദിച്ചു.

"തിന്നും" അവൻ തിടുക്കത്തിൽ പറഞ്ഞു. കൈമുട്ട് വേലിയിൽ ചാരി അന്തസായി അവൻ പുറത്തെ മൂടൽമഞ്ഞിലേക്ക് നോക്കിക്കൊ ണ്ടിരുന്നു. അഗാധമായി എന്തോ ചിന്തിക്കുന്ന ഭാവമായിരുന്നു മുഖത്ത്.

അവനും അവന്റെ ചങ്ങാതിമാർക്കും നല്ല വിശപ്പുണ്ടായിരുന്നു. ഒരു മാസത്തെയെങ്കിലും വിശപ്പ്. ഇതറിയുമായിരുന്നില്ലെങ്കിൽ ഞാൻ ശരിക്കും ഇത്രയും പേടിക്കുമായിരുന്നില്ല! ആറുമാസമായി അവർ ജോലി യിലാണ്. അവരിലാർക്കും സമയത്തെക്കുറിച്ച് എന്തെങ്കിലും ബോധമു ണ്ടായിരുന്നുവെന്ന് ഞാൻ വിചാരിക്കുന്നില്ല. കാലത്തിന്റെ ആരംഭത്തിൽ തന്നെയാണ് അവരിപ്പോഴും. ഈ പുഴത്തീരത്ത് വസിക്കുന്നവർക്ക് ബാധ കമാകാവുന്ന എന്തെങ്കിലും ലിഖിത നിയമങ്ങൾ ഉണ്ടെങ്കിൽ തന്നെ ഇക്കൂട്ടത്തിൽ ആരുടെയും തലയ്ക്കകത്ത് തങ്ങൾ എങ്ങനെ ജീവിക്ക ണമെന്നതിനെ സംബന്ധിച്ച ഒരു നിയമവും കടന്നു ചെന്നിട്ടില്ല.

ഹിപ്പൊപ്പൊട്ടാമസിന്റെ പഴകിയ കുറച്ച് ഇറച്ചി ഞങ്ങളുടെ കൂടെ യുള്ളവർ കൊണ്ടുവന്നിരുന്നു. അധികനേരത്തേക്ക് അത് ഉണ്ടായിരു

ന്നില്ല. പേടിപ്പെടുത്തുന്ന ബഹളത്തിനിടയ്ക്ക് അതിന്റെ ഗണ്യമായ ഭാഗം 'തീർത്ഥാടകർ' അവർക്ക് എറിഞ്ഞു കൊടുത്തു. ഇതൊരു അതിരു കടന്ന നടപടിയാണെന്നു തോന്നാം. പക്ഷേ, സ്വയം പ്രതിരോധത്തിനുള്ള ശരി യായ ചെയ്തിയായിരുന്നു അത്.

ചത്ത ഹിപ്പോയെ ജീവൻ വെപ്പിക്കാനും ഉറക്കാനും തീറ്റാനും അതേസമയം അസ്തിത്വത്തിന്മേലുള്ള ആപൽക്കരമായ പിടി നില നിർത്താനും നിങ്ങൾക്കാവില്ല. എല്ലാ ആഴ്ചയും അവർ അവർക്ക് ഒമ്പ തിഞ്ച് വീതം നീളമുള്ള മൂന്നു കഷണം പിച്ചളക്കമ്പി ചെലവാക്കിയി രുന്നു. നദിക്കടുത്ത ഗ്രാമത്തിലെ ഈ കറൻസി കൊടുത്താണ് അവർ അവയെ പോറ്റാനുള്ള സാധനങ്ങൾ വാങ്ങിയിരുന്നത്. സ്ഥിതിഗതികൾ നിങ്ങൾക്കുഹിക്കാവുന്നതേയുള്ളൂ. ഗ്രാമങ്ങൾ അപൂർവം. ആളുകൾ ശത്രുത പുലർത്തുന്നവരും കാട്ടാടോ മറ്റോ വന്നുപെട്ടാൽ തന്നെ ബോട്ട് നിർത്തി വേട്ടയ്ക്കുപോവാൻ പറ്റാത്ത അവസ്ഥ. കമ്പി തന്നെ തിന്നു കയോ കമ്പിയിന്മേൽ കുടുക്കുണ്ടാക്കി മീൻ പിടിക്കുകയോ വേണം. ഭാരിച്ച ശമ്പളം കൊണ്ട് ഈ വെള്ളക്കാർക്ക് എന്തു പ്രയോജനമാണു ള്ളതെന്ന് എനിക്ക് മനസിലാക്കാനായില്ല. ഒരു വലിയ വ്യാപാരക്കമ്പ നിക്ക് ചേർന്ന വിധമുള്ള വൻതുകയായിരുന്നു ശമ്പളം. നാട്ടുകാരായ പണിക്കാർക്ക് കൂലിയായി തിന്നാൻ മാത്രം വല്ലതുംകൊടുക്കും. അതു തന്നെ വായിൽ വെക്കാൻ കൊള്ളാത്തത്.

വൃത്തികെട്ട നിറത്തിലുള്ള പാതിവെന്ത ധാന്യപ്പുട്ട് പോലുള്ള ഒരു സാധനം അവരുടെ പക്കൽ ഞാൻ കണ്ടു. അവ അവർ ഇലയിൽ പൊതി ഞ്ഞാണ് പിടിച്ചിരുന്നത്. എന്നിട്ട് ഇടയ്ക്കിടയ്ക്ക് അവയിൽ നിന്ന് ഓരോ കഷണം അടർത്തിവിഴുങ്ങും.

അവൻ എന്തുകൊണ്ട് ഞങ്ങൾ വെള്ളക്കാർക്കെതിരെ തിരിഞ്ഞില്ല എന്നത് ഇന്നും എന്നെ അത്ഭുതപ്പെടുത്തുന്ന സംഗതിയാണ്. നല്ല തണ്ടും തടിയും ശക്തിയുമുള്ള മനുഷ്യരായിരുന്നു അവർ. എന്നാൽ അവരുടെ തൊലി മിനുസമുള്ളതോ പേശികൾ ദൃഢമോ ആയിരുന്നില്ല. എന്തോ ഒന്ന് അവരെ അടക്കി നിർത്തുന്നുണ്ടായിരുന്നു. വർധിതമായ താൽപ്പര്യ ത്തോടെ ഞാനവരെ നിരീക്ഷിച്ചു. അധികം താമസിയാതെ എന്നെ തിന്നാൻ പോവുന്നവർ എന്ന നിലയ്ക്കായിരുന്നില്ല അത്. 'തീർത്ഥാടകർ' അവരെ കണ്ടിരുന്നത് അങ്ങനെയാണ്. പക്ഷേ, ഞാൻ വിശ്വസിക്കുന്നത് ഞാൻ ആ നിമിഷം അങ്ങനെ ചിന്തിച്ചിരുന്നില്ല എന്നാണ്. ഒരു പുതിയ വെളിച്ചത്തിൽ അവരെ കാണാനാണ് ഞാൻ ശ്രമിച്ചത്. അഥവാ അങ്ങനെ ഞാൻ പ്രതീക്ഷിക്കുന്നു.

ഒരു സ്വപ്നത്തിൽ അകപ്പെട്ടതുപോലെയായിരുന്നു അന്നു മുഴു വൻ ഞാൻ. ഒരുപക്ഷേ, എനിക്ക് നേരിയ പനിയും ഉണ്ടായിരുന്നിരിക്കണം. എപ്പോഴും മിടിപ്പ് പരിശോധിച്ചുകൊണ്ട് ആർക്കും നിൽക്കാനാവില്ലല്ലോ. നേരിയ പനി അല്ലെങ്കിൽ മറ്റെന്തെങ്കിലും ഒന്ന് എനിക്കെപ്പോഴും ഉണ്ടാ യിരുന്നു. യഥാകാലം വന്നെത്താനുള്ള ഗുരുതരമായ എന്തിന്റെയോ

മുന്നോടിയായ ലഘുവായ കളികൾ. അതെ, ഏതൊരു മനുഷ്യനെയും നോക്കുന്നതുപോലെയാണ് ഞാനവരെ നോക്കിയത്. അവരുടെ വികാര വിചാരങ്ങളെയും ശക്തി ദൗർബല്യങ്ങളെയും കുറിച്ച് ഉൽക്കണ്ഠയോടെ.

ആത്മസംയമനം പാലിക്കുകയാണവർ! എന്തൊരു സ്വയം നിയ ന്ത്രണം? അന്ധവിശ്വാസമാണോ വെറുപ്പാണോ ഭയമാണോ ക്ഷമ യാണോ അതിനവരെ പ്രേരിപ്പിക്കുന്നത്? അതോ പ്രാചീനമായ കുലീ നതയോ? ഭയത്തിന് വിശപ്പിനെ ഇല്ലാതാക്കാനാവില്ല. ക്ഷമയും അതി ല്ലാതാക്കില്ല. അതേപോലെ അന്ധവിശ്വാസവും വിശ്വാസങ്ങളും തത്വ ങ്ങളുമൊന്നും വിശപ്പിന്റെ മുമ്പിൽ നിലനിൽക്കുകയയില്ല. കാറ്റത്ത് തവി ടുപോലെ അവ പാറിപ്പോകും. പട്ടിണിയുടെ രൂക്ഷത, അതു ജനിപ്പി ക്കുന്ന വന്യമായ ചിന്തകൾ നിങ്ങൾക്കറിയുമോ? എനിക്കറിയാം. വിശ പ്പിനെതിരെ പൊരുതാനുള്ള ഒരു മനുഷ്യന്റെ ജന്മസിദ്ധമായ കഴിവുക ളെയെല്ലാം അതു ചോർത്തിക്കളയും. നീണ്ട പട്ടിണി സഹിക്കുന്നതിനേ ക്കാൾ എളുപ്പമാണ് ആത്മനാശത്തെയും മാനഹാനിയെയും മരണദുഃഖ ത്തെയും സഹിക്കൽ.

ദുഃഖമുളവാക്കുന്നതെങ്കിലും അതു സത്യമാണ്. ഈ ആളുകൾക്ക് ഭൂമിയിൽ ഏതെങ്കിലും തത്വം പിന്തുടരാൻ യാതൊരു കാരണവുമില്ല. സംയമനം! യുദ്ധക്കളത്തിലെ മൃതദേഹങ്ങൾക്കിടയിൽ ചുറ്റി നടക്കുന്ന ചെമ്പുലിയിൽ നിന്നും, ഇതുപോലെയെങ്കിൽ, എനിക്കു സംയമനം പ്രതീ ക്ഷിക്കാം. ദുരൂഹമായ സമസ്യയായി, ഉത്തരം കിട്ടാത്ത ചോദ്യമായി, നദിക്കരയെ മറയ്ക്കുന്ന വെളുത്ത മൂടൽമഞ്ഞിനപ്പുറം നിരാശരും ദുഃഖി തരുമായ കാട്ടുമനുഷ്യർ എനിക്കനുഭവപ്പെട്ടു.

ഏതു തീരത്തേക്കാണ് പോവേണ്ടത് എന്നതിനെ ചൊല്ലി രണ്ടു തീർഥാടകർ ഒച്ച താഴ്ത്തി വഴക്കു കൂടുകയായിരുന്നു.

"ഇടത്തോട്ട്." ഒരാൾ പറഞ്ഞു.

"അല്ല. അല്ല. എങ്ങനെയാണ് അങ്ങോട്ടു പോവുക? വലത്തോട്ട്, വലത്തോട്ട് തന്നെ." എന്റെ പിന്നിൽ നിന്ന് മാനേജരുടെ ശബ്ദം, "നാം ചെല്ലുന്നതിനു മുമ്പ് മിസ്റ്റർ കുർട്സിന് എന്തെങ്കിലും സംഭവിച്ചാൽ ഞാൻ ഏകനായിപ്പോവും."

ഞാൻ മാനേജരെ നോക്കി. അയാൾ പറഞ്ഞതിന്റെ ആത്മാർഥ തയെ സംശയിക്കാവുന്ന ഒന്നും ഞാൻ കണ്ടില്ല. ഉചിതമായ ഭാവങ്ങൾ നിലനിർത്താൻ ആഗ്രഹിക്കുന്ന ആളാണദ്ദേഹം. അതായിരുന്നു അദ്ദേ ഹത്തിന്റെ സംയമനം. പക്ഷേ, ഉടനെ പോവണമെന്ന് അദ്ദേഹം പറ ഞ്ഞപ്പോൾ മറുപടി പറയാൻ പോലും ഞാൻ മെനക്കെട്ടില്ല. ഉടനെ പുറ പ്പെടുക അസാധ്യമാണെന്ന് അദ്ദേഹത്തിനും എനിക്കും അറിയാമായി രുന്നു. താഴെയുള്ള പിടി വിട്ടാൽ ഞങ്ങൾ അന്തരീക്ഷത്തിലായിരിക്കും. താഴേക്കോ മുകളിലേക്കോ കുറുകെയോ എങ്ങോട്ടാണ് പോവുന്നതെന്ന് പറയാൻ ഞങ്ങൾക്കു സാധിക്കുകയില്ല. ഏതെങ്കിലുമൊരു കരയിൽ ചെന്നടിയുന്നതു വരെ ഈ അനിശ്ചിതത്വത്തിൽ തന്നെയാവും ഞങ്ങൾ.

ഏതു കരയാണതെന്നും തുടക്കത്തിൽ പറയാൻ ഞങ്ങൾക്കാവില്ല. ഞാൻ അനങ്ങിയതേയില്ല. സാഹസത്തിനു മുതിരാനുള്ള മനസുണ്ടായിരുന്നില്ല എനിക്ക്. കപ്പൽ തകരാൻ ഇതേക്കാൾ അപകടകരമായ ഇടം വേറെ യില്ല. ഉടനെ മുങ്ങിച്ചത്താലും ഇല്ലെങ്കിലും ഞങ്ങളൊന്നടങ്കം ഒരു വിധ ത്തിലല്ലെങ്കിൽ മറ്റൊരുവിധത്തിൽ താമസംവിനാ നാശം കാണും എന്നു റപ്പ്.

"സാഹസികമായ എന്തു നടപടിയും എടുക്കാൻ ഞാൻ നിങ്ങളെ അധികാരപ്പെടുത്തുന്നു." തെല്ലു നേരത്തെ മൗനത്തിനു ശേഷം മാനേ ജർ എന്നോടു പറഞ്ഞു.

"ഞാനതു സ്വീകരിക്കുന്നില്ല." ഹ്രസ്വമായിരുന്നു എന്റെ മറുപടി. അദ്ദേഹം പ്രതീക്ഷിച്ചതും അതായിരുന്നു എന്ന് എനിക്കു തോന്നി. അത ദ്ദേഹത്തെ അമ്പരപ്പിച്ചുവെങ്കിലും.

"ശരി. നിങ്ങളുടെ തീരുമാനം ഞാനംഗീകരിക്കുന്നു. നിങ്ങളാണ് ക്യാപ്റ്റൻ." പ്രകടമായ മര്യാദയോടെ മാനേജർ പറഞ്ഞു.

ആദരവോടെ ഞാൻ ചുമൽ അദ്ദേഹത്തിന്റെ നേരെ തിരിച്ചു. എന്നിട്ട് മൂടൽമഞ്ഞിലേക്കു ദൃഷ്ടിയൂന്നി. എത്രനേരം ഇതു നീണ്ടു നിൽക്കും? ഏറ്റവും പ്രതീക്ഷ കെട്ട കാത്തിരിപ്പാണിത്.

ഏതോ മായികാകൊട്ടാരത്തിൽ മാന്ത്രികമായി ഉറങ്ങുന്ന രാജകു മാരനെത്തേടിയുള്ള അപകടം നിറഞ്ഞ യാത്രപോലെ തോന്നിച്ചു ആന ക്കൊമ്പുകളുടെ അധിപനായ കുർട്സിനെ തേടിയുള്ള ഈ പുറപ്പാട്.

"അവർ നമ്മെ ആക്രമിക്കുകയോ?" മാനേജർ ഉറച്ച ശബ്ദത്തിൽ ചോദിച്ചു.

"അവർ നമ്മെ ആക്രമിക്കുമെന്ന് ഞാൻ വിചാരിക്കുന്നില്ല. വ്യക്ത മായ ഒന്നിലധികം കാരണങ്ങളുണ്ടതിന്. കടുത്ത മൂടൽമഞ്ഞാണ് ഒരു കാരണം. ചങ്ങാടത്തിലേറി അവർ തീരം വിടുകയാണെങ്കിൽ വഴി നഷ്ട പ്പെടുമെന്നുറപ്പ്. തീരം വിടാൻ നമ്മൾ ശ്രമിച്ചാൽ നമ്മുടെയും ഗതി അതു തന്നെയാവും."

നദിയുടെ ഇരു കരകളിലുമുള്ള കാട് അപ്രാപ്യമാണ്. പുഴക്കര യിലെ കുറ്റിക്കാടുകൾ ഇടതൂർന്നിരിക്കുന്നു. അതിനപ്പുറം പ്രവേശശാ ധ്യമാണ്. ഞാൻ നോക്കിയിട്ട് കണ്ണെത്തുന്നേടത്തൊന്നും ചങ്ങാടങ്ങളില്ല. പ്രത്യേകിച്ചും ഞങ്ങളുടെ ബോട്ടിനു സമീപം. കാട്ടിൽ നിന്നു ഞങ്ങൾ കേട്ട കരച്ചിലിന്റെ സ്വഭാവമാണ് ഒരാക്രമണത്തിന് സാധ്യതയില്ല എന്ന് തോന്നാൻ പ്രധാനമായും കാരണം. പെട്ടെന്നുള്ള ശത്രുതയിൽ നിന്നുട ലെടുത്തതുപോലെയുള്ള ആക്രോശമായിരുന്നില്ല അത്. അപ്രതീക്ഷി തമായ ഒരു വന്യ നാദം, അടക്കാൻ വയ്യാത്ത ദുഃഖത്തിന്റെ ബഹിസ്ഫു രണമായാണത് എനിക്കു തോന്നിയത്. ആവിബോട്ട് കാട്ടു മനുഷ്യരിൽ അനിയന്ത്രിതമായ വ്യസനം ഉണ്ടാക്കിയിരിക്കണം. അണപൊട്ടി ഒഴു കാൻ സാധ്യതയുള്ള മനുഷ്യ വികാരങ്ങളുടെ സമീപത്താണ് ഞങ്ങൾ എന്നതിലാണ് ഞാൻ അപകടം കണ്ടത്. കടുത്ത ദുഃഖം അക്രമത്തിനു

വഴിമാറാം. പക്ഷേ, കൂടുതൽ സാധ്യത വികാരശൂന്യത സൃഷ്ടിക്കാ
നാണ്.

തീർഥാടകന്മാർ എന്നെ മിഴിച്ച് നോക്കുന്നതു നിങ്ങൾക്കു കാണാം! ഒന്നു പല്ലിളിക്കാനോ എന്നെ ചീത്ത വിളിക്കാനോ ഉള്ള മനസ്സാന്നിധ്യം അവർക്കുണ്ടായിരുന്നില്ല. എനിക്കു ഭ്രാന്താണെന്ന് അവർ ചിന്തിച്ചിരിക്കും എന്ന് എനിക്കുറപ്പുണ്ട്. ഞാനൊരു പതിവു പ്രഭാഷണം നടത്തി:

"പ്രിയപ്പെട്ട സുഹൃത്തുക്കളേ! ബേജാറായിട്ട് പ്രയോജനമില്ല. ജാഗ്രത പാലിക്കുകയോ? അതെ, പൂച്ച എലിയെ നിരീക്ഷിക്കുന്നതു പോലെ മൂടൽമഞ്ഞ് ഉയർന്നു പോവുന്നതിനുള്ള അടയാളങ്ങളെ ഞാൻ നോക്കുന്നുണ്ടെന്നു നിങ്ങൾക്കൂഹിക്കാം. പക്ഷേ, ഒരു കുന്ന് പരുത്തി ക്കെട്ടിനുള്ളിൽ അകപ്പെട്ടതുപോലെയാണ് നമ്മുടെ ഇപ്പോഴത്തെ സ്ഥിതി. അതിൽ കൂടുതൽ ഉപകാരമൊന്നും നമ്മുടെ കണ്ണുകൾകൊണ്ട് നമു ക്കിപ്പോഴില്ല."

എനിക്ക് ശ്വാസം മുട്ടുന്നതുപോലെയും ഉഷ്ണിക്കുന്നതുപോ ലെയും അനുഭവപ്പെട്ടു. ഞാൻ പറഞ്ഞതെല്ലാം അതിശയോക്തിയാ ണെന്നു തോന്നാമെങ്കിലും അക്ഷരം പ്രതി സത്യമായിരുന്നു. ആക്രമണം, അത് ഞങ്ങളെ തുരത്താനുള്ള വിഫലമായ ഒരുദ്യമം മാത്രമായിരിക്കും യഥാർഥത്തിൽ. കൊടിയ നിരാശയിൽ നിന്നുടലെടുക്കുന്ന സ്വയം പ്രതി രോധ ശ്രമം.

മൂടൽമഞ്ഞ് നീങ്ങിയതിനുശേഷം രണ്ടു മണിക്കൂർ കഴിഞ്ഞ് കുർട്സിന്റെ സ്റ്റേഷന് ഒന്നര മൈൽ ഇപ്പുറത്തു വച്ചാണ് ആക്രമണം ആരംഭിച്ചത്. നദിയുടെ മധ്യത്തിൽ വെളുത്ത ഒരു മണൽത്തിട്ട ദൃശ്യമായി. നദി രണ്ടായി പിരിയുകയായിരുന്നു. രണ്ടു ഭാഗത്തേക്കും നദി ഒരുപോലെ. ഇടത്തോട്ടോ വലത്തോട്ടോ പോവേണ്ടതെന്ന് നല്ല തിട്ട മില്ല. പടിഞ്ഞാറ് ഭാഗത്താണ് സ്റ്റേഷൻ എന്നറിയാമായിരുന്നതിനാൽ ഞാൻ കപ്പൽ പടിഞ്ഞാറു ഭാഗത്തേക്ക് തിരിച്ചു.

എന്നാൽ അധികം കഴിയുന്നതിനു മുമ്പേ, വിചാരിച്ചതിലേറെ ഇടു ങ്ങിയ ജലപാതയാണതെന്നു മനസിലായി. ഞങ്ങളുടെ ഇടതുഭാഗത്ത് നീണ്ട് വിസ്തൃതമായ, തടസങ്ങളൊന്നുമില്ലാതെ ആഴം കുറഞ്ഞ തീരം. വലതു ഭാഗത്ത് ഉയർന്നു കുത്തനെയുള്ള കര. കുറ്റിക്കാടുകൾ ഇട തൂർന്നു നിൽക്കുന്നു. കുറ്റിക്കാടുകൾക്കു മീതെ തലയുയർത്തി നിൽക്കുന്ന വൻവൃക്ഷങ്ങൾ. മരക്കൊമ്പുകൾ നദിയിലേക്ക് കൂട്ടമായി തൂങ്ങി നിൽപ്പുണ്ട്. ഇടയ്ക്കിടെ വലിയ മരത്തടികൾ നദിയിലേക്ക് തള്ളി നിൽക്കുന്നു. നിഴൽ മൂടിക്കിടക്കുകയാണ് ജലം. ഈ നിഴലിലൂടെ ഞങ്ങൾ സാധ്യമാകാവുന്നത്ര പതുക്കെ മുമ്പോട്ട് പോയിക്കൊണ്ടിരുന്നു. തീര ത്തോട് ചേർന്ന് നദിക്ക് നല്ല ആഴമുള്ളതിനാൽ തീരം ചേർന്നാണ് ഞങ്ങൾ മുന്നോട്ടു പോയത്.

കപ്പലിന്റെ അണിയത്ത് വിശപ്പു സഹിച്ച് എന്റെ ഒരു സുഹൃത്ത് നദിയുടെ ആഴം അളക്കുന്നുണ്ടായിരുന്നു. അടി പരന്നതും അറ്റം ചരി

ഞ്ഞതുമായ ഡക്കുള്ള കപ്പൽ പോലെയായിരുന്നു ഞങ്ങളുടെ സ്റ്റീം ബോട്ട്. ഡക്കിൽ തേക്കു കൊണ്ടുണ്ടാക്കിയ രണ്ടു ചെറിയ വീടുകൾ. അവയ്ക്ക് ജനലുകളും വാതിലുകളുമുണ്ട്. ബോയ്ലർ മുൻവശത്തും യന്ത്രസംവിധാനം പിറകുവശത്തുമായിരുന്നു. മുട്ടുകളിൽത്താങ്ങി നിർത്തിയ ചെറിയൊരു മേൽക്കുരയും കപ്പലിന് ഉണ്ടായിരുന്നു. മേൽക്കു രയിലൂടെ ഫണൽ പുറത്തേക്ക് ഉന്തി നിന്നു. നേർത്ത മരപ്പലകകൾ കൊണ്ടുണ്ടാക്കിയ മരക്കൂടാണ് കപ്പിത്താന്റെ പുര. അതിനകത്ത് ഒരു കട്ടിൽ, രണ്ടു സ്റ്റൂളുകൾ, മൂലയിൽ ചാരി വച്ച ഒരു മാർട്ടിനി–ഹെൻറി തോക്ക്, ചെറിയൊരു മേശ, സ്റ്റിയറിങ് ചക്രം എന്നിവയാണുള്ളത്. ഞാൻ എന്റെ പകലുകൾ അതിനകത്തു ചെലവഴിച്ചു. അതിന്റെ മുൻവശത്ത് ഒരു വാതിലും ഇരുപാർശ്വങ്ങളിലും ഷട്ടറുകളും ഉണ്ടായിരുന്നു. ഇവ യെല്ലാം എപ്പോഴും തുറന്നിടുകയായിരുന്നു പതിവ്. തീരപ്രദേശത്തു വസി ക്കുന്ന ഏതോ ഗോത്രത്തിൽപ്പെട്ട അരോഗ ദൃഢഗാത്രനായ കാപ്പിരിയാ യിരുന്നു എന്റെ അമരക്കാരൻ. എന്റെ മുൻഗാമിയാണ് അവനെ പഠിപ്പി ച്ചെടുത്തത്. അവന്റെ കാതുകളിൽ ഓടിന്റെ വളയങ്ങളുണ്ട്. അരയ്ക്കു താഴോട്ട് ഞെരിയാണി വരെ നീലത്തുണികൊണ്ട് ചുറ്റിയിരിക്കുന്നു. ലോകം മുഴുവൻ തന്റേതാണെന്ന ഒരു മട്ടാണവന്. കണ്ണുതെറ്റിയാൽ അബദ്ധമേ ചെയ്യൂ. ബോട്ട് അവന്റെ നിയന്ത്രണത്തിൽ നിന്നു വിടും. ഇങ്ങനെയൊരു പടു വിഡ്ഢിയെ ഞാൻ വേറെ കണ്ടിട്ടില്ല.

താഴെ വെള്ളത്തിന്റെ ആഴമളക്കുന്നതു നോക്കി ഇരിക്കുകയായി രുന്നു ഞാൻ. കുന്തം ഓരോ തവണ വെള്ളത്തിൽ താഴ്ത്തുമ്പോഴും താഴ്ഭാഗം നിലത്തു തട്ടി മുകൾ ഭാഗം അധികമധികമായി വെള്ളത്തിനു മീതെ നിൽക്കുന്നതു കാണുമ്പോൾ ഞാൻ വിഷമിച്ചു. ഇതിനിടയ്ക്ക് കുന്തം കൊണ്ട് അളവെടുക്കുന്നവൻ പണി നിർത്തി ഡെക്കിൽ കമിഴ്ന്നു കിടക്കുന്നതാണു കാണുന്നത്. കുന്തം അകത്തേക്കു കയറ്റി വെക്കാൻ പോലും അവൻ മെനക്കെട്ടില്ല. അവനതു മുറുകെ പിടിച്ച് വെള്ളത്തി ലൂടെ ഇഴഞ്ഞു വരാൻ അനുവദിക്കുകയാണു ചെയ്തത്. ഫയർമാനും പെട്ടെന്ന് ഇരുന്ന് തല ഒളിക്കുന്നതു കണ്ടു. എന്താണ് ഇവരെല്ലാം ചെയ്യു ന്നത് എന്ന് ഞാനതിശയിച്ചു. പുഴയിലേക്കു നോട്ടം പായിച്ചപ്പോൾ അസ്ത്രങ്ങൾ തുരുതുരെ വന്നു കപ്പലിൽ തറയ്ക്കുന്ന കാഴ്ചയാണു കണ്ടത്. ഈ നേരത്തൊക്കെയും പുഴയും തീരവും വനവും തീർത്തും ശാന്തമാണ്. അമ്പുകൾ പറന്നു വരുന്ന മുഴക്കം മാത്രം കേൾക്കാം. ദൈവമേ, അസ്ത്രങ്ങൾ! ഞങ്ങളുടെ നേരെ അവ പറന്നു വരികയാണ്. ഞാൻ പെട്ടെന്ന് അകത്തു കടന്നു കരയ്ക്കു നേരെയുള്ള ഷട്ടർ താഴ്ത്തി. ആരക്കാലിൽ പിടിച്ച് വിഡ്ഢിയായ അമരക്കാരൻ കടിഞ്ഞാണിട്ട കുതി രയെപ്പോലെ കാൽമുട്ട് ഉയർത്തുകയും പാദം നിലത്തടിക്കുകയും വായ ചവയ്ക്കുകയും ചെയ്തുകൊണ്ടിരിക്കുന്നു. അവൻ ഗുണം പിടിക്കാതെ പോവട്ടെ! കരയുടെ പത്തടിക്കകത്ത് വട്ടം കറങ്ങുകയാണ് ഞങ്ങൾ.

ഭാരമുള്ള ഷട്ടർ താഴ്ത്തുന്നതിനു വേണ്ടി പുറത്തേക്കു ചാഞ്ഞു

നിൽക്കേണ്ടിയിരുന്നു എനിക്ക്. അപ്പോൾ ഇലകൾക്കിടയിൽ എന്റെ കണ്ണിനു നേരെ ഞാനാ കാഴ്ച കണ്ടു. കണ്ണുകളിൽ നിന്ന് പെട്ടെന്നൊരു മറ നീങ്ങിപ്പോയതുപോലെയായിരുന്നു അത്–കൂടിപ്പിണഞ്ഞ ഇരുട്ടിൽ നഗ്നമായ മാറിടങ്ങൾ, കാലുകൾ. രൂക്ഷമായി തുറിച്ചു നോക്കുന്ന കണ്ണു കൾ. വെങ്കലവർണത്തിലുള്ള മനുഷ്യപ്പട കുറ്റിക്കാടിനുള്ളിൽ കൈകാ ലുകൾ ചലിപ്പിച്ചുകൊണ്ടിരിക്കുന്നു. മരക്കമ്പുകൾ കുലുങ്ങുകയും ഇള കിയാടുകയും ചെയ്യുന്നു. അമ്പുകൾ തുരുതുരാ എയ്തു വിടുകയാണ വർ.

ഷട്ടർ താഴ്ത്തിയിട്ട ശേഷം ഞാൻ അമരക്കാരനോടു പറഞ്ഞു: "കപ്പൽ നേരെയാക്ക്."

അവൻ തല നിവർത്തി, മുഖം മുന്നോട്ടുന്തി കണ്ണുരുട്ടി, കാല് പതുക്കെ ഉയർത്തുകയും താഴ്ത്തുകയും വായ അൽപ്പം നുരപ്പിക്കു കയും ചെയ്തു.

"അടങ്ങ്!" ഞാൻ ദേഷ്യപ്പെട്ടു പറഞ്ഞു.

കാറ്റത്ത് ഇളകാതിരിക്കാൻ മരത്തോടു ആജ്ഞാപിക്കുകയാവും ഇതിലും ഭേദം.

ഞാൻ പുറത്തേക്കു കുതിച്ചു. താഴെ ഇരുമ്പു ഡക്കിൽ കാലു കൊണ്ട് ചവിട്ടുന്ന വലിയ ശബ്ദം കേട്ടു. അങ്കലാപ്പു നിറഞ്ഞ അത്ഭുത ത്തോടെ ഒരു ശബ്ദം ചോദിക്കുന്നു: "നിങ്ങൾക്ക് പിറകോട്ട് തിരിക്കാ നാവുമോ?" "V" ആകൃതിയിലുള്ള ജലതരംഗം ഞാൻ മുമ്പിൽ കണ്ടു. എന്ത്? മറ്റൊരു കുറ്റി! എന്റെ കാൽച്ചുവട്ടിൽ തുരുതുരെയുള്ള വെടിയുടെ ശബ്ദം. തീർഥാടകർ കാട്ടിലേക്കു വെടിയുതിർക്കുകയായിരുന്നു. പുക പടലം പതുക്കെ മുന്നോട്ടു നീങ്ങി. ജലതരംഗമോ കുറ്റിയോ കാണാൻ കഴിയുന്നില്ല. മുന്നോട്ടു നോക്കിക്കൊണ്ട് ഞാൻ വാതിൽക്കൽ നിന്നു. അമ്പുകൾ കൂട്ടത്തോടെ വന്നുകൊണ്ടിരുന്നു. വിഷമുള്ളതാവാം അവ. പക്ഷേ, പൂച്ചയെപ്പോലും കൊല്ലാൻ അവയ്ക്കാവില്ല.

ഒരു വെടിയൊച്ച എന്റെ കാതിൽ വന്നലച്ചു. വിഡ്ഢിയായ കാപ്പിരി പൈലറ്റ്ഹൗസിൽ കടന്ന് മാർട്ടിനി ഹെൻറി എടുത്തു പൊട്ടിച്ചതാണ്. അവൻ തുറിച്ചു നോക്കിക്കൊണ്ട് അവിടെ നിൽക്കുന്നു. തിരിച്ചുവരാൻ ഞാൻ അവനോട് പറഞ്ഞു. കപ്പൽ ചെന്ന് കുറ്റിക്ക് തട്ടും. പുകയിൽ മൂടി അത് തൊട്ടടുത്തു തന്നെയുണ്ട്. വെറുതെ കളയാൻ സമയമില്ല. ഞാനുടനെ കപ്പൽ കരയിലേക്ക് തിരിച്ചു. അവിടെ നല്ല ആഴമുണ്ടെന്ന് എനിക്കറിയാമായിരുന്നു.

വെള്ളത്തിലേക്ക് ചാഞ്ഞുകിടക്കുന്ന കമ്പുകളുള്ള കുറ്റിക്കാടുക ളുടെ ഓരം ചേർന്ന് ഞങ്ങൾ തീരത്തു കൂടെ മുമ്പോട്ടു നീങ്ങി. താഴെ വെടിയൊച്ച നിലച്ചു. ഉണ്ട തീരുമ്പോൾ വെടി നിൽക്കുമെന്ന് നേരത്തെ ഞാൻ പ്രതീക്ഷിച്ചതാണ്. ഒരു സീൽക്കാരശബ്ദം കേട്ടപ്പോൾ ഞാൻ തല പുറത്തേക്കിട്ടു നോക്കി. അമരക്കാരൻ റൈഫിൾ കുലുക്കുകയും കരയിലേക്കു നോക്കി ആക്രോശിക്കുകയുമായിരുന്നു. അവ്യക്തത.

മനുഷ്യ രൂപങ്ങൾ ഓടുന്നതും കുനിയുന്നതും ചാടുന്നതും മറിയുന്നതു മൊക്കെ എനിക്കു കാണാം. വലിയ എന്തോ ഒന്ന് ഷട്ടറിനു നേരെ വന്നു. റൈഫിൾ മുകളിലേക്കു എറിയപ്പെട്ടു. അമരക്കാരൻ പെട്ടെന്ന് പിന്നോക്കം മാറി എന്റെ കാൽക്കൽ വീണു. അവന്റെ തല രണ്ടു തവണ ചക്രത്തിൽ ഇടിച്ചു. നീണ്ട ഒരു ചൂരൽ പടപടാ ശബ്ദമുണ്ടാക്കി കാംപ്സ്റ്റൂൾ മറി ച്ചിട്ടു. കരയിൽ നിന്ന് ആരോ അതുപയോഗിച്ച് അമരക്കാരനെ വീഴ്ത്തി യതായാണ് തോന്നിയത്. ഉണ്ടായിരുന്ന നേരിയ പുക ഉയർന്നുപോയി. നദിയിൽ നാട്ടിയ കുറ്റി ഞങ്ങൾ മറി കടക്കുകയും ചെയ്തിരുന്നു. നൂറു വാര കൂടി മുന്നോട്ടു പോയാൽ അപകടമേഖല പിന്നിടും എന്നെനിക്ക് നോക്കിയാൽ കാണാം. പക്ഷേ, എന്റെ കാലിൽ ചൂടും നനവും അനുഭ വപ്പെട്ടു. എനിക്കു താഴേക്ക് നോക്കാതിരിക്കാനായില്ല. അമരക്കാരൻ കിടന്ന കിടപ്പിൽ പുറം തിരിഞ്ഞ് എന്നെ തുറിച്ചു നോക്കി. രണ്ടു കൈകളും അവൻ ചൂരലിൽ മുറുക്കിപ്പിടിച്ചിരുന്നു. അവന്റെ വാരിയെ ല്ലിൽ തുളഞ്ഞു കയറിയ കുന്തമായിരുന്നു അത്. മുന കാണാത്ത വിധം അകത്തു കയറിയിട്ടുണ്ട്. താഴെ രക്തം തളം കെട്ടിക്കിടക്കുന്നു. എന്റെ ഷൂ രക്തത്തിൽ മുങ്ങിയിരിക്കുകയാണ്. സോക്സ് രക്തത്തിൽ കുതിർന്നി രിക്കുന്നു. അവന്റെ കണ്ണുകൾ വെട്ടിത്തിളങ്ങുന്നു.

വെടിയൊച്ചകൾ വീണ്ടും മുഴങ്ങി. ഞാൻ എടുത്തു മാറ്റുമെന്ന് പേടി ച്ചിട്ടെന്നപോലെ, കുന്തത്തിൽ അവൻ മുറുക്കിപ്പിടിച്ചു. അവന്റെ നോട്ട ത്തിൽനിന്ന് കണ്ണ് പിൻവലിച്ച് സ്റ്റിയറിങ് ശ്രദ്ധിക്കാൻ എനിക്കു ശ്രമ പ്പെടേണ്ടി വന്നു. ഒരു കൈകൊണ്ട് തലയ്ക്കു മീതെ തപ്പി ഞാൻ വിസിൽ ലൈൻ വലിച്ചു. വിസിൽ തുടർച്ചയായി കൂക്കി വിളിച്ചു. കരയിലെ രോഷ ത്തോടെയുള്ള കോലാഹലവും ആക്രോശങ്ങളും പെട്ടെന്നു നിലച്ചു. കാടിന്റെ ഉള്ളിൽ നിന്ന് ഭയത്തോടെയുള്ള ഒരു ദീർഘ വിലാപം ഉയർന്നു. ഭൂമിയിൽ അവസാനത്തെ പ്രതീക്ഷയും ഇല്ലാതായിപ്പോയതുപോലെയാ യിരുന്നു വേദനാപൂർണമായ ആ നിലവിളി.

കുറ്റിക്കാട്ടിൽ വലിയൊരു ക്ഷോഭം പടർന്നു. അമ്പെയ്ത്ത് നിന്നു. ഒന്നോ രണ്ടോ അമ്പ് വന്നു വീണതിനുശേഷം പൂർണ നിശ്ശബ്ദത. സ്റ്റിയ റിങ് ചക്രത്തിന്റെ തളർന്ന ശബ്ദം എന്റെ ചെവികളിൽ പതിഞ്ഞത് അപ്പോഴാണ്. ഉടൻതന്നെ ഞാൻ അമരം നേരെയാക്കാൻ ശ്രമിച്ചു. അന്നേരം പിങ്ക് പൈജാമ ധരിച്ച ഒരു വെള്ളക്കാരൻ വലിയ ചൂടിലും ദേഷ്യത്തിലും വാതിൽക്കൽ പ്രത്യക്ഷപ്പെട്ടു. "എന്നെ മാനേജർ അയച്ച താണ്." അവൻ ഔദ്യോഗിക സ്വരത്തിൽ തുടങ്ങി, പിന്നെ നിർത്തി. മുറിവേറ്റു കിടക്കുന്ന അമരക്കാരനെ പെട്ടെന്ന് കണ്ട് അവൻ "ദൈവമേ!" എന്ന് ആർത്തു വിളിച്ചു.

ഞങ്ങൾ രണ്ടു വെള്ളക്കാർ അവന്റെ മീതെയായി നിന്നു. അവന്റെ നോട്ടം ഞങ്ങൾ ഇരുവരെയും വലയം ചെയ്തു. ആ നോട്ടത്തിലൂടെ മനസിലാവുന്ന ഭാഷയിൽ അവൻ എന്തോ ചോദിക്കുന്നതായാണ് എനിക്കു തോന്നിയത്. ഒരക്ഷരം ഉരിയാടാതെയാണ് അവൻ മരിച്ചത്.

കൈകാലുകളും ചലിപ്പിച്ചിരുന്നില്ല. ഞങ്ങൾക്ക് കാണാൻ കഴിയാത്ത ഏതോ അടയാളത്തോടും ഞങ്ങൾക്കു കേൾക്കാൻ കഴിയാത്ത മന്ത്രത്തോടുമുള്ള പ്രതികരണമെന്ന വിധം വല്ലാതെയൊന്നു നെറ്റിചുളിച്ചു. അത്ര മാത്രം. അതവന്റെ കറുത്ത മരണകവചത്തിന് ദുർഗ്രഹമായ ചിന്താഭാവം നൽകി. കണ്ണിലെ തിളക്കം മങ്ങി ശൂന്യമായ സുതാര്യതയായി മാറി.

"നിനക്ക് സ്റ്റിയറിങ് പിടിക്കാമോ?" മാനേജറുടെ ദൂതനായി വന്ന ഏജന്റിനോട് ഞാൻ ചോദിച്ചു.

അവൻ സംശയത്തോടെ എന്നെ നോക്കി. ഞാൻ പെട്ടെന്ന് അവന്റെ കൈക്ക് കടന്നുപിടിച്ചു. അവൻ സ്റ്റിയറിങ് പിടിക്കണമെന്നാണ് ഞാൻ ഉദ്ദേശിക്കുന്നതെന്നു അവനും മനസിലായി.

നിങ്ങളോട് നേരു പറയാമല്ലോ. എനിക്കെന്റെ ചോരനനഞ്ഞ ഷൂവും സോക്സും മാറ്റണമായിരുന്നു.

"അവൻ മരിച്ചു കഴിഞ്ഞു." മറ്റവൻ പിറുപിറുത്തു.

"അതിൽ സംശയം വേണ്ട," ഷൂവിന്റെ ലെയ്സ് അഴിച്ചുകൊണ്ട് ഞാൻ പറഞ്ഞു, "മിസ്റ്റർ കുർട്സും ഈ സമയം മരിച്ചിട്ടുണ്ടാവുമെന്ന് ഞാൻ വിചാരിക്കുന്നു."

ആ നേരത്തെ പ്രധാനപ്പെട്ട ചിന്ത അതായിരുന്നു. അങ്ങേയറ്റത്തെ നൈരാശ്യം എന്നെ പിടികൂടി. യാതൊരർഥവുമില്ലാത്ത കാര്യത്തിനാണ് ഞാൻ പാടുപെടുന്നത് എന്ന തോന്നൽ എനിക്കുണ്ടായി. മിസ്റ്റർ കുർട്സിനെ കണ്ടു സംസാരിക്കുക എന്ന ഏക ഉദ്ദേശ്യത്തോടെയാണ് ഞാൻ ഇത്ര ദൂരം യാത്ര ചെയ്തിരുന്നത് എങ്കിൽ എനിക്ക് ഇത്രയേറെ നിരാശ ഉണ്ടാകുമായിരുന്നില്ല. സംസാരിക്കൽ....ഞാൻ ഒരു ഷൂ അഴിച്ച് വലിച്ചെറിഞ്ഞു....കുർട്സിനോട് സംസാരിക്കുക, അതിനുവേണ്ടി മാത്രമാണ് ഞാൻ കാത്തിരുന്നത് എന്ന് ഞാനോർത്തു.

പ്രവർത്തനനിരതൻ എന്നല്ല സംഭാഷണചതുരൻ എന്ന നിലയിലായിരുന്നു കുർട്സിനെ കുറിച്ച് എന്റെ സങ്കൽപ്പങ്ങൾ. "എനിക്കിനി അദ്ദേഹത്തെ കാണാനാവില്ല." എന്നോ, "എനിക്കിനി അദ്ദേഹത്തെ ഹസ്തദാനം ചെയ്യാനാവില്ല" എന്നോ അല്ല, മറിച്ച് "എനിക്കിനി അദ്ദേഹത്തെ കേൾക്കാനാവില്ല" എന്നാണു ഞാൻ ചിന്തിച്ചത്. ശബ്ദമായാണ് ഞാന ദ്ദേഹത്തെ മനസിൽ കണ്ടത്. ഒരു പ്രവൃത്തിയുമായും ഞാനദ്ദേഹത്തെ ബന്ധിപ്പിച്ചില്ല എന്ന് ഇതിനർഥമില്ല. എല്ലാ ഏജന്റുമാർക്കും കൂടി സാധിച്ചതിനെക്കാൾ കൂടുതൽ ആനക്കൊമ്പുകൾ അദ്ദേഹം സംഭരിച്ചിട്ടുണ്ട് എന്ന് ഞാൻ കേൾക്കുകയുണ്ടായിട്ടില്ലേ? അസൂയയോടും ആരാധനയോടും കൂടിയാണ് ആളുകൾ അതു പറഞ്ഞത്. പക്ഷേ, അതൊന്നുമായിരുന്നില്ല എന്നെ സംബന്ധിച്ചിടത്തോളം യഥാർഥ ആകർഷണം. സംഭാഷണത്തിനുള്ള അദ്ദേഹത്തിന്റെ ചാതുര്യമായിരുന്നു പ്രധാനം. ഹൃദയത്തിന്റെ ഇരുൾ മൂടിയ കാണാക്കയങ്ങളിൽ നിന്ന് ഉറന്നൊഴുകുന്ന പ്രകാ

ശധാരപോലെ വശ്യവും മനോഹരവും അത്ഭുതകരവുമായ അദ്ദേഹത്തിന്റെ സംസാരവൈഭവം.

മറ്റേ ഷു നദിയുടെ ആഴങ്ങളിലേക്ക് പറന്നുപോയി.

ദൈവമേ! ഞാനോർത്തു, എല്ലാം കഴിഞ്ഞു. ഞങ്ങൾ ഏറെ താമ സിച്ചുപോയി. അദ്ദേഹം തിരോധാനം ചെയ്തു. കുന്തവും അമ്പും ഗദയും ചേർത്ത് സകലതും നശിപ്പിച്ചു. അദ്ദേഹത്തിന്റെ സംസാരം ഇനി ഒരി ക്കലും ഞാൻ കേൾക്കാൻ പോവുന്നില്ല.

ദുഃഖം വികാരത്തിന്റെ വേലിയേറ്റമായി എന്നിൽ നിറഞ്ഞു. ഇത്ര ത്തോളം നിരാശയും ഒറ്റപ്പെടലും ഇതിനു മുമ്പ് ഞാൻ അനുഭവിച്ചിട്ടില്ല. എന്റെ ജീവിത ലക്ഷ്യമോ വിശ്വാസമോ കവർന്നെടുക്കപ്പെട്ടിരുന്നെങ്കിൽ എനിക്കിത്രവ്യസനം ഉണ്ടാകുമായിരുന്നില്ല. മൃഗത്തിന്റെതുപോലുള്ള ഈ നിശ്വാസം എന്തിന്? അസംബന്ധമോ? അതെ, അസംബന്ധം തന്നെ. ദൈവമേ! ഒരു മനുഷ്യന് ഒരിക്കലുമിങ്ങനെ....

"എനിക്കല്പം പുകയിലെ തരൂ."

പിന്നീട് കനത്ത മൗനം. ഒരു തീപ്പെട്ടിക്കൊള്ളി മിന്നി. അതിൽ മാർലോ വളരെ ക്ഷീണിതനും ദുഃഖിതനും വിഷണ്ണനുമായി കാണപ്പെട്ടു. കൺപോളകൾ താഴോട്ട് തൂങ്ങിക്കിടന്നു. പൈപ്പ് ആഞ്ഞു വലിക്കുക യാണദ്ദേഹം. ആ അരണ്ട വെളിച്ചത്തിൽ പൈപ്പ് മുന്നോട്ടും പിന്നോട്ടും ആയുന്നതായി തോന്നി. തീപ്പെട്ടി കെട്ടു.

"അസംബന്ധം" മാർലോ കരയുന്നതുപോലെ പറഞ്ഞു. "ഏറ്റവും മോശമായ പറച്ചിലാണിത്. ഇവിടെ നിങ്ങൾക്കെല്ലാവർക്കും നല്ല രണ്ട് സേവകരുണ്ട്. രണ്ടു നങ്കൂരങ്ങളുള്ള വലിയ കപ്പൽ പോലെയാണ് നിങ്ങൾ. അറവുകാരൻ ഒരു വശത്ത്. മറുവശത്ത് പൊലീസുകാരനും. നല്ല വിശപ്പും. സുഖകരമായ കാലാവസ്ഥയും. എന്നിട്ട് നിങ്ങൾ പറ യുന്നു: അസംബന്ധം!, അസംബന്ധം പോലും! എന്റെ പൊന്നു കുട്ടിക ളേ, കലർപ്പില്ലാത്ത ശങ്കകൊണ്ട് ഒരു ജോഡി പുതിയ ഷൂസുകൾ വലി ച്ചെറിഞ്ഞ ആളിൽ നിന്ന് നിങ്ങൾ എന്താണ് പ്രതീക്ഷിക്കുന്നത്?

ഇപ്പോൾ ആലോചിക്കുമ്പോൾ അത്ഭുതം തോന്നുന്നു. ഒരു തുള്ളി കണ്ണുനീർ ഞാൻ പൊഴിച്ചിരുന്നില്ല. എനിക്കാകെ എന്റെ മനക്കരുത്തിൽ വലിയ അഭിമാനമാണു തോന്നിയത്. പ്രതിഭാധനനായ കുർട്സ് പറയു ന്നത് കേൾക്കാനുള്ള ഭാഗ്യം എനിക്ക് നഷ്ടപ്പെട്ടിരിക്കുന്നു എന്ന ചിന്ത പോലും ആ നിമിഷം എന്നെ അലട്ടിയില്ല. യഥാർഥത്തിൽ ആ സൗഭാഗ്യം നഷ്ടപ്പെട്ടിരുന്നില്ല. അതെന്നെ കാത്തു നിൽക്കുന്നുണ്ടായിരുന്നു. വേണ്ടു വോളവും അതിലപ്പുറവും എനിക്കദ്ദേഹത്തെ കേൾക്കാൻ സാധിച്ചു. അതെ, അദ്ദേഹം ശബ്ദമായിരുന്നു. ഞാൻ പറഞ്ഞത് നേരാണ്. ഞാനാ ശബ്ദം കേട്ടു. അതിന്റെ ഓർമ എന്റെ ചുറ്റും ഇപ്പോഴുമുണ്ട്. ആ സമയ ത്തിന്റെ ഓർമ. അനേകം ശബ്ദങ്ങൾ. നിരർഥകവും വന്യവുമായ ശബ്ദ ങ്ങളുടെ നേർത്തില്ലാതാവുന്ന കമ്പനങ്ങൾ...ശബ്ദങ്ങൾ, ശബ്ദങ്ങൾ. ആ പെൺകുട്ടിപോലും... ഇപ്പോൾ...

ദീർഘനേരത്തേക്ക് മാർലോ നിശ്ശബ്ദനായി. പിന്നീട് പെട്ടെന്ന് സംസാരം തുടർന്നു: "ഏറെക്കാലമായി എന്നെ അസ്വസ്ഥപ്പെടുത്തിയിരുന്ന അദ്ദേഹത്തിന്റെ സിദ്ധികളെല്ലാം ഒടുവിൽ ഒരു നുണകൊണ്ട് ഞാൻ ഒഴിവാക്കി." പെൺകുട്ടി എന്ന് ഞാൻ പറഞ്ഞോ! അവൾ അതിലെങ്ങുമുണ്ടായിരുന്നില്ല. സ്ത്രീകളെല്ലാം അതിനു പുറത്തായിരുന്നു. അവർ തങ്ങളുടേതായ സുന്ദര ലോകത്ത് താമസിച്ചുകൊള്ളട്ടെ. നമ്മുടെ ലോകം എത്ര മോശമാണെങ്കിലും അവരെ അതിലേക്കു വലിച്ചിഴയ്ക്കരുത്. "എന്റെ പെണ്ണ്" എന്ന് കുർട്സ് പറയുന്നത് നിങ്ങൾ കേൾക്കേണ്ടതായിരുന്നു. അവൾ എത്രത്തോളം അതിനു പുറത്താണെന്ന് അപ്പോൾ നിങ്ങൾക്ക് നേരിട്ടു മനസിലാക്കാൻ സാധിക്കുമായിരുന്നു. മുടിയെല്ലാം കൊഴിഞ്ഞ് മുഴുക്കഷണ്ടിയായിരുന്നു ശ്രീമാൻ കുർട്സ്. മുടികൊഴിഞ്ഞു പോവുക സാധാരണമാണ്. പക്ഷേ, ഇങ്ങനെ? ആനക്കൊമ്പു കൊണ്ടുണ്ടാക്കിയ പന്തുപോലെ തല! ആനക്കൊമ്പ്–അതിനെയാണദ്ദേഹം സ്നേഹിച്ചത്. മറ്റൊന്നും അദ്ദേഹത്തിന്റെ ചിന്തയിലുണ്ടായിരുന്നില്ല. അതദ്ദേഹത്തെ ആസകലം കീഴ്പ്പെടുത്തിക്കളഞ്ഞിരുന്നു. കുന്നുകണക്കിന് ആനക്കൊമ്പുകൾ. ചളിയിലും മണ്ണിലും കുഴിച്ചിട്ടവ. "മിക്കവാറും ഫോസിൽ" എന്നാണ് മാനേജർ നിസാരമട്ടിൽ പറഞ്ഞത്. ദാ, ഈ ജീവനുള്ള ഞാൻ എത്രത്തോളം ഫോസിലാണോ അത്രത്തോളമേ അതും ഫോസിലാണെന്നു പറഞ്ഞുകൂടു. പക്ഷേ, കുഴിച്ചെടുക്കുമ്പോൾ ഫോസിൽ എന്നാണ് അവരതിനെ വിളിക്കുന്നത്. കാപ്പിരികൾ ഏതോ കാലത്ത് കുഴിച്ചിട്ടവയാണ് ഈ ആനക്കൊമ്പുകൾ. പക്ഷേ, വേണ്ടത്ര ആഴത്തിൽ അവ കുഴിച്ചിടാൻ അവർക്കു കഴിഞ്ഞില്ല. അവരങ്ങനെ ചെയ്തിരുന്നെങ്കിൽ കുർട്സിന് തന്റെ വിധിയിൽ നിന്നു രക്ഷപ്പെടാമായിരുന്നു. കപ്പൽ മുഴുവൻ ഞങ്ങൾ ആനക്കൊമ്പുകൾ നിറച്ചു. ഇതു കണ്ടു കുർട്സ് പുളകിതനായി. "എന്റെ ആനക്കൊമ്പ്" എന്നാണ് അദ്ദേഹം പറഞ്ഞത്. അദ്ദേഹത്തിന്റെ ആ പറച്ചിൽ നിങ്ങൾ ഒന്നു കേൾക്കേണ്ടതായിരുന്നു. 'എന്റെ പെണ്ണ്,' 'എന്റെ ആനക്കൊമ്പ്,' 'എന്റെ സ്റ്റേഷൻ,' 'എന്റെ പുഴ', 'എന്റെ.....' എല്ലാം അദ്ദേഹത്തിന്റേത്. നക്ഷത്രങ്ങളെ അവയുടെ സ്ഥാനങ്ങളിൽ നിന്ന് ഇളക്കുമാറ് വനഭീകരത പൊട്ടിച്ചിരിക്കുന്നത് പ്രതീക്ഷിച്ചു ഞാൻ ശ്വാസമടക്കിപ്പിടിച്ചു. എല്ലാം മൂപ്പരുടേത്! അദ്ദേഹം ആരുടേതാണ് എന്നാണ് ഞാൻ അറിയാൻ ആഗ്രഹിച്ചത്. എത്ര ഇരുട്ടിന്റെ ശക്തികളാണ് അദ്ദേഹത്തെ സ്വന്തമെന്ന് അവകാശപ്പെട്ടിട്ടുള്ളത് എന്നാണറിയേണ്ടത്. അത് ഭാവനയിൽ കാണുക സാധ്യമായിരുന്നില്ല. കരയിലെ ചെകുത്താൻമാർക്കിടയിൽ ഉയർന്ന ഒരിരിപ്പിടം അദ്ദേഹം എടുത്തിട്ടുണ്ട്.

നിങ്ങൾക്കത് മനസിലാവുകയില്ല! എങ്ങനെ മനസിലാവാനാണ്? നിങ്ങളുടെ കാൽച്ചുവട്ടിൽ നല്ല ഉറച്ച തറയും ചുറ്റും നിങ്ങളെ സന്തോഷിപ്പിക്കാനുള്ള ഏർപ്പാടുകളും ഉണ്ട്. അറവുകാരനും പൊലീസുകാരനുമിടയിൽ സുരക്ഷിതമായ സ്ഥാനത്തു നിന്നുകൊണ്ട് അപവാദങ്ങളുടെ

വിശുദ്ധ ഭീതിയില്‍ കഴിയുന്ന നിങ്ങള്‍ക്കെങ്ങനെ ആ ആദ്യകാലഘട്ട
ത്തിലെ ഏകാന്തതയും ഒരു പിറുപിറുക്കല്‍ പോലും കേള്‍ക്കാനില്ലാത്ത
നിശ്ശബ്ദതയും സങ്കല്‍പ്പിക്കാനാവും? ഈ ചെറിയ കാര്യങ്ങളാണ് വലിയ
വ്യത്യാസമുണ്ടാക്കുന്നത്.

എല്ലാം പോയിക്കഴിയുമ്പോള്‍ നാം നമ്മുടെ മനസിലേക്ക്, ആന്ത
രിക ശക്തിയിലേക്ക് മടങ്ങുന്നു. തമസിന്റെ ശക്തികളാല്‍ താന്‍ ആക്ര
മിക്കപ്പെടുകയാണെന്ന് തിരിച്ചറിയാന്‍ ശേഷിയില്ലാത്ത വിഡ്ഢിക്കേ
ഇതിന്റെ ആവശ്യമില്ലാതുള്ളൂ. ഒരു വിഡ്ഢിയും പിശാചിനോട് തന്റെ
ആത്മാവിനുവേണ്ടി വിലപേശിയിട്ടില്ല. അതല്ലെങ്കില്‍ ഈശ്വരശബ്ദങ്ങ
ള്ലാതെ മറ്റൊന്നും കാണുകയോ കേള്‍ക്കുകയോ ചെയ്യാത്ത മഹര്‍ഷി
യായിരിക്കണം നിങ്ങള്‍. അപ്പോള്‍ ഭൂമി നിങ്ങള്‍ക്കൊരു വഴിയമ്പലം
മാത്രമായിരിക്കും. പക്ഷേ, നമ്മളില്‍ മിക്കവരും വിഡ്ഢിയോ
മഹര്‍ഷിയോ അല്ല. നമ്മെ സംബന്ധിച്ചിടത്തോളം ഭൂമി ജീവിക്കാനുള്ള
ഇടമാണ്. ശബ്ദങ്ങള്‍, കാഴ്ചകള്‍, മണങ്ങള്‍ ഇവയെല്ലാം നാം സഹിച്ചേ
പറ്റൂ. അതേസമയം അപകടമൊന്നും കൂടാതെ രക്ഷപ്പെടുകയും വേണം.
ഇച്ഛാശക്തികൊണ്ടേ അതു സാധിക്കൂ.

നോക്കൂ, ഞാനെന്തെങ്കിലും തത്ത്വം പറയാനോ വിശദീകരിക്കാനോ
മുതിരുകയല്ല. കുര്‍ട്സിന്റെ ഛായ—അതു തീര്‍ത്തും ഇല്ലാതായിക്കഴി
യുന്നതിനു മുമ്പ്—യെക്കുറിച്ച് ഒരു വിവരണം നല്‍കാനാണ് ഞാന്‍
ശ്രമിക്കുന്നത്. ആ ഛായ എന്നോട് ഇംഗ്ലീഷില്‍ സംസാരിച്ചു. യഥാര്‍ഥ
കുര്‍ട്സിന്റെ വിദ്യാഭ്യാസം ഭാഗികമായി ഇംഗ്ലണ്ടിലായിരുന്നു. അമ്മ
പാതി ഇംഗ്ലീഷ്. അച്ഛന്‍ പാതി ഫ്രെഞ്ച്. കുര്‍ട്സിനെ രൂപപ്പെടുത്തുന്ന
തില്‍ യൂറോപ്പ് മുഴുവന്‍ പങ്കുവഹിച്ചിട്ടുണ്ട്. ഇന്റര്‍നാഷണല്‍
സൊസൈറ്റി ഫോര്‍ ദ സപ്രഷന്‍ ഓഫ് സാവേജ് കസ്റ്റംസ് (അപരി
ഷ്കൃതരുടെ ആചാരങ്ങളെ അടിച്ചമര്‍ത്തുന്നതിനുള്ള അന്താരാഷ്ട്ര
സംഘടന) തങ്ങളുടെ ഭാവി ഉപയോഗത്തിനായി ഒരു റിപ്പോര്‍ട്ട് തയാ
റാക്കാന്‍ കുര്‍ട്സിനെ ചുമതലപ്പെടുത്തി. അദ്ദേഹമത് തയാറാക്കുകയും
ചെയ്തു. ഞാനതു കാണുകയും വായിക്കുകയും ചെയ്തിട്ടുണ്ട്. മികച്ച
ഭാഷാശൈലിയില്‍ ആകര്‍ഷകമായാണ് റിപ്പോര്‍ട്ട് തയാറാക്കിയിട്ടുള്ളത്.
ഹൃദയത്തെ സ്പര്‍ശിക്കും വിധം ആറ്റിക്കുറുക്കിയ പ്രതിപാദനശൈലി
യാണ് അതില്‍ സ്വീകരിച്ചിട്ടുള്ളത്. അടുപ്പിച്ചെഴുതിയ പതിനേഴ് പേജു
കള്‍. പക്ഷേ, ഇതെല്ലാം അദ്ദേഹത്തിന്റെ ഞരമ്പുകള്‍ക്ക് തകരാര്‍ സംഭ
വിക്കുന്നതിനു മുമ്പുള്ള കാര്യമാണ്. പറയാന്‍ കൊള്ളാത്ത ചടങ്ങുക
ളില്‍ അവസാനിക്കാറുള്ള പാതിരാനൃത്തങ്ങള്‍ക്ക് അദ്ദേഹം അധ്യക്ഷത
വഹിക്കാന്‍ കാരണമാവുന്നതിനും മുമ്പ്. കുര്‍ട്സിനുവേണ്ടി മാത്രമാണ്
ഈ പരിപാടികള്‍ സംഘടിപ്പിച്ചിരുന്നത് എന്ന് പലപ്പോഴായി കിട്ടിയ വിവ
രങ്ങളില്‍ നിന്ന് മനസില്ലാമനസോടെ ഞാന്‍ മനസിലാക്കുകയാണ്
ചെയ്തത്. മനസിലാവുന്നുണ്ടാവുമല്ലോ നിങ്ങള്‍ക്ക്?

കുർട്സിന്റെ റിപ്പോർട്ടിലെ പ്രാരംഭ ഖണ്ഡിക, പിന്നീട് ലഭിച്ച വിവ രത്തിന്റെ വെളിച്ചത്തിൽ, ദുശ്ശകുനം പേറുന്നതായി ഇപ്പോൾ എനിക്കു തോന്നുന്നു. നാം വെള്ളക്കാർ കാട്ടുമനുഷ്യരുടെ മുമ്പിൽ അലൗകിക ജീവികളായി വേണം പ്രത്യക്ഷപ്പെടാൻ എന്നാണ് കുർട്സ് എഴുതിയി രിക്കുന്നത്. 'ഒരു ദൈവത്തിന്റെ ശക്തിയോടെ വേണം നാം അവരെ സമീ പിക്കാൻ' അങ്ങനെ നീളുന്നു റിപ്പോർട്ട്. 'നമ്മുടെ ഇച്ഛാശക്തിയുടെ പ്രയോഗത്തിലൂടെ അതിരറ്റ അധികാരം നമുക്ക് എന്നെന്നും നില നിർത്തണം....' ഈ ആശയം അദ്ദേഹം ഉയരത്തിലേക്ക് കൊണ്ടുപോയി. ഗംഭീരമായിരുന്നു റിപ്പോർട്ടിന്റെ ഉപസംഹാരം. അതെല്ലാം ഓർത്തു വെയ്ക്കുക ബുദ്ധിമുട്ടാണെന്ന് നിങ്ങൾക്കറിയാമല്ലോ.

മഹത്തായ ദയാദാക്ഷിണ്യത്തോടെയുള്ള ഭരണം എന്നെ മത്തുപി ടിപ്പിക്കുന്ന ആശയം അതെനിക്കു നൽകി. അതെന്നെ ആവേശം കൊണ്ട് ത്രസിപ്പിച്ചു. ഇതാണ് വാക്കുകളുടെ മാസ്മര ശക്തി. ജ്വലിക്കുന്ന, കുലീ നമായ വാക്കുകൾ. മാന്ത്രികമായ ആ വാഗ്പ്രവാഹത്തെ വ്യാഖ്യാനി ക്കുന്നതിനുള്ള പ്രായോഗിക സൂചനകളൊന്നും ഉണ്ടായിരുന്നില്ല. പിന്നീട്, വൃത്തിയില്ലാത്ത കൈയക്ഷരത്തിൽ കൂട്ടിച്ചേർക്കപ്പെട്ട അടിക്കുറിപ്പുക ളാണ് പ്രയോഗരീതിയായി പറയാനുള്ളത്. തെളിഞ്ഞ ആകാശത്തെ മിന്നൽപ്പിണർപോലെ നിങ്ങളുടെ വികാരങ്ങളെ ജ്വലിപ്പിക്കുന്ന ആഹ്വാ നത്തോടെയാണ് റിപ്പോർട്ട് സമാപിക്കുന്നത്. "സകല മൃഗങ്ങളെയും തുടച്ചു നീക്കുക!" വിലപ്പെട്ട ഈ പിൻകുറിപ്പിനെ കുറിച്ച് കുർട്സ് പാടെ മറന്നുപോയി എന്നതാണ് വിചിത്രമായ സംഗതി. പിന്നീട് സ്വബോധ ത്തോടെ എന്നോട് സംസാരിച്ചപ്പോൾ "എന്റെ ലഘുലേഖ നല്ലവണ്ണം ശ്രദ്ധിക്കണം" എന്ന് അദ്ദേഹം പറയുകയുണ്ടായി. ഇക്കാര്യങ്ങളെ കുറി ച്ചെല്ലാം എനിക്കു പൂർണമായ വിവരമുണ്ടായിരുന്നു. മാത്രമല്ല, സംഗതി വശാൽ, അദ്ദേഹത്തിന്റെ ഓർമ സൂക്ഷിക്കാനുള്ള ചുമതലയും എനിക്കു വന്നുചേർന്നു. പിന്നീട് വേണമെങ്കിൽ ആ റിപ്പോർട്ട് ചരിത്രത്തിന്റെ ചവ റ്റുകുട്ടയിൽ നിക്ഷേപിക്കാനുള്ള അവസരം എനിക്കുണ്ടാക്കാമായിരുന്നു. അതിനു വേണ്ടത്രയും ഞാൻ ചെയ്തിട്ടുണ്ട്. പക്ഷേ, ആ അവസര ത്തിൽ എനിക്കതു സാധിക്കുമായിരുന്നില്ല. സാധാരണക്കാരനായിരുന്നില്ല അദ്ദേഹം. പകയെത്താത്ത ആത്മാക്കളെ ഭയപ്പെടുത്താനും വശീക രിക്കാനും തനിക്കുവേണ്ടി നൃത്തം ചെയ്യിക്കാനും അദ്ദേഹത്തിന് സാധിച്ചു. വെള്ളക്കാരുടെ ചെറിയ ആത്മാക്കളിൽ കയ്പ്പുറ്റ സന്ദേഹ ങ്ങൾ വിതയ്ക്കാനും അദ്ദേഹത്തിനു കഴിഞ്ഞു. ഒടുവിൽ ഒരാത്മാർഥ സുഹൃത്തിനെ അദ്ദേഹത്തിനു ലഭിച്ചു. ആ ആത്മാവ് വളർച്ചയെത്താ ത്തതോ സ്വാർഥത പുരണ്ടതോ ആയിരുന്നില്ല. അതേ, എനിക്കദ്ദേഹത്തെ മറക്കാനാവില്ല; അദ്ദേഹത്തിലേക്ക് എത്തിച്ചേരുന്നതിനുവേണ്ടി ഞങ്ങൾ നഷ്ടപ്പെടുത്തിയ ജീവനുള്ളത്ര വില അദ്ദേഹത്തിനുണ്ടെന്ന് ഉറപ്പു പറ യാൻ എനിക്കാവില്ലെങ്കിലും, അമരക്കാരന്റെ നഷ്ടം കനത്തതാണ്. അവന്റെ ദേഹം പൈലറ്റ്ഹൗസിനു മുമ്പിൽ കിടക്കുന്നു. എന്നിട്ടും എനി

ക്കവൻ നഷ്ടമായി. കറുത്ത മരുഭൂമിയിലെ ഒരു മണൽത്തരിക്കു തുല്യ
മായ കാട്ടുജാതിക്കാരനുവേണ്ടിയുള്ള ഈ വിലാപം വിചിത്രമായി
നിങ്ങൾക്കു തോന്നാം. മാസങ്ങളോളം അവൻ എന്നോടൊപ്പം ജോലി
ചെയ്തു. എന്റെ പിറകിൽ ഒരു സഹായിയായി, ഒരുപകരണമായി അവൻ
ഉണ്ടായിരുന്നു. എനിക്കുവേണ്ടി അവൻ സ്റ്റിയറിങ് പിടിച്ചു. അവനെ സംര
ക്ഷിക്കേണ്ടത് എന്റെ ചുമതലയായിരുന്നു. അവന്റെ പോരായ്മകളെക്കു
റിച്ചാണ് ഞാനാലോചിക്കുന്നത്. ഞങ്ങൾ തമ്മിൽ സൂക്ഷ്മമായ ഒരു
ബന്ധം വളർന്നുവന്നിരുന്നു. പെട്ടെന്ന് അതറ്റുപോയപ്പോഴാണ് ഞാൻ
അതേക്കുറിച്ചു ബോധവാനായത്. മാരകമായ മുറിവേറ്റപ്പോൾ അവൻ
എന്നെ നോക്കിയ നോട്ടം ഇന്നുവരെ എന്റെ ഓർമയിൽ നിന്നു മാഞ്ഞിട്ടി
ല്ല. നിർണായകമായ നിമിഷത്തിൽ സ്ഥിരീകരിക്കപ്പെട്ട വിദൂര രക്തബ
ന്ധത്തിന്റെ അവകാശവാദംപോലെ ആ നോട്ടം എന്റെ സ്മൃതിയിൽ ഇതാ
ഇപ്പോഴുമുണ്ട്.

'പാവം! അവനാ ഷട്ടറിനെ വെറുതെ വിട്ടിരുന്നെങ്കിൽ! അവന് സ്വയം
നിയന്ത്രണമുണ്ടായിരുന്നില്ല–കുർട്സിനെപ്പോലെ തന്നെ–കാറ്റിലിളകുന്ന
മരമായിരുന്നു അവൻ.

വലിച്ചെറിഞ്ഞ നനഞ്ഞ ഷൂവിനും സോക്സിനും പകരം ഉണക്ക
മുള്ള ചെരിപ്പുകൾ ധരിച്ച ഉടനെ ഞാൻ കണ്ണടച്ചു പിടിച്ച് ശവശരീരം
വലിച്ചു മറിച്ചിട്ടു. പിന്നിൽനിന്ന് ഞാനവനെ ഒന്നണച്ചു കൂട്ടി. വല്ലാത്ത
ഭാരം. ഭൂമിയിലുള്ള ഏതു മനുഷ്യരെക്കാളും ഭാരമുണ്ട് അവനെന്നു
തോന്നി. പതുക്കെ ഞാനവനെ കടലിലേക്ക് താഴ്ത്തി. രണ്ടുവട്ടം മറിഞ്ഞ്
ശവം താണുപോയി. മാനേജരും മറ്റു തീർഥാടകരും പൈലറ്റ് ഹൗസിനു
സമീപം കൂടി നിന്നിരുന്നു. പക്ഷികളെപ്പോലെ അവർ ചിലച്ചുകൊണ്ടി
രുന്നു. ഹൃദയശൂന്യമായ എന്റെ ചുറുചുറുക്കിനെക്കുറിച്ചാണ് അവർ
അടക്കം പറഞ്ഞത്. എന്തിനാണ് ആ ശരീരം അവിടെ തന്നെയിടാൻ
അവരാഗ്രഹിച്ചതെന്ന് എനിക്കറിയില്ല. മരുന്ന് പുരട്ടി ഉണക്കി സൂക്ഷി
ക്കാനാവാം. മറ്റൊന്നു ഞാൻ കേട്ടിരുന്നു. ഒരിക്കലും എനിക്ക് സമ്മതമി
ല്ലാത്ത ഒരു കാര്യം. അമരക്കാരന്റെ മാംസം ആരെങ്കിലും തിന്നുന്നുണ്ടെ
ങ്കിൽ അത് മത്സ്യങ്ങളാവണം എന്നു ഞാൻ തീരുമാനിച്ചു. ജീവിച്ചിരു
ന്നപ്പോൾ രണ്ടാംതരം അമരക്കാരനായിരുന്നു അവൻ. മരിച്ചതോടെ
അവൻ ഒന്നാന്തരം പ്രലോഭനമായി മാറിയിരിക്കണം. സ്റ്റിയറിങ് ചക്ര
ത്തിന്റെ ചുമതല ഞാൻ തന്നെ ഏറ്റെടുക്കാനും നിശ്ചയിച്ചിരുന്നു. അവിടെ
ഇപ്പോഴുള്ള പിങ്ക് പൈജാമ ധരിച്ച മനുഷ്യൻ ആ പണിക്കു കൊള്ളില്ല.

ശവസംസ്കാരം കഴിഞ്ഞതിനുശേഷം സ്റ്റിയറിങ് ഞാൻ പിടിച്ചു.
നദിയുടെ മധ്യത്തിലൂടെ പകുതി വേഗതയിലാണ് ഞങ്ങളുടെ യാത്ര.
എന്നെക്കുറിച്ചുള്ള സംസാരം ഞാൻ ശ്രദ്ധിച്ചു. കുർട്സും സ്റ്റേഷനും
അവരുടെ സംസാരത്തിന് വിഷയമല്ലാതായിക്കഴിഞ്ഞിരുന്നു. കുർട്സ്
മരിക്കുകയും സ്റ്റേഷൻ കത്തിപ്പോവുകയും ചെയ്തുവെന്നാണ് അവർ
വിചാരിക്കുന്നത്. കുർട്സിനെ കൊന്നതിന് തങ്ങൾ വേണ്ടവിധം പകരം

വീട്ടിയിരിക്കുന്നു എന്ന് ചെമ്മുടിക്കാരനായ വെള്ളക്കാരൻ. അവന്റെ വാക്കുകൾ: "പറ! കുറ്റിക്കാട്ടിൽ അവറ്റയെ നാം നന്നായി കൊന്നുകൂട്ടി യിട്ടുണ്ടാവും, അല്ലേ? എന്തു പറയുന്നു? പറ!" നൃത്തം ചെയ്യുകയാണ് ഈ രക്തദാഹി. എന്നിട്ടോ മുറിവേറ്റ മനുഷ്യനെ കണ്ടപ്പോൾ പ്രജ്ഞയ റ്റുപോയി! എനിക്കു പറയാതിരിക്കാനായില്ല: "എന്തായാലും നീ ഒരു പാട് പുക ഉണ്ടാക്കി!"

ഇവരുതിർത്ത വെടികളത്രയും വളരെ ഉയരത്തിലാണ് പോയതെന്ന് കുറ്റിക്കാട്ടിലേക്കു നോക്കിയപ്പോൾ ഞാൻ കണ്ടതാണ്. തോക്ക് ചുമ ലിൽ വച്ച് ഉന്നം പിടിച്ചെങ്കിലല്ലാതെ ലക്ഷ്യത്തിൽ കൊള്ളിക്കാനാവില്ല. പക്ഷേ, ഈ വിദ്വാന്മാർ തോക്ക് ഊരക്ക് കുത്തി കണ്ണും പൂട്ടി വെടിവ യ്ക്കുകയായിരുന്നു. ആവി വിസിൽ മുഴക്കിയാണ് ഞാൻ തിരിച്ചുവരവ് സാധ്യമാക്കിയത്. ഞാൻ ചെയ്തത് ശരിയുമായിരുന്നു. ഇപ്പോഴിവർ കുർട്സിനെ മറന്ന് എന്റെ നേരെ തുള്ളാൻ തുടങ്ങിയിരിക്കുകയാണ്.

ഇരുട്ട് വീഴുന്നതിനു മുമ്പ് എങ്ങനെയും കഴിയുന്നത്ര ദൂരം പിന്നിട ണമെന്ന് മാനേജർ മുരണ്ടു. അൽപ്പമകലെ കാട് വെട്ടിത്തെളിച്ച് കെട്ടിട ത്തിന്റെ പണി തുടങ്ങിവച്ച ഒരു സ്ഥലം കണ്ണിൽപ്പെട്ടപ്പോൾ ഞാൻ ചോദിച്ചു:

"എന്താണിത്?"

മാനേജർ അത്ഭുതത്തോടെ കൈയടിച്ചുകൊണ്ട് വിളിച്ചു കൂവി: "സ്റ്റേഷൻ!"

പെട്ടെന്ന് ഞാൻ മുന്നോട്ട് നീങ്ങി. എങ്കിലും പാതി വേഗത്തിലായി രുന്നു യാത്ര.

ചില്ലിലൂടെ ഒരു കുന്നിൻചരിവു ഞാൻ കണ്ടു. ഇടകലർന്നു നിൽക്കുന്ന അപൂർവ വൃക്ഷങ്ങൾ. കാടു പിടിക്കാത്ത തെളിഞ്ഞ സ്ഥലം. കുന്നിൻ നെറുകയിൽ പാതി മണ്ണിൽ മൂടിയ ജീർണിച്ച കെട്ടിടമുണ്ട്. കെട്ടിടത്തെ പൊതിഞ്ഞു നിൽക്കുന്ന നീണ്ട പുല്ലുകൾ. ഉയർന്ന മേൽക്കൂ രയിലെ വലിയ ദ്വാരം ദൂരെ നിന്നേ കാണാം. കാടും മരങ്ങളുമാണ് പശ്ചാ ത്തലം. ചുറ്റും മതിലോ വേലിയോ, ഇല്ല. വീടിനടുത്തായി അര ഡസൻ വണ്ണമില്ലാത്ത കാലുകൾ നിരയായി നാട്ടിയിരിക്കുന്നു. കാലിന്റെ മുകള റ്റത്ത് പന്തുപോലെ വട്ടത്തിലുള്ള ചിത്രപ്പണി ചെയ്ത അലങ്കാര വസ്തു പിടിപ്പിച്ചിട്ടുണ്ട്. കാലുകൾക്കിടയിൽ ഉണ്ടായിരുന്ന വേലി–അല്ലെങ്കിൽ അതുപോലെയുള്ള മറ്റേതെങ്കിലും –അപ്രത്യക്ഷമായിട്ടുണ്ട്. കാടാണ് ചുറ്റും. തെളിവുള്ള നദീ തീരം.

വെള്ളത്തിനരികെ ഒരു വെള്ളക്കാരൻ തൊപ്പിപോലുള്ള വണ്ടിച്ച ക്രത്തിനു താഴെ കൈ മുഴുവൻ നീട്ടി മാടി വിളിച്ചുകൊണ്ടിരിക്കുന്നു. അവിടെയുമിവിടെയും ആളുകളുടെ അനക്കം കാണാം. ഞാൻ കരുത ലോടെ കപ്പൽ കരയ്ക്കടുപ്പിച്ചു. തീരത്തു നിൽക്കുന്ന മനുഷ്യൻ ഞങ്ങ ളോട് ഇറങ്ങാൻ വിളിച്ചു പറഞ്ഞു.

"ഞങ്ങൾ ആക്രമിക്കപ്പെട്ടു." മാനേജർ പറഞ്ഞു.

"എനിക്കറിയാം, എനിക്കറിയാം, കുഴപ്പമൊന്നുമില്ല." മറ്റവൻ ചിരി ച്ചുകൊണ്ട് ഉറക്കെ വിളിച്ചു പറഞ്ഞു, "നിങ്ങൾ വരൂ, എല്ലാം നേരെ യാണ്. എനിക്ക് സന്തോഷമുണ്ട്."

അവന്റെ മുഖഭാവം ഞാൻ എവിടെയോ കണ്ട തമാശയുള്ള എന്തി നെയോ ഓർമിപ്പിച്ചു. തന്ത്രപൂർവം തീരം പറ്റാൻ ശ്രമിക്കുമ്പോൾ ഞാനാ ലോചിച്ചതിതാണ്, 'ഈ ചങ്ങാതി എന്തിന്റെ മാതിരിയാണുള്ളത്?'

അവൻ ഒരു കോമാളിയെപ്പോലുണ്ട്. തവിട്ടുനിറത്തിലുള്ളതായിരുന്നു അവന്റെ വസ്ത്രം. എല്ലായിടത്തും കഷണം വച്ചു തുന്നിയിട്ടുണ്ട്. നീല, ചുമപ്പ്, മഞ്ഞ നിറത്തിലുള്ള കഷണങ്ങൾ വച്ചാണ് തുന്നിയിരിക്കുന്നത്. ജാക്കറ്റിന്റെ മുന്നിലും പിന്നിലും കൈമുട്ടിലും കാൽമുട്ടിന്മേലുമെല്ലാം വിവിധ വർണങ്ങളിലുള്ള തുണിക്കഷണങ്ങൾ. ട്രൗസറിന്റെ അടിഭാഗത്ത് കടുംചുവപ്പ് കര വച്ചുപിടിപ്പിച്ചിരിക്കുന്നു. വെയിലത്ത് ആൾ അത്യന്തം സന്തോഷവാനും പ്രസന്നനുമായി കാണപ്പെട്ടു. വസ്ത്രം എത്ര ഭംഗി യായാണ് കഷണം വച്ചു തുന്നിയതെന്നു തെളിഞ്ഞു കാണാം. താടി രോമമില്ലാത്ത മുഖം. സുന്ദരൻ. വെയിലുകൊണ്ടു ചുവന്ന മൂക്ക്. കാറ്റോ ഴിയാത്ത സമതലത്തിൽ വെളിച്ചവും നിഴലും മാറി മാറി വീഴുന്നതു പോലെ തെളിഞ്ഞ വദനത്തിൽ തത്തിക്കളിക്കുന്ന കൊച്ചു നീലക്കണ്ണു കൾ.

"ഹേയ്! ക്യാപ്റ്റൻ," അവൻ വിളിച്ചു പറഞ്ഞു,
"ഇന്നലെ രാത്രി ഇവിടെ ഒരു കുറ്റി നാട്ടിയിട്ടുണ്ട്."
"വീണ്ടും മറ്റൊരു കുറ്റി?"

യാത്ര അവസാനിപ്പിക്കാനുള്ള ഒരുക്കത്തിലായിരുന്നു. കരയിൽ നിൽക്കുന്ന കോമാളി തന്റെ നേരെ തിരിഞ്ഞുകൊണ്ട് നിറഞ്ഞ ചിരി യോടെ ചോദിച്ചു.

"ഇംഗ്ലീഷുകാരനാണോ?"

"നീ ഇംഗ്ലീഷുകാരനാണോ?" കപ്പലിൽ നിന്ന് ഞാൻ ശബ്ദമു യർത്തി തിരിച്ചു ചോദിച്ചു.

അവന്റെ മുഖത്തെ ചിരി മാഞ്ഞു.

ക്ഷമാപണഭാവത്തിൽ അവൻ തലകുലുക്കി. അതെന്നെ നിരാശ പ്പെടുത്തി.

പ്രസന്നത വീണ്ടെടുത്തുകൊണ്ട് അവൻ പറഞ്ഞു: "സാരമില്ല."
"ഞങ്ങൾ സമയത്തെത്തിയോ?" ഞാൻ ചോദിച്ചു.

"അദ്ദേഹം അവിടെയുണ്ട്." ശിരസ്സ് കുന്നിൻ മുകളിലേക്കു ഉയർത്തി അവൻ പറഞ്ഞു. പെട്ടെന്ന് അവന്റെ മുഖം ഇരുണ്ടു. ശരത്കാലത്തെ ആകാശം പോലെയായിരുന്നു അവന്റെ മുഖം. ഒറ്റ നിമിഷംകൊണ്ട് ഇരു ളുകയും അടുത്ത നിമിഷം തെളിയുകയും ചെയ്യുന്നത്.

സർവായുധ വിഭൂഷിതരായ തീർഥാടകരുടെ അകമ്പടിയോടെ മാനേ ജർ വീടിനകത്തേക്ക് പോയപ്പോൾ ഇവൻ പുറത്ത് എന്റെയടുത്തേക്കു വന്നു.

"ഞാൻ പറയട്ടെ, എനിക്കിതിഷ്ടമല്ല. കുറ്റിക്കാട്ടിൽ നാട്ടുകാരായ ആളുകൾ ഉണ്ട്."

അതുകൊണ്ട് കുഴപ്പമില്ല എന്ന് അവൻ ഉറപ്പിച്ചു പറഞ്ഞു. "അവർ സാധുക്കളൊണ്. നിങ്ങൾ ഇവിടെ എത്തിച്ചേർന്നതിൽ എനിക്ക് സന്തോ ഷമുണ്ട്. അവരെ തടഞ്ഞുനിർത്താനുള്ള ശ്രമത്തിലായിരുന്നു ഞാൻ ഇതുവരെ."

"അവരെക്കൊണ്ട് കുഴപ്പമൊന്നുമില്ലെന്നല്ലേ നീ പറഞ്ഞത്?" ഞാൻ ചോദിച്ചു.

"ഉപദ്രവിക്കാനൊന്നും ഉദ്ദേശിച്ചല്ല അവർ....." ഞാൻ തുറിച്ചു നോക്കി യപ്പോൾ അവൻ സ്വയം തിരുത്തി, "അങ്ങനെയല്ല, നിങ്ങളുടെ പൈലറ്റ് ഹൗസിന് ഒരു ശുദ്ധികലശം ആവശ്യമാണ്."

അടുത്ത നിമിഷത്തിൽ അവൻ എന്നോട് ബോയ്ലറിൽ ആവി നിറ ച്ചുവയ്ക്കാൻ ഉപദേശിച്ചു. എന്തെങ്കിലും കുഴപ്പമുണ്ടാവുകയാണെങ്കിൽ വിസിൽ വിളിച്ചാൽ മതി, അവർ ഒഴിഞ്ഞു പോയിക്കൊള്ളും. ഒരു നല്ല വിസിൽ നിങ്ങളുടെ തോക്കുകളെക്കാളെല്ലാം ഗുണം ചെയ്യും. സാധുക്ക ളാണ് അവർ. അവൻ ആവർത്തിച്ചു. ചറപറായുള്ള അവന്റെ സംസാരം എന്നെ ആകർഷിച്ചു. നിശ്ശബ്ദത നികത്താനുള്ള ശ്രമത്തിലാണ് അവൻ എന്നാണു എനിക്കു തോന്നിയത്. ചിരിച്ചുകൊണ്ട് അവനതു സൂചിപ്പി ക്കുകയും ചെയ്തു.

"മിസ്റ്റർ കുർട്സിനോട് നീ സംസാരിക്കാറില്ലേ?" ഞാൻ ചോദിച്ചു.

"ആ മനുഷ്യനോട് ആർക്കും അങ്ങോട്ട് സംസാരിക്കാനാവില്ല. അദ്ദേഹം പറയുന്നത് കേൾക്കാനേ ആവൂ." വലിയ ആഹ്ലാദത്തോടെ അവർ പറഞ്ഞു.

"പക്ഷേ, ഇപ്പോൾ–", അവൻ കൈ വീശി. ദുഃഖത്തിന്റെ ആഴക്കയ ത്തിൽ നിന്നുള്ള ഒരു മിന്നായം അവന്റെ കണ്ണുകളിൽ പ്രത്യക്ഷപ്പെട്ടു. ഒരു ചാട്ടത്തിന് എന്റെ അടുത്തെത്തി ഇരുകരങ്ങളും കവർന്ന് അവൻ തുടർച്ചയായി കുലുക്കിക്കൊണ്ടിരുന്നു. അന്നേരം അവൻ പറയുന്നുണ്ടാ യിരുന്നു. "സഹോദരനായ നാവികാ, നിങ്ങളെ കണ്ടതിൽ വലിയ സന്തോഷം. ഞാൻ റഷ്യക്കാരനാണ്. ഒരു പുരോഹിതന്റെ മകൻ. പുക.... പുകയില...നല്ല ഒന്നാന്തരം ഇംഗ്ലീഷ് പുകയിലയുണ്ട്. വലിക്കുന്നോ? അല്ലെങ്കിൽ, വലിക്കാത്ത ഏതു നാവികനാണുള്ളത്?"

പൈപ്പ് അവന് ആശ്വാസം നൽകി. ക്രമത്തിൽ ഞാൻ അവനെ സംബന്ധിക്കുന്ന മുഴുവൻ കാര്യങ്ങളും മനസിലാക്കി. സ്കൂളിൽ നിന്ന് ഓടിപ്പോയി കപ്പലിൽ ചേർന്ന റഷ്യക്കാരനാണ് അവൻ. പിന്നീട് അവൻ ഇംഗ്ലീഷ് കപ്പലിൽ പണിക്കാരനായി. ഇപ്പോൾ അച്ഛനുമായി രമ്യതയി ലാണ്.

"ചെറുപ്പമായിരിക്കുമ്പോൾ നമ്മൾ കാര്യങ്ങൾ കണ്ടു മനസിലാ ക്കണം. അനുഭവങ്ങളും ആശയങ്ങളും നേടണം. മനസ്സ് വികസിപ്പി ക്കണം."

"ഇവിടെയോ?" ഞാൻ ഇടപെട്ടു.

"നിങ്ങൾ വിശ്വസിക്കില്ല! ഇവിടെ ഞാൻ കുർട്സിനെ കണ്ടു." യുവ സഹജമായ ബഹുമാനത്തോടെ അവൻ പറഞ്ഞു.

പിന്നെ ഞാനൊന്നും പറഞ്ഞില്ല.

ഒരു ഡച്ച് വ്യാപാരക്കമ്പനിയിൽ സാധനങ്ങൾ സൂക്ഷിക്കുന്ന പണി യായിരുന്നു അവന്. ഒരു കുട്ടിയുടെ കൗതുകത്തോടെയും അപകടഭീ തിയില്ലാതെയും അവൻ ഉൾഭാഗങ്ങളിലൂടെ സഞ്ചരിച്ചു. ഏതാണ്ട് രണ്ടു കൊല്ലക്കാലം നദിയിൽ അവൻ തനിച്ച് അലഞ്ഞിട്ടുണ്ട്.

"കാഴ്ചയിൽ തോന്നുന്നത്ര ചെറുപ്പമല്ല ഞാൻ. എനിക്ക് ഇരുപ ത്തഞ്ച് വയസുണ്ട്." അവൻ പറഞ്ഞു, "എന്നോട് പോയിത്തുലയാൻ പറയാറുണ്ടായിരുന്നു വാൻ ശുയ്റ്റൻ, പക്ഷേ, ഞാൻ വിടാതെ കൂടി. വർത്തമാനം പറഞ്ഞ്, വർത്തമാനം പറഞ്ഞ് പിന്നാലെ നടന്നു. ഒടുവിൽ മൂപ്പരുടെ പ്രിയപ്പെട്ട പട്ടിയുടെ പിൻകാല് എന്റെ വർത്തമാനംകൊണ്ട് ഒടിഞ്ഞുപോവുമെന്ന് പേടിച്ച് അയാൾ എനിക്ക് വിലകുറഞ്ഞ കുറച്ചു സാധനങ്ങളും പഴയ ചില തോക്കുകളും തന്നു. ഇനിയെന്റെ മോന്ത കണ്ടുപോവരുതെന്നു പറഞ്ഞാണ് അവ തന്നത്. നല്ലവനായ ഡച്ചുകാ രൻ വാൻ ശുയ്റ്റൻ. ഒരു വർഷം മുമ്പ് ഞാനയാൾക്ക് ഒരു നല്ല ആന ക്കൊമ്പ് കൊടുത്തയച്ചു. ഇനി ഞാൻ തിരിച്ചു ചെല്ലുമ്പോൾ എന്നെ അയാൾക്ക് കള്ളനെന്നു വിളിക്കാനാവില്ല. ഞാനയച്ചത് മൂപ്പർക്ക് കിട്ടി ക്കാണുമെന്നു വിചാരിക്കുന്നു. പിന്നെ എന്തായാലും എനിക്കു പ്രശ്നമി ല്ല. നിങ്ങൾക്കുവേണ്ടി ഞാൻ കുറച്ച് മരം കൂട്ടിവച്ചിട്ടുണ്ട്. അതാണെന്റെ പുര. കണ്ടോ?"

യാത്രാ മധ്യേ കാബിനിൽ നിന്നു കിട്ടിയ ടൗസൺസിന്റെ ബുക്ക് ഞാനവനു നൽകി. അതു കിട്ടിയപ്പോൾ എന്നെ കെട്ടിപ്പിടിച്ച് ഉമ്മവ യ്ക്കാൻ അവൻ ആഞ്ഞു. പിന്നീട് സ്വയം നിയന്ത്രിച്ചു. "ഹൊ! ഇതു നഷ്ടപ്പെട്ടുവെന്നാണ് ഞാൻ കരുതിയത്. ബാക്കിയായ ഒരേ ഒരു പുസ്തകം ഇതാണ്." അവൻ പറഞ്ഞു: "ഒറ്റയ്ക്കു യാത്ര ചെയ്യുന്ന സമുദ്ര സഞ്ചാരിക്ക് എന്തെല്ലാം അപകടങ്ങളാണ് പിണയുക എന്നു പറ യാനാവില്ലല്ലോ. ചങ്ങാടം കേടുവരാം. ആളുകൾക്ക് കോപം വരുന്നതിനു മുമ്പ് അതു നന്നാക്കിയെടുക്കണം."

അവൻ പുസ്തകത്തിന്റെ താളുകൾ മറിച്ചു.

"റഷ്യനിലാണോ നീ കുറിപ്പുകൾ എഴുതിയത്?" ഞാൻ ചോദിച്ചു.

അവൻ തലകുലുക്കി.

"ഞാൻ വിചാരിച്ചു അത് ഏതോ ഗൂഢഭാഷയാണെന്ന്." ഞാൻ പറഞ്ഞു.

അവൻ ചിരിച്ചു. പിന്നീട് ഗൗരവക്കാരനായി. "ഈ ആളുകളിൽ നിന്നു രക്ഷപ്പെടുന്നതിനുവേണ്ടി എനിക്കൊരുപാടു കഷ്ടപ്പെടേണ്ടി വന്നി ട്ടുണ്ട്" അവൻ പറഞ്ഞു.

"അവർ നിന്നെ കൊല്ലാൻ നോക്കിയിരുന്നോ?" ഞാൻ ചോദിച്ചു.

"ഓ! ഇല്ല."

"എന്തിനാ അവര്‍ നമ്മെ ആക്രമിക്കുന്നത്?"

"കുര്‍ട്സ് ഇവിടം വിട്ടുപോകുന്നത് അവര്‍ക്ക് ഇഷ്ടമല്ല." അവന്‍ വിശദീകരിച്ചു.

"ഇല്ലേ?" ഞാന്‍ ആകാംക്ഷാഭരിതനായി.

നിഗൂഢതയും പാണ്ഡിത്യവും വഴിഞ്ഞൊഴുകുന്ന മട്ടില്‍ അവന്‍ ശിരസുകുലുക്കി.

അവന്‍ പറഞ്ഞു: "ഞാന്‍ നിങ്ങളോട് പറയട്ടെ, ഈ മനുഷ്യന്‍ എന്റെ മനസിന് വിസ്താരമുണ്ടാക്കിയിട്ടുണ്ട്."

ഉരുണ്ട ചെറിയ നീലക്കണ്ണുകള്‍കൊണ്ട് എന്നെ തുറിച്ചു നോക്കി അവന്‍ കൈകള്‍ നീട്ടി.

ഭാഗം മൂന്ന്

ആശ്ചര്യത്തോടെ ഞാനവനെ നോക്കി. എനിക്കു മുമ്പേ അവനി വിടെ എത്തിയിട്ടുണ്ട്. പല വർണങ്ങളിലുള്ള കോമാളി വേഷം കെട്ടി, ഏതോ സർക്കസ് സംഘത്തിൽ നിന്ന് ഒളിച്ചോടിപ്പോന്നവനെപ്പോലെ, ഉല്ലാസവാനും ആവേശഭരിതനുമായ ഒരുത്തൻ. അവനെന്താണെന്നു പറ യാനോ വിശദീകരിക്കാനോ വയ്യ. കുരുക്കഴിക്കാൻ കഴിയാത്ത പ്രഹേ ളികയാണവൻ. അവനെങ്ങനെ നിലനിന്നു പോകുന്നു, അവനെങ്ങനെ ഇതുവരെ എത്തി എന്നതിനൊന്നും ഉത്തരമില്ല.

"എനിക്ക് കുറച്ചുകൂടി പോവണം. ഇത്തിരിക്കൂടി. അറ്റത്തേക്ക്. അത്രയും പോയിക്കഴിഞ്ഞാൽ എങ്ങനെ മടങ്ങിവരും എന്നെനിക്കറിയില്ല. സാരമില്ല. ഇഷ്ടംപോലെ സമയമുണ്ട്. എനിക്കതിനു സാധിക്കും. നിങ്ങൾ കുർട്സിനെ വേഗം കൊണ്ടുപോവുക." അവൻ പറഞ്ഞു.

യൗവനത്തിന്റെ തിളക്കം അവന്റെ ഉടുപ്പിലും നടപ്പിലും ചലനത്തി ലുമെല്ലാമുണ്ടായിരുന്നു. വർഷങ്ങളോളം ഒന്നും കൂസാതെയുള്ള അവന്റെ അലച്ചിൽ. എന്തും വരട്ടെയെന്ന ധീരത. എനിക്കവനോട് ആരാ ധനയും അസൂയയും തോന്നി. ശ്വസിക്കാനുള്ള ഇടവും തന്നെ മുന്നോട്ടു കൊണ്ടുപോവാനുള്ള കനികളുമല്ലാതെ ആ വനത്തിൽ നിന്ന് ഒന്നും അവന് ആവശ്യമുണ്ടായിരുന്നില്ല. നിലനിൽക്കുക എന്നതു മാത്രമായി രുന്നു അവന്റെ ആവശ്യം. കഴിയാവുന്നത്ര അപകടകരമായ സാഹചര്യ ങ്ങളിലൂടെ മുന്നോട്ടുപോവുക. പരമാവധി സ്വകാര്യത ആസ്വദിക്കുക. കേവലവും പരിശുദ്ധവും ഒന്നും പ്രതീക്ഷിക്കാതെയുമുള്ള സാഹസിക തമാത്രമാണ് അവനെ ഭരിച്ചത്. അവനിൽ കത്തിനിന്ന നിർമലമായ ഈ വികാരം എന്നെ അസൂയാലുവാക്കി.

നിങ്ങളുടെ കൺമുമ്പിൽ അവൻ നിങ്ങളോട് സംസാരിക്കുമ്പോഴും അവനാണതെന്ന കാര്യം നിങ്ങൾ മറന്നുപോവും. കുർട്സിനോടുള്ള അവന്റെ സമർപ്പണത്തിൽ എനിക്ക് അസൂയയായിരുന്നു. അപകടത്തോടുള്ള അവന്റെ ആഭിമുഖ്യം കൊണ്ടു മാത്രമായിരുന്നു അത്. എന്റെ അഭിപ്രായത്തിൽ ഇക്കാലത്തിനിടയിൽ അവൻ ചെന്നു ചാടിയ ഏറ്റവും വലിയ അപകടമായിരുന്നു അത്.

അവനും കുർട്സും അന്യോന്യം തൊട്ടുരുമ്മിപ്പോവുന്ന രണ്ടു കപ്പലുകൾ പോലെ വേർപിരിയാനാവാത്ത വിധം ഒരുമിച്ചു നീങ്ങി. കുർട്സിന് ശ്രോതാക്കൾ വേണ്ടിയിരുന്നു. കാട്ടിലെ ക്യാമ്പിൽ കുർട്സും റഷ്യക്കാരനും സംസാരിച്ചു. അഥവാ കുർട്സ് സംസാരിക്കുകയും റഷ്യക്കാരൻ കേൾക്കുകയും ചെയ്തു.

“ഞങ്ങൾ എല്ലാറ്റിനെപ്പറ്റിയും സംസാരിച്ചു.” അവൻ പറഞ്ഞു, “ഉറക്കം എന്ന ഒരു സംഗതി ഉണ്ടെന്ന കാര്യം പോലും ഞാൻ മറന്നു. രാവിന് ഒരു മണിക്കൂർ പോലും ദൈർഘ്യമില്ലെന്നു തോന്നി. ഞങ്ങൾ എല്ലാം പറഞ്ഞു. എല്ലാം. പ്രേമത്തെപ്പറ്റിപ്പോലും.”

“ങ്ഹാ! പ്രേമത്തെപ്പറ്റിയും അദ്ദേഹം നിന്നോട് പറയുകയുണ്ടായോ?” വിസ്മയത്തോടെ ഞാൻ ആരാഞ്ഞു.

“നിങ്ങൾ വിചാരിക്കുന്നതല്ല അത്. പൊതുവായു കാര്യമാണ്. എനിക്കദ്ദേഹം കാര്യങ്ങൾ മനസിലാക്കിത്തന്നു. കാര്യങ്ങൾ....” അവൻ വികാരം മുറ്റുന്ന ഭാഷയിൽ പറഞ്ഞു.

അവൻ കൈകൾ ഉയർത്തി. കപ്പലിന്റെ ഡക്കിലായിരുന്നു ഞങ്ങൾ അപ്പോൾ. ഞങ്ങളുടെ കൂടെയുള്ള മരംവെട്ടുകാരൻ തിളങ്ങുന്ന കണ്ണുകൾകൊണ്ട് അവനെ ഉറ്റുനോക്കി. എന്തുകൊണ്ടാണെന്നറിയില്ല, ഞാൻ ചുറ്റുപാടും കണ്ണോടിച്ചു. മുമ്പൊരിക്കലും ഉണ്ടായിട്ടില്ലാത്ത വിധം ഈ മണ്ണും പുഴയും കാടും ആകാശവും എനിക്ക് നിരാശ സമ്മാനിച്ചു. ഇവയെല്ലാം വളരെയധികം ഇരുണ്ടതും ദുർഗ്രഹവുമായി എനിക്കു തോന്നി. മനുഷ്യന്റെ ദുർബലതകളോട് ഒട്ടും ദയയില്ലാത്തത്. “നീ എപ്പോഴും അദ്ദേഹത്തോടൊപ്പം തന്നെയുണ്ടായിരുന്നോ?” ഞാൻ റഷ്യക്കാരനോടു ചോദിച്ചു.

മറിച്ചായിരുന്നു സംഭവം. പലകാരണങ്ങളാൽ അവർക്കിടയിലെ ബന്ധം താറുമാറായിരുന്നു. രണ്ടുതവണ കുർട്സ് രോഗശയ്യയിലായപ്പോൾ താൻ അദ്ദേഹത്തെ നന്നായി പരിചരിച്ചിട്ടുണ്ടെന്ന് റഷ്യക്കാരൻ അഭിമാനപൂർവം എന്നെ അറിയിച്ചു. പക്ഷേ, കുർട്സ് പതിവുപോലെ വനത്തിൽ തനിച്ചു സഞ്ചരിക്കുകയാണു ചെയ്തത്.

“അദ്ദേഹം വരുന്നത് കാത്തു ദിവസങ്ങളോളം എനിക്ക് ഈ സ്റ്റേഷനിൽ നിൽക്കേണ്ടി വന്നിട്ടുണ്ട്.” അവൻ പറഞ്ഞു. “ആഹ്! ചിലപ്പോൾ ആ കാത്തിരിപ്പ് വളരെ പ്രയോജനമുള്ളതുമായിരുന്നു!”

“എന്താണദ്ദേഹം ചെയ്തിരുന്നത്? പര്യവേക്ഷണം? അല്ലെങ്കിൽ മറ്റെന്തെങ്കിലും?” ഞാൻ ചോദിച്ചു.

"അതെ, തീർച്ചയായും അതുതന്നെ. ഒരുപാട് ഗ്രാമങ്ങളും ഒരു തടാ
കവും അദ്ദേഹം കണ്ടെത്തിയിട്ടുണ്ട്. ഏതു ദിക്കിലാണതെന്ന് കൃത്യ
മായി അദ്ദേഹം മനസിലാക്കിയിരുന്നില്ല. കൂടുതൽ അന്വേഷിക്കുക അപ
കടം ക്ഷണിച്ചുവരുത്തുന്നതായിരുന്നു. പക്ഷേ, അദ്ദേഹത്തിന്റെ അധികം
അന്വേഷണങ്ങളും ആനക്കൊമ്പുകൾക്കുവേണ്ടിയായിരുന്നു."

"പക്ഷേ," ഞാൻ ഇടപെട്ടു. "പകരം കൊടുക്കാൻ കുർട്സിന്റെ
പക്കൽ ഒന്നുമുണ്ടായിരുന്നില്ലല്ലോ?"

"വേണ്ടതിലധികം വെടിയുണ്ടകൾ ഉണ്ടായിരുന്നു." അകലേക്ക്
നോക്കിക്കൊണ്ട് അവൻ പറഞ്ഞു.

"വാസ്തവത്തിൽ അദ്ദേഹം ഗ്രാമങ്ങളെ കൊള്ളയടിക്കുകയായി
രുന്നു." ഞാൻ പറഞ്ഞു.

അവൻ തലകുലുക്കി: "അദ്ദേഹം തനിച്ചായിരുന്നില്ല, തീർച്ചയായും!"
തടാകത്തിനു ചുറ്റുമുള്ള ഗ്രാമങ്ങളെക്കുറിച്ചു അവൻ എന്തോ
പറഞ്ഞു.

"തന്നെ പിന്തുടരാൻ ഒരു ഗോത്രത്തെ കുർട്സിനു കിട്ടിയിരുന്നു.
ഇല്ലേ?" ഞാൻ ചോദിച്ചു.

അവൻ തെല്ല് പരിഭവിച്ചു. "അവർ അദ്ദേഹത്തെ ആരാധിക്കുകയാ
യിരുന്നു." അവൻ പറഞ്ഞു. അസാധാരണത്വം മുറ്റുന്നതായിരുന്നു ഇതു
പറഞ്ഞപ്പോൾ അവന്റെ സ്വരം. അതിനാൽ ഞാനവനെ ചുഴിഞ്ഞു
നോക്കി.

കുർട്സിനെക്കുറിച്ചു പറയുവാനുള്ള വൈമുഖ്യവും ആവേശവും
ഇടകലർന്ന ഒരു വിചിത്രഭാവമായിരുന്നു അവന്റേത്.

"നിങ്ങൾ എന്താണു പ്രതീക്ഷിക്കുന്നത്?" അവൻ പൊട്ടിത്തെറിച്ചു,
"ഇടിയും മിന്നലുമായാണ് കുർട്സ് അവരിലേക്കു വന്നത്. അങ്ങനെ
യൊന്ന് അവർ മുമ്പ് കണ്ടിട്ടേയില്ല. വളരെ ഭയാനകമാണത്. എത്രയും
ഭീതി ജനിപ്പിക്കാൻ അദ്ദേഹത്തിനു കഴിയും. ഒരു സാധാരണക്കാരനെ
കാണുന്നതുപോലെ നിങ്ങൾ കുർട്സിനെ കാണരുത്. അതു സാധ്യമ
ല്ല. ഒരിക്കലും അതു സാധ്യമല്ല! നിങ്ങൾക്ക് മനസിലാവുന്നതിനു വേണ്ടി
ഞാൻ പറയാം. ഒരുദിവസം എന്നെ വെടിവെക്കാൻ അദ്ദേഹം തുനിഞ്ഞു.
പക്ഷേ, അതിന്റെ പേരിൽ ഞാനദ്ദേഹത്തെ കുറ്റപ്പെടുത്തുകയില്ല."

"നിന്നെ വെടിവെക്കുകയോ? എന്തിന്?" ഞാൻ നിലവിളിക്കും
പോലെ ചോദിച്ചു.

"അതോ. എന്റെ വീടിനടുത്തു താമസിക്കുന്ന ഗ്രാമമുഖ്യൻ എനിക്ക്
കുറച്ച് ആനക്കൊമ്പ് തന്നു. ഞാനവർക്കു മൃഗങ്ങളെ വെടിവച്ചു കൊടു
ക്കാറുണ്ടായിരുന്നു. കുർട്സ് എന്നോട് ആനക്കൊമ്പ് ആവശ്യപ്പെട്ടു.
എന്റെ ന്യായം മൂപ്പർ കേട്ടില്ല. ആനക്കൊമ്പ് നൽകി രാജ്യം വിട്ടുപോയി
ല്ലെങ്കിൽ എന്നെ വെടിവെച്ചുകൊന്നുകളയുമെന്നു മൂപ്പർ പറഞ്ഞു. തനിക്ക്
ഇഷ്ടംപോലെ ആരെയും കൊല്ലാമെന്നും ഭൂമിയിൽ ഒരു ശക്തിയും തന്നെ
തടയുകയില്ല എന്നും കുർട്സ് പറഞ്ഞു. അപ്പറഞ്ഞത് സത്യമായിരുന്നു

താനും. ഞാൻ ആനക്കൊമ്പ് കൊടുത്തു. പക്ഷേ, രാജ്യം വിട്ടുപോയില്ല. എനിക്കദ്ദേഹത്തെ വിട്ടുപോവാനാവുമായിരുന്നില്ല. കരുതേണ്ടിയിരുന്നു എനിക്ക്. ഞങ്ങൾ വീണ്ടും സൗഹൃദത്തിലാവുന്നതുവരെ ഞാൻ സ്വരക്ഷ നല്ലവണ്ണം ശ്രദ്ധിച്ചു.

അപ്പോഴേക്ക് കുർട്സിന് രണ്ടാമതും രോഗം ബാധിച്ചു. അതിനു ശേഷം എനിക്കു മാറി നിൽക്കേണ്ടി വന്നു. പക്ഷേ, ഞാനതു കാര്യമാ ക്കിയില്ല. തടാകത്തിനു ചുറ്റുമുള്ള ഗ്രാമങ്ങളിലാണ് കുർട്സ് അധിക സമയവും ചെലവഴിച്ചത്. നദിയുടെ ഭാഗത്തേക്കു വരുമ്പോൾ ചിലപ്പോൾ എന്നെ കൂട്ടും. ചിലപ്പോൾ എനിക്ക് ജാഗ്രത പാലിക്കേണ്ടി വന്നു. ഈ മനുഷ്യൻ ഒരുപാട് സഹിച്ചിരുന്നു. ഇതെല്ലാം മൂപ്പർ വെറുത്തു. എന്നാൽ ഇതൊഴിവാക്കിപ്പോവാൻ പറ്റുമായിരുന്നില്ല. ഒരവസരം കിട്ടിയപ്പോൾ ഞാൻ പറഞ്ഞു. "എല്ലാം ഒഴിവാക്കി രക്ഷപ്പെടാൻ മൂപ്പരുടെ കൂടെ ഞാൻ പോവാം എന്നും പറഞ്ഞു." 'അതെ' എന്നു പറയും. പക്ഷേ, പോവില്ല. ആനക്കൊമ്പു തേടി ഗ്രാമങ്ങളിലേക്ക് തിരിക്കുകയാണു ചെയ്യുക. പിന്നെ ആഴ്ചകളോളം കാണില്ല. സ്വയം മറന്നുള്ള പോക്ക്."

"ഭ്രാന്താണോ മൂപ്പർക്ക്?" ഞാൻ ചോദിച്ചു.
റഷ്യക്കാരൻ ദേഷ്യത്തോടെ പ്രതിഷേധിച്ചു.

മിസ്റ്റർ കുർട്സിന് ഭ്രാന്തനാവാൻ പറ്റുകയില്ല. രണ്ടു ദിവസം മുമ്പ് മൂപ്പരുടെ സംസാരം ശ്രവിക്കാൻ കഴിഞ്ഞിരുന്നെങ്കിൽ ഇങ്ങനെയൊരു സൂചന നൽകാൻ ഞാൻ ധൈര്യപ്പെടുമായിരുന്നില്ല.

ഞങ്ങളുടെ നടത്തത്തിനിടയിൽ ഞാൻ ബൈനോക്കുലർ എടുത്തു ചുറ്റും നോക്കിയിരുന്നു. തീരം. വീടിന്റെ ഓരോ വശത്തും അതിർത്തി കുറിക്കുന്ന വനം. കുന്നിൻ പുറത്തെ ജീർണിച്ച ഭവനം പോലെ സകലം നിശബ്ദം. എന്നെയത് അസ്വസ്ഥപ്പെടുത്തി. അത്ഭുതത്തോടെയും ഇട മുറിഞ്ഞ വാചകങ്ങളിലും ദീർഘനിശ്വാസങ്ങളിൽ പൂർത്തിയാക്കിയും റഷ്യക്കാരൻ പറഞ്ഞ കഥയുടെ ലക്ഷണമൊന്നും ഈ പ്രകൃതിയിൽ നിന്ന് വായിച്ചെടുക്കാൻ പറ്റുന്നില്ല.

കനത്ത മുഖം മൂടിയാണീ കാട്. അടച്ചിട്ട കാരാഗൃഹ വാതിൽ പോലെ. അകത്ത് എന്തോ അറിവ് ഒളിപ്പിച്ചുവെച്ച ഭാവം. ക്ഷമാപൂർവം എന്തോ കാത്തിരിക്കുന്ന മട്ട്. അടുക്കാൻ പറ്റാത്ത നിശബ്ദത.

കുർട്സ് തടാകത്തിടുത്തെ തന്റെ മുഴുവൻ പോരാളിക ളെയുംകൊണ്ട് പ്രത്യക്ഷപ്പെട്ടത് വളരെ വൈകിയാണെന്ന് വിശദീകരി ക്കുകയായിരുന്നു റഷ്യക്കാരൻ. നദിയുടെ അക്കരെയോ താഴ്ഭാഗത്തോ വലിയൊരു കവർച്ച നടത്താനുള്ള ഉദ്ദേശ്യത്തോടെയായിരുന്നു അപ്ര തീക്ഷിതമായ ആ വരവ്. കൂടുതൽ ആനക്കൊമ്പ് ശേഖരിക്കാനുള്ള ആർത്തി അവരുടെ ഉത്സാഹത്തെ വർധിപ്പിച്ചിരുന്നു. പക്ഷേ, മൂപ്പരുടെ സ്ഥിതി പെട്ടെന്നു വഷളായി. "ആശ നശിച്ച് കിടപ്പിലാണ് മൂപ്പരെന്നു ഞാൻ കേട്ടു." റഷ്യക്കാരൻ പറഞ്ഞു, "എന്തും വരട്ടെ എന്നു കരുതി ഞാൻ അങ്ങോട്ടു ചെന്നു."

"അദ്ദേഹം ചീത്തയാണ്. വളരെ ചീത്ത" ബൈനോക്കുലേഴ്സിന്റെ ചില്ല് വീടിനുനേരെ തിരിച്ചുകൊണ്ട് ഞാൻ പറഞ്ഞു. ജീവിതത്തിന്റെ അടയാളമൊന്നും അവിടെ ഉണ്ടായിരുന്നില്ല. തകർന്ന മേൽക്കൂര, പുല്ലു കൾക്കു മീതെ എത്തിനോക്കുന്ന നീണ്ട ചളിഭിത്തി, ചതുരത്തിലുള്ള നാലു ജനൽത്തുളകൾ ഇതൊക്കെയാണ് എനിക്കു കാണാൻ കഴിഞ്ഞത്. പിന്നീട് ഞാൻ ഒന്നു തിരിഞ്ഞു. ബാക്കിയുള്ള തൂണുകളിലൊന്ന് കണ്ണാ ടിയിൽ ദൃശ്യമായി. ചില അലങ്കാരപ്പണികൾ നടത്തിയത് ദൂരെനിന്നു ഞാൻ കണ്ട കാര്യം മുമ്പ് പറഞ്ഞത് നിങ്ങൾക്കോർമയുണ്ടാവുമല്ലോ. ഇപ്പോൾ അത് എനിക്ക് അടുത്തു കാണാം. ഒരു തൂണിൽ നിന്ന് മറ്റൊ ന്നിലേക്ക് ഞാൻ സാവധാനം കണ്ണോടിച്ചു. സൂക്ഷിച്ചുനോക്കിയപ്പോൾ എന്റെ തല ഒന്നു പിറകോട്ടാഞ്ഞു. വൃത്താകൃതിയിലുള്ള മുഴ അലങ്കാ രത്തിനു വേണ്ടിയുള്ളതായിരുന്നില്ല. പ്രതീകാത്മകമായിരുന്നു അത്. ചിന്തിക്കാൻ വക നൽകുന്ന, ശ്രദ്ധേയമായ, ഒരാവിഷ്കാരം. ചിന്തയ്ക്കു മാത്രമല്ല ആകാശത്തുനിന്നു താഴോട്ടു നോക്കുന്ന കഴുകനും അതു ഭക്ഷണമാണ്. പ്രയത്നശാലികളായ ഉറുമ്പുകൾ തൂണുകളിലൂടെ മുക ളിലേക്കു കയറുന്നു. തൂണുകളിലെ തലയോട്ടികൾ വീടിനു നേരെ മുഖം തിരിച്ചായിരുന്നില്ലെങ്കിൽ കൂടുതൽ ആകർഷകമായേനെ. എനിക്ക് ആദ്യം തിരിച്ചറിയാനായ ഒന്നിന്റെ മുഖം എന്റെ നേരെയായിരുന്നു. നിങ്ങൾ ഒരു പക്ഷേ, ചിന്തിക്കുന്നതുപോലെ, ആ തലകൾ കണ്ട് ഞാൻ ഞെട്ടിയില്ല. എന്റെ തല പുറകോട്ടാഞ്ഞത് ഞെട്ടൽ കൊണ്ടല്ല; അമ്പരപ്പു കൊണ്ടാണ്. മരത്തിന്റെ മുഴയാണു ഞാനവിടെ പ്രതീക്ഷിച്ചത്. പക്ഷേ, കണ്ടത് മനുഷ്യശിരസുകൾ. ആദ്യം കണ്ടതിലേക്ക് ഞാൻ കണ്ണുകൾ തിരിച്ചുകൊണ്ടുവന്നു. കറുത്ത് ഉണങ്ങി, കുഴിഞ്ഞ്, കൺപോളകൾ കൂമ്പിയ തല കുന്തത്തിനു മുകളിൽ അതുറങ്ങുകയാണെന്നേ തോന്നൂ. അടഞ്ഞ ചുണ്ടുകൾക്കിടയിലൂടെ പല്ലുകളുടെ വെളുത്ത നേർത്ത നിര കാണാം. നിത്യ നിദ്രയിലെ ഏതോ രസികൻ സ്വപ്നത്തിലെന്നപോലെ അവസാനമില്ലാത്ത പുഞ്ചിരി തൂകുകയാണ് അവ.

കച്ചവട രഹസ്യം പുറത്തു വിടുകയല്ല ഞാൻ. മിസ്റ്റർ കുർട്സിന്റെ രീതികൾ ജില്ലയെ നശിപ്പിച്ചുവെന്ന് പിന്നീട് മാനേജർ പറയുകയുണ്ടായി. അക്കാര്യത്തിൽ എനിക്ക് അഭിപ്രായമൊന്നും ഉണ്ടായിരുന്നില്ല. ആ തല കൾ അവിടെ നാട്ടി നിർത്തിയതുകൊണ്ട് പ്രത്യേകിച്ച് ലാഭമുണ്ടായിരു ന്നില്ല എന്നു നിങ്ങൾ മനസിലാക്കുക. മിസ്റ്റർ കുർട്സിന് തന്റെ ചില ആസക്തികൾ വെളിപ്പെടുത്തുന്നതിൽ നിയന്ത്രണമുണ്ടായിരുന്നില്ല എന്നേ അതു വ്യക്തമാക്കിയുള്ളൂ. എന്തോ ഒന്നിന്റെ പോരായ്മ അദ്ദേ ഹത്തിനുണ്ടായിരുന്നു. അദ്ദേഹത്തിന്റ വാക്ചാതുരിയിൽ ആ പോരായ്മ പിടികിട്ടാത്ത വിധം അപ്രത്യക്ഷമാവും. മൂപ്പർക്ക് സ്വയം അതറിയാമാ യിരുന്നോ എന്നെനിക്കറിയില്ല. ഒടുവിൽ, ഏറ്റവും ഒടുവിൽ അദ്ദേഹത്തി നത് മനസിലായിട്ടുണ്ട് എന്ന് ഞാൻ വിചാരിക്കുന്നു. പക്ഷേ, വനം അദ്ദേ ഹത്തിൽ അത് നേരത്തെ കണ്ടെത്തിയിട്ടുണ്ട്. അധിനിവേശത്തിനുള്ള

പ്രതികാരമായി വനം അതിൻമേൽ പിടികൂടുകയും ചെയ്തു. തന്നെക്കു റിച്ച് തനിക്കറിയാത്ത കാര്യങ്ങൾ കാട് അദ്ദേഹത്തിന്റെ ചെവികളിൽ മന്ത്രിച്ചിരിക്കണം. ഗംഭീരമായ ഈ ഏകാന്തതയുടെ ഉപദേശം ലഭിക്കു ന്നതുവരെ അതെന്താണെന്ന് കുർട്സിന് മനസിലായില്ല. തടഞ്ഞു നിർത്താൻ പറ്റാത്തവിധം വശീകരണ ശക്തിയുള്ളതായിരുന്നു ആ മന്ത്രണം. ഉള്ളുവരെ പൊള്ളയായിരുന്നു കുർട്സ്. അതിനാൽ കാടിന്റെ മന്ത്രണം അദ്ദേഹത്തിൽ കടുത്ത മുഴക്കമുണ്ടാക്കി.

ഞാൻ ബൈനോക്കുലേഴ്സ് താഴ്ത്തി. നേരിൽ സംസാരിക്കാൻ മാത്രം എന്റെ തൊട്ടു മുന്നിലുണ്ടെന്നു തോന്നിച്ച തലകൾ കാണാദൂര ത്തേക്കു അപ്രത്യക്ഷപ്പെട്ടു.

കുർട്സിന്റെ ആരാധകൻ ഇപ്പോൾ അൽപ്പം വിഷണ്ണതയിലായി. ഈ കാഴ്ച–പ്രതീകങ്ങളുടെ–കാണാൻ തനിക്ക് ധൈര്യമുണ്ടായിട്ടില്ലെന്ന് അവൻ പറഞ്ഞു. നാട്ടുകാരെക്കുറിച്ച് അവനു ഭയമില്ല. കുർട്സ് പറയാതെ അവർ അനങ്ങുകയില്ല. കുർട്സിന്റെ ഉയർച്ച അസാധാരണമായിരുന്നു. ജനങ്ങൾ വിളിപ്പുറത്ത് തമ്പടിച്ചു നിന്നു. മൂപ്പന്മാർ നിത്യവും കുർട്സിനെ സന്ദർശിച്ചു. അവർ അദ്ദേഹത്തിന്റെ മുമ്പിൽ ഇഴയുമായിരുന്നു.

"കുർട്സിനെ സമീപിക്കുമ്പോൾ നടത്തുന്ന ആചാരങ്ങളെ കുറി ച്ചൊന്നും എനിക്കു കേൾക്കണ്ട." ഞാൻ ശബ്ദമുയർത്തിപ്പറഞ്ഞു.

മിസ്റ്റർ കുർട്സിന്റെ ജനലിനു താഴെ കുന്തങ്ങളിൽ നാട്ടി വച്ച തല കളെക്കാൾ എന്നെ അസ്വസ്ഥപ്പെടുത്തുന്നതായിരുന്നു ഇത്തരം വിശദീ കരണങ്ങൾ കേൾക്കുമ്പോൾ എന്നെ പിടികൂടുന്ന വികാരം. അതേതാ യാലും ഭീകരമായ ഒരു കാഴ്ചമാത്രം. വെളിച്ചമില്ലാത്ത, ഏതോ നിഗൂഢ ഭീതിയുടെ പ്രവിശ്യയിലേക്ക് നാടുകടത്തപ്പെട്ടതുപോലെ എനിക്കു തോന്നി. വളച്ചുകെട്ടില്ലാത്ത, പ്രകടമായ ക്രൂരത അവിടെ ഒരാശ്വാസ മാണ്. അവിടെ നിലനിൽക്കാൻ അവകാശമുള്ള ഒന്നുതന്നെ അത്.

റഷ്യക്കാരൻ എന്നെ അമ്പരപ്പോടെ നോക്കി. മിസ്റ്റർ കുർട്സ് എന്റെ ആരാധനാമൂർത്തിയല്ലെന്ന് അവനു ബോധ്യമായിട്ടില്ല എന്നെനിക്കു തോന്നി. പ്രേമത്തെയും ജീവിതത്തെയും നീതിയെയും–പിന്നെ എന്തെല്ലാം വിഷയങ്ങൾ? – സംബന്ധിച്ച കുർട്സിന്റെ മനോഹരമായ ഭാഷണങ്ങൾ ഞാൻ കേട്ടിട്ടില്ലെന്ന കാര്യം അവൻ മറന്നു. എല്ലാ കാട്ടു ജാതിക്കാരെയും പോലെ അവനും കുർട്സിന്റെ മുമ്പിൽ ഇഴഞ്ഞിട്ടുണ്ട്. ആ അവസ്ഥകളെക്കുറിച്ചൊന്നും എനിക്കൊരു ധാരണയുമില്ല.

കലാപകാരികളുടെ തലകൾ ആണ് കുന്തങ്ങളിൽ നാട്ടിയത് എന്ന് അവൻ പറഞ്ഞു. ഇതുകേട്ട് ഞാൻ ഉറക്കെ ചിരിച്ചു. എന്റെ ചിരി അവ നിൽ ഞെട്ടലുളവാക്കി. കലാപകാരികൾ! ഇനിയെന്താവും ഞാൻ കേൾക്കുക? ഇതുവരെ അവർ ശത്രുക്കളും കുറ്റവാളികളും പണിക്കാരു മായിരുന്നു. ഇപ്പോൾ അവർ കലാപകാരികളാണ്!

"ഇങ്ങനെയുള്ള ജീവിതം കുർട്സിനെപ്പോലുള്ള ഒരാളെ എങ്ങനെയാണ് ബാധിക്കുക എന്ന് നിങ്ങൾക്കറിയില്ല." കുർട്സിന്റെ അവ സാനത്തെ ആ ശിഷ്യൻ പറഞ്ഞു.

"നിനക്കും?" ഞാൻ ചോദിച്ചു.

"ഞാനോ! ഞാൻ വെറും സാധാരണക്കാരൻ. വലിയ ചിന്തകൾ എനിക്കില്ല. എനിക്ക് ആരിൽ നിന്നും ഒന്നും ആവശ്യമില്ല. നിങ്ങൾക്കെ ങ്ങനെയാണ് എന്നെ അദ്ദേഹവുമായി തുലനം ചെയ്യാനാവുക?" വികാ രങ്ങൾ അവന്റെ സംഭാഷണത്തെ തടസപ്പെടുത്തി. "എനിക്കൊന്നും മന സിലാവുന്നില്ല." അവൻ തുടർന്നു, "അദ്ദേഹത്തിന്റെ ജീവൻ നില നിർത്താൻ ഞാൻ എന്റെ കഴിവിന്റെ പരമാവധി ശ്രമിച്ചിട്ടുണ്ട്. അത്ര മാത്രം. ഇതിലൊന്നും എനിക്കൊരു പങ്കുമില്ല. എനിക്കതിനുള്ള കഴിവു മില്ല. ഇവിടെ ഒരു തുള്ളി മരുന്നോ രോഗിക്കുള്ള ഭക്ഷണമോ മാസങ്ങ ളായി ഇല്ല. ലജ്ജാകരമായി ഉപേക്ഷിക്കപ്പെട്ടിരിക്കുകയാണ് കുർട്സ്. ഇങ്ങനെയുള്ള ഒരു മനുഷ്യൻ-ഇത്തരം ആശയങ്ങളുള്ള ഒരാൾ – നാണം കെട്ട രീതിയിൽ ഉപേക്ഷിക്കപ്പെട്ടിരിക്കുന്നു. കഴിഞ്ഞ പത്തു രാത്രിക ളിൽ ഞാൻ ഉറങ്ങിയിട്ടില്ല...."

സായാഹ്നത്തിന്റെ ശാന്തതയിൽ അവന്റെ സ്വരം താണു. ഞങ്ങൾ സംസാരിച്ചു നിൽക്കുമ്പോൾ വനത്തിന്റെ നീണ്ട നിഴൽ താഴ്‌വരയിലേക്ക് ഇറങ്ങിവരികയായിരുന്നു. നശിച്ച ആ വീടിനെയും കുന്തങ്ങളെയും കടന്നു നിഴൽ നീങ്ങി. കുന്നിനെ ഇരുൾ ആവരണം ചെയ്തു. ഞങ്ങൾ നിന്ന ഭാഗത്ത് സൂര്യപ്രകാശമുണ്ടായിരുന്നു. തെളിഞ്ഞ നദി വെളിച്ച ത്തിൽ തിളങ്ങി. മുകളിലും താഴെയുമുള്ള വളവുകൾ നിഴൽ മൂടി, ഇരു ട്ടണഞ്ഞു നിന്നു. കരയിൽ ഒരു ജീവിയുമില്ല. കുറ്റിക്കാടുകൾ നിശ്ചലം.

പെട്ടെന്ന് വീടിനടുത്ത് ഒരു കൂട്ടമാളുകൾ പ്രത്യക്ഷപ്പെട്ടു. ഗ്രൗണ്ടിൽ നിന്ന് പ്രത്യക്ഷപ്പെട്ടതാണവർ എന്നു തോന്നി. അരവരെ ഉയർന്നു നിൽക്കുന്ന പുല്ലിലൂടെയായിരുന്നു അവരുടെ വരവ്. രോഗിയെ കിടത്താൻ തട്ടിക്കൂട്ടി ഉണ്ടാക്കിയ ഒരു സ്ട്രെച്ചർ അവരുടെ കൈവശമുണ്ടായിരുന്നു. പൊടുന്നനെ ശൂന്യതയിൽ എവിടെ നിന്നോ ഒരു നിലവിളി ഉയർന്നു. കരയുടെ ഹൃദയത്തിലേക്ക് നേരെ പറന്നുവന്നു തറയ്ക്കുന്ന കൂർത്ത അസ്ത്രം പോലെ തുളഞ്ഞുകയറുന്ന ആർത്തനാദം. മാന്ത്രികശക്തി കൊണ്ടെന്നപോലെ മനുഷ്യരുടെ ഒരുരുവി അവിടെ ഒഴുകിയെത്തി. നഗ്ന രായ മനുഷ്യർ. അവരുടെ കൈകളിൽ അമ്പും വില്ലും കുന്തവും പരിച യുമുണ്ട്. തീക്ഷ്ണമായ നോട്ടവും വന്യമായ ചലനങ്ങളുമായി വെളി സ്ഥലത്തേക്ക് അവർ ഇരച്ചു വന്നു. കുറ്റിക്കാട് വിറച്ചു. പുല്ലുകൾ ഇളകി യാടി. പിന്നീട് എല്ലാം ശാന്തം. ജാഗ്രത്തായ നിശ്ചലത.

"അദ്ദേഹം അവരോട് ശരിയായ കാര്യം പറയുന്നില്ലെങ്കിൽ നമ്മു ടെയെല്ലാം കഥ കഴിഞ്ഞു." റഷ്യക്കാരൻ എന്നോട് മന്ത്രിച്ചു.

സ്ട്രെച്ചറുമായി വരുന്ന വെള്ളക്കാർ പാതിവഴിക്ക് നിന്നു. സ്ട്രെച്ച റിലുള്ള ആൾ എഴുന്നേറ്റിരിക്കുന്നത് ഞാൻ കണ്ടു. തന്നെ ചുമലിലേറ്റി യവരുടെ തോളുകൾക്കു മീതെ അദ്ദേഹത്തിന്റെ മെലിഞ്ഞു നീണ്ട കൈ ഉയരുന്നു.

"സ്നേഹത്തെക്കുറിച്ചു പൊതുവെ നന്നായി സംസാരിക്കാൻ കഴി
വുള്ള അദ്ദേഹം ഇത്തവണ നമ്മെ രക്ഷപ്പെടുത്തുന്നതിന് എന്തെങ്കിലും
കാരണം കണ്ടുപിടിക്കുമെന്നു നമുക്ക് പ്രതീക്ഷിക്കാം" ഞാൻ പറഞ്ഞു.

അപകടംപിടിച്ച ഞങ്ങളുടെ അവസ്ഥയിൽ എനിക്ക് കലശലായ
ദേഷ്യം വന്നു. ക്രൂരനായ വേതാളത്തിന്റെ ദയയിൽ ജീവിക്കേണ്ടി വരു
ന്നത് അപമാനകരം തന്നെ. എനിക്കൊരു ശബ്ദവും കേൾക്കാൻ പറ്റി
യില്ല. പക്ഷേ, നേർത്ത കൈകൾ ആജ്ഞാപൂർവം ചലിക്കുന്നത്
ബൈനോക്കുലറിലൂടെ എനിക്കു കാണാം. കീഴ്ത്താടി അനങ്ങുന്നു.
വേതാളത്തിന്റെ വിചിത്രമായ അനക്കങ്ങളോടെ ആടുന്ന എല്ലിച്ച ശിരസ്സ്.
അതിന് ഇരുണ്ട തിളക്കം. കുർട്സ് (കുറിയവൻ എന്നാണ് ഈ ജർമൻ
പദത്തിന്റെ അർഥം) എന്ന പേര് അദ്ദേഹത്തിന്റെ ജീവിതത്തിലെ
മറ്റെല്ലാം പോലെ ശരിയായിരുന്നു. ജീവിതത്തിൽ മാത്രമല്ല മരണത്തി
ലും. അദ്ദേഹത്തിന് ചുരുങ്ങിയത് ഏഴടി നീളം കാണും. പുതപ്പ് അഴിഞ്ഞു
വീണിരുന്നു. അതിനടിയിൽ നിന്ന് ദയനീയമായ ഒരു കോലം പുറത്തു
വന്നു, ചുരുട്ടിയ തകിടിനുള്ളിൽ നിന്നെന്നപോലെ അദ്ദേഹത്തിന്റെ വാരി
യെല്ലിൻകൂട് മുഴുവൻ ചലിക്കുന്നത് എനിക്കു കാണാം. കൈകളുടെ
എല്ലുകൾ കാറ്റിൽ ഇളകുന്നു. പഴയ ആനക്കൊമ്പിൽ കൊത്തിയുണ്ടാക്കി
ജീവൻ നൽകിയ മൃത്യുവിന്റെ പ്രതിരൂപം അനങ്ങാതിരിക്കുന്ന ജനക്കൂ
ട്ടത്തെ കൈയിലക്കി ഭീഷണിപ്പെടുത്തുന്നതുപോലെയാണ് എനിക്കു
തോന്നിയത്. ഇരുണ്ടതും തിളങ്ങുന്നതുമായ ഓടുകൊണ്ടുണ്ടാക്കിയ മനു
ഷ്യരുടെ ആൾക്കൂട്ടം. അദ്ദേഹം വാ മുഴുക്കെ തുറക്കുന്നത് ഞാൻ കണ്ടു.
വായുവും ഭൂമിയും തന്റെ മുമ്പിലുള്ള മനുഷ്യരെയും വിഴുങ്ങാൻ
പോവുന്ന മട്ടിലായിരുന്നു വാ തുറപ്പ്. ആഴമുള്ള ഒരു ശബ്ദം വളരെ
ദുർബലമായി എന്റെയടുത്തെത്തി. അദ്ദേഹം ഒച്ചവെക്കുകയാവാം. പെട്ടെ
ന്നദ്ദേഹം പുറകോട്ട് വീണു. സ്ട്രെച്ചർ കുലുങ്ങി. ചുമട്ടുകാർ വീഴാ
നാഞ്ഞു. ഏതാണ്ട് ആ സമയത്തു തന്നെ ആൾക്കൂട്ടം പതുക്കെ പിരി
ഞ്ഞുപോവുന്നത് എനിക്കു കാണാനായി. കാട് അവരെ ഉള്ളിലേക്കു വലി
ച്ചെടുക്കുന്നതായാണ് എനിക്കു തോന്നിയത്.

സ്ട്രെച്ചറിനു പിന്നിൽ നടക്കുന്ന തീർഥാടകരിൽ ചിലരുടെ കൈക
ളിൽ ഷോട്ട്ഗൺ, ഭാരമുള്ള റൈഫിൾ, ചെറിയ റിവോൾവർ തുടങ്ങിയ
ആയുധങ്ങളുണ്ട്. കുർട്സിന്റെ തലയ്ക്കു സമീപമായി നടക്കുന്ന മാനേ
ജർ കുനിഞ്ഞ് അദ്ദേഹത്തോട് എന്തോ പറയുന്നു.

ഇതാ അവരെത്തി. അവർ കപ്പലിൽ പ്രവേശിച്ചു. ചെറിയ ഒരു കാബി
നിലാണ് കുർട്സിനെ കിടത്തിയത്. ഒരാൾക്ക് കിടക്കാനുള്ള സ്ഥലമേ
അതിനകത്തുണ്ടായിരുന്നുള്ളൂ. പിന്നെ ഒന്നോ രണ്ടോ സ്റ്റൂളുകൾ ഇടാ
നുള്ള സ്ഥലവും. കുർട്സിനുള്ള കത്തുകളും എഴുത്തുകളും ഞങ്ങൾ
കൊണ്ടുവന്നിരുന്നു. പൊട്ടിച്ചതും തുറന്നതുമായ ആ എഴുത്തുകുത്തു
കൾ കട്ടിലിൽ നിരത്തി. കുർട്സിന്റെ ക്ഷീണിച്ച കരങ്ങൾ അവയിലൂടെ
ഇഴഞ്ഞു. അദ്ദേഹത്തിന്റെ കണ്ണുകളിലെ തീയും മ്ലാനമായ മുഖഭാവവും

ഞാൻ ശ്രദ്ധിച്ചു. രോഗം അദ്ദേഹത്തെ തളർത്തിയതായി എനിക്കു തോന്നിയില്ല. അദ്ദേഹം വേദനിക്കുന്നതായും തോന്നിയില്ല. നിമിഷനേരത്തേക്കെങ്കിലുമുള്ള വികാര നിർഭരമായ ശാന്തതയായയാണ് മുഖത്തു പതിഞ്ഞ നിഴൽ എനിക്കനുഭവപ്പെട്ടത്.

ഒരു കത്തെടുത്ത് വായിച്ചശേഷം എന്റെ കണ്ണുകളിലേക്ക് നോക്കി "ഞാൻ സന്തോഷവാനാണ്" എന്നു പറഞ്ഞു. എന്നെക്കുറിച്ച് ആരോ അദ്ദേഹത്തിന് നേരത്തെ എഴുതിയിരുന്നു. വീണ്ടും ശുപാർശക്കത്ത് വന്നിരിക്കണം. ചുണ്ടനക്കാതെ പുറത്തേക്കു വന്ന ആ ശബ്ദത്തിന്റെ ടോൺ എന്നെ അതിശയിപ്പിച്ചു. ഹാ! ആ ശബ്ദം! ശബ്ദം! പിറുപിറുക്കാൻ പോലും ശക്തിയുണ്ടെന്ന് തോന്നാത്ത മനുഷ്യന്റെ ഗംഭീരമായ ശബ്ദം. ഞങ്ങളെ അവസാനിപ്പിക്കാനുള്ള ഊർജം അദ്ദേഹത്തിലുണ്ടായിരുന്നു –കൃത്രിമമമാണത് എന്നതിൽ സംശയമില്ല എങ്കിലും.

മാനേജർ ഒന്നും മിണ്ടാതെ വാതിൽക്കൽ പ്രത്യക്ഷപ്പെട്ടു. ഞാനുടനെ പുറത്തിറങ്ങി. മാനേജർ വാതിൽവിരി താഴ്ത്തി. റഷ്യക്കാരൻ തീരത്തേക്കു തന്നെ തുറിച്ചു നോക്കി നിൽക്കുകയാണ്. തീർഥാടകർ അവനെ ഉൽകണ്ഠയോടെയാണ് നോക്കിയിരുന്നത്. അവന്റെ നോട്ടത്തെ ഞാൻ പിന്തുടർന്നു.

ദൂരെ കറുത്ത മനുഷ്യരൂപങ്ങൾ നിശ്ശബ്ദമായി ചലിക്കുന്നത് അവ്യക്തമായി കാണാം. ഇരുട്ടിന്റെ മറപറ്റിപ്പിടിച്ചു വനാതിർത്തിയിലേക്കു പതുക്കെ നീങ്ങുകയാണവർ. നദിക്കരയിൽ വെങ്കലവർണമുള്ള രണ്ടു രൂപങ്ങൾ നീളമുള്ള കുന്തങ്ങളിൽ ചാരി നിൽക്കുന്നു. പുള്ളികളുള്ള തോൽകൊണ്ട് നിർമിച്ച മനോഹരമായ ശിരോവസ്ത്രങ്ങൾ ധരിച്ച്, സൂര്യ വെളിച്ചത്തിൽ, പ്രതിമപോലെ അനങ്ങാതെ നിൽക്കുകയാണവർ. വലത്തുനിന്ന് ഇടത്തോട്ട്, വെളിച്ചമുള്ള തീരത്തുകൂടെ തടിച്ച ഒരു സ്ത്രീരൂപം നടന്നുപോവുന്നു.

അളന്നു തിട്ടപ്പെടുത്തിയ ചുവടുകൾ വച്ചാണ് അവളുടെ നടത്തം. വരയും കരകളുമുള്ള ഉടയാടകൾ അണിഞ്ഞ് നല്ല അന്തസോടെ. അവളുടെ കാട്ടാഭരണങ്ങൾ കിലുങ്ങി നേർത്ത മർമരം പുറപ്പെടുവിക്കുന്നുണ്ട്. തല താഴ്ത്തി പിടിച്ചിരിക്കുന്നു. മുടി ഹെൽമറ്റ് പോലെ മെടഞ്ഞു കെട്ടിയിരിക്കുകയാണ്. കാൽമുട്ട് വരെ പിച്ചളയുടെ പട്ടീസ്. കൈമുട്ടുവരെ പിച്ചളക്കമ്പി കൊണ്ട് കൈയുറ. മഞ്ഞ കലർന്ന തവിട്ടു നിറത്തിലുള്ള കവിളിൽ ചുവന്ന മറുക്. കഴുത്തിൽ എണ്ണമറ്റ പളുങ്ക് മാലകൾ. മന്ത്ര വാദികളുടെ സമ്മാനങ്ങളും ദേഹത്തിൽ ചാർത്തിയ തൊങ്ങലുകളും അവളുടെ ഓരോ ചുവടുവെപ്പിലും തിളങ്ങുകയും കുലുങ്ങുകയും ചെയ്തു. ഒരുപാട് ആനക്കൊമ്പുകളുടെ വിലയുള്ള വസ്തുക്കൾ അവളുടെ ദേഹത്തണിഞ്ഞിരുന്നു. കാടിന്റെ കാതലും നിധിയുമാണവൾ. വന്യ മായ കണ്ണുകളുള്ള അഭിജാത. അവളുടെ തന്റേടത്തോടെയുള്ള നടന്നു വരവിൽ എന്തോ അശുഭ സൂചനകളുണ്ട്. ദുഃഖപൂരിതമായ കര മുഴു വൻ പെട്ടെന്ന് നിശ്ശബ്ദത പടർന്നു. ഫലസമൃദ്ധമായ ആ നിഗൂഢ വന

ഭൂമി ഒന്നടങ്കം അവളെത്തന്നെ ഉറ്റുനോക്കുന്നതായി തോന്നി. ഇരുളണ
ഞ്ഞതും വികാരഭരിതവുമായ സ്വന്തം ആത്മാവിന്റെ പ്രതിരൂപത്തിലേ
ക്കെന്നപോലെ ചിന്താക്ലാന്തമായിരുന്നു ആ നോട്ടം.

അവൾ കപ്പലിനടുത്തുവന്നു, നിശ്ചലയായി നിന്നു. എന്നിട്ട് ഞങ്ങളെ
നോക്കി. വെള്ളത്തിന്റെ അറ്റംവരെ അവളുടെ നിഴൽ നീണ്ടു കിടന്നി
രുന്നു. അവളുടെ മുഖത്ത് വന്യമായ ദുഃഖത്തിന്റെയും മൂകമായ വേദന
യുടെയും ദുരന്തസൂചകമായ രൂക്ഷഭാവങ്ങൾ പാതി രൂപപ്പെട്ട തീരുമാ
നത്തോട് പൊരുതുന്ന അന്തരംഗത്തിന്റെ ഭയം ആ വികാരങ്ങളുമായി
ഇടകലരുന്നു. ഇളകാതെ, ഞങ്ങളെത്തന്നെ നോക്കി നിബിഡവനത്തെ
പ്പോലെ, ഗഹനമായ എന്തോ ആലോചിക്കുന്ന മട്ടിൽ അവൾ നിന്നു.
ഒരുനിമിഷം അങ്ങനെ കടന്നുപോയി. അനന്തരം അവൾ ഒരു ചുവട്
മുന്നോട്ടു വച്ചു. മഞ്ഞ ലോഹത്തിന്റെ നേർത്ത കിലുക്കം കേൾക്കായി.
തൊങ്ങലുകളുള്ള ഉടയാടകളുടെ മർമരം. ഹൃദയം നിലച്ചതുപോലെ
അവൾ നിന്നു. എന്റെയടുത്തുള്ള ചെറുപ്പക്കാരൻ മുരണ്ടു. പിന്നിലുള്ള
തീർഥാടകർ പിറുപിറുത്തു.

അചഞ്ചലമായ തന്റെ നോട്ടത്തെ ആശ്രയിച്ചാണ് തന്റെ ജീവന്റെ
നിലനിൽപ്പ് എന്ന മട്ടിൽ അവൾ ഞങ്ങളെത്തന്നെ നോക്കിക്കൊണ്ടിരു
ന്നു. പെട്ടെന്ന് ആകാശം തൊടാനെന്നോണം അവൾ കൈകൾ തലയ്ക്കു
മീതേക്കു കുടഞ്ഞ് നിവർത്തി. നദിക്കു ചുറ്റും പരന്ന നിഴൽ കപ്പലിനെ
ആശ്ലേഷിച്ചു. ഭീഷണമായ നിശ്ശബ്ദത എങ്ങും തളം കെട്ടിനിന്നു.

പതുക്കെ അവൾ തീരത്തുകൂടെ നടന്നു. ഇടതുഭാഗത്തുള്ള കുറ്റി
ക്കാടിലേക്കു കയറി. അസ്തമയത്തോടൊപ്പം കാട്ടിൽ അപ്രത്യക്ഷമാ
വുന്നതിന് മുമ്പ് ഒരിക്കൽ മാത്രം അവളുടെ തിളങ്ങുന്ന കണ്ണുകൾ ഞങ്ങ
ളുടെ നേരെ തിരിഞ്ഞു നോക്കി.

"കപ്പലിൽ വരാൻ അവൾ ആവശ്യപ്പെട്ടിരുന്നെങ്കിൽ ഒരു പക്ഷേ,
ഞാൻ അവളെ വെടിവെക്കുമായിരുന്നു." റഷ്യക്കാരൻ എന്നോടു
പറഞ്ഞു, "എന്റെ ജീവൻ പണയം വച്ചാണ് കഴിഞ്ഞ രണ്ടാഴ്ച ഞാ
വളെ വീടിനുവെളിയിൽ നിർത്തിയത്. ഒരുദിവസം അവൾ വീടിനക
ത്തേക്കു കയറി. സ്റ്റോർ മുറിയിൽ ഞാൻ കൂട്ടിയിട്ട പഴയ വസ്ത്രങ്ങളെ
ചൊല്ലി വഴക്കുണ്ടാക്കി. ഒരു മണിക്കൂർ നേരം അവൾ കുർട്സിനോടു
കലമ്പലുണ്ടാക്കി വർത്തമാനം പറഞ്ഞു. ഇടയ്ക്കിടെ അവൾ എന്നെ
ചൂണ്ടുന്നുണ്ടായിരുന്നു. ഈ ഗോത്രവർഗക്കാരുടെ ഭാഷ എനിക്കു വശ
മുണ്ടായിരുന്നില്ല. അതിനാൽ അവർ എന്താണു പറയുന്നതെന്ന് എനിക്കു
മനസിലായില്ല. എന്റെ ഭാഗ്യത്തിന് അവളുടെ സംസാരം ശ്രദ്ധിക്കാനുള്ള
ആരോഗ്യം കുർട്സിന് ഉണ്ടായിരുന്നില്ല. അല്ലെങ്കിൽ എന്തു കുലുമാ
ലാണ് സംഭവിക്കുമായിരുന്നത് എന്ന് എനിക്കറിയില്ല..... ഇല്ല.... എനിക്ക്
താങ്ങാവുന്നതിലും അധികമായിരുന്നു അത്. ഓ....! അതെല്ലാം ഇപ്പോൾ
അടങ്ങി."

ഇതേസമയം കർട്ടനു പിന്നിൽ നിന്ന് കുർട്സിന്റെ ഗാഢമായ ശബ്ദം ഞാൻ കേട്ടു. അദ്ദേഹം പറയുകയായിരുന്നു, "എന്നെ രക്ഷിക്കൂ.... ആന ക്കൊമ്പുകളെ രക്ഷിക്കൂ....എന്നോടൊന്നും പറയണ്ട....എന്നെ രക്ഷിക്കൂ! എങ്കിൽ എനിക്കു നിങ്ങളെ രക്ഷപ്പെടുത്താനാവും....എന്റെ പദ്ധതികളെ താറുമാറാക്കുകയാണു നിങ്ങൾ....രോഗം! രോഗം! നിങ്ങൾ വിചാ രിക്കുന്നത്ര അസുഖമൊന്നും എനിക്കില്ല. നിങ്ങളതു സാരമാക്കണ്ട! എന്റെ ആശയങ്ങൾ ഞാൻ നടപ്പിലാക്കും – ഞാൻ തിരിച്ചു വരും. എന്താണു ചെയ്യാൻ കഴിയുക എന്ന് ഞാൻ നിങ്ങൾക്കു കാണിച്ചു തരും. നിങ്ങൾ നിങ്ങളുടെ വിലകുറഞ്ഞ സങ്കൽപ്പങ്ങൾ കൊണ്ട് എന്റെ പദ്ധ തിയിൽ ഇടങ്കോലിടുകയാണ്. ഞാൻ തിരിച്ചുവരും...."

മാനേജർ പുറത്തേക്കു വന്നു. എന്റെ കൈ പിടിച്ച് ഒരു വശത്തേക്കു കൂട്ടിക്കൊണ്ടുപോയി. മാനേജർ പറഞ്ഞു: "മൂപ്പരുടെ സ്ഥിതി വളരെ മോശമാണ്. വളരെ മോശം." ഒന്നു നെടുവീർപ്പിടേണ്ടത് ആവശ്യമാ ണെന്നു മാനേജർ സന്ദേഹിച്ചു. പിന്നീട്, അങ്ങനെ ദുഃഖം പ്രകടിപ്പിക്കേ ണ്ടതില്ലെന്നു തീരുമാനിച്ച് തുടർന്നു: "അയാൾക്കുവേണ്ടി നമ്മളാൽ കഴി യുന്നതെല്ലാം നമ്മൾ ചെയ്തു. ഇല്ലേ? പക്ഷേ, സത്യം മറച്ചുവെക്കുന്ന തിലർഥമില്ല. കമ്പനിക്ക് നന്മയെക്കാൾ ദ്രോഹമാണ് മിസ്റ്റർ കുർട്സ് ചെയ്തത്. ചടുലമായ നടപടികൾക്കു സമയമായിട്ടില്ല എന്ന കാര്യം മൂപ്പർ പരിഗണിച്ചില്ല. ശ്രദ്ധിച്ച്, ശ്രദ്ധിച്ചു നീങ്ങുക എന്നതാണ് എന്റെ തത്വം. നമ്മൾ ഇനിയും ജാഗ്രത പാലിക്കേണ്ടതുണ്ട്. കുറച്ചു കാലത്തേക്ക് ഈ ജില്ല നമുക്കു നേരെ വാതിൽ അടച്ചിരിക്കുകയായിരുന്നു. ദയനീയമാണു സ്ഥിതി. മൊത്തത്തിൽ ഇതു വ്യാപാരത്തിന് ദോഷമാണു ചെയ്യുക. ആന ക്കൊമ്പ് എണ്ണത്തിൽ ഒരുപാട് ഉണ്ട് എന്ന കാര്യം ഞാൻ നിഷേധിക്കു ന്നില്ല. പക്ഷേ, എന്തു കാര്യം? എല്ലാം മണ്ണിൽ കുഴിച്ചിട്ട് ദ്രവിച്ചവയാണ്! ജീവാംശങ്ങൾ! എന്തുതന്നെയായാലും അവയെല്ലാം നാം രക്ഷപ്പെടുത്തേ ണ്ടതുണ്ട്. പക്ഷേ, എത്ര അപകടം പിടിച്ചതാണ് സ്ഥിതിവിശേഷം എന്നു നോക്കുക. എന്താണിതിനു കാരണം? രീതി കൊള്ളരുതാത്തതായിരു ന്നു."

"കൊള്ളരുതാത്ത രീതി എന്നാണോ നിങ്ങളതിനെ വിളിക്കുന്നത്?" ഞാൻ ചോദിച്ചു.

"ഒട്ടും സംശയമില്ല. നിങ്ങൾ അങ്ങനെ പറയില്ലേ?" ക്ഷുഭിതനായ മട്ടിൽ മാനേജർ ആശ്ചര്യം കാണിച്ചു.

അതൊരു രീതിയാണെന്നുപോലും ഞാൻ പറയില്ല. തെല്ലു നേര ത്തിനു ശേഷം ഞാൻ പറഞ്ഞു.

"അതുതന്നെ" മാനേജർ ആഹ്ലാദം കൊണ്ടു.

"ഇതാണു ഞാൻ പ്രതീക്ഷിച്ചത്. യാതൊരുവിധ വകതിരിവുമി ല്ലാത്ത തീരുമാനമാണ് കുർട്സിന്റേത്. വേണ്ട സ്ഥലങ്ങളിൽ ഇതു ചൂണ്ടി ക്കാണിക്കേണ്ടത് എന്റെ കടമയാണ്."

"ഓ!" ഞാന്‍ പറഞ്ഞു, ആ ഇഷ്ടികപ്പണിക്കാരന്‍ – എന്താണവന്റെ പേര്? നിങ്ങള്‍ക്കായി നല്ല റിപ്പോര്‍ട്ടു തയാറാക്കിത്തരും."

മാനേജര്‍ ഒരു നിമിഷനേരത്തേക്കു കുഴങ്ങി. ഇത്ര ദുഷിച്ച ഒരന്ത രീക്ഷത്തില്‍ ഞാനിതിനു മുമ്പ് പെട്ടിട്ടില്ല എന്ന് എനിക്കു തോന്നി. ഒരാ ശ്വാസത്തിനുവേണ്ടി മനസാ ഞാന്‍ കുര്‍ട്സിലേക്കു തിരിഞ്ഞു. ആശ്വാ സത്തിനുവേണ്ടി തന്നെ.

"എന്തു തന്നെയായാലും, കുര്‍ട്സ്, എടുത്തു പറയത്തക്ക പ്രധാ ന്യമുള്ള ആളാണെന്നു ഞാന്‍ കരുതുന്നു." ഞാന്‍ ഊന്നിപ്പറഞ്ഞു.

എന്റെ നേരെ ഒരു തണുത്ത നോട്ടം പായിച്ച് മാനേജര്‍ പറഞ്ഞു: "അങ്ങനെ ആയിരുന്നു." ഇതുപറഞ്ഞ് മാനേജര്‍ പുറംതിരിഞ്ഞു നിന്നു. എന്റെ അനുകൂല സമയം കഴിഞ്ഞു. സമയസജ്ജമായിട്ടില്ലാത്ത പ്രവര്‍ ത്തന രീതിയുടെ പക്ഷപാതിയായ വക്താവായി ഞാന്‍ കുര്‍ട്സിനോ ടൊപ്പം ചേര്‍ക്കപ്പെട്ടതായി എനിക്കു തോന്നി. എനിക്ക് ഇനി നില്‍ക്കക്ക ള്ളിയില്ല! ആഹ്! ദുഃസ്വപ്നങ്ങളെ തെരഞ്ഞെടുത്തിരിക്കുകയാണ് ഞാന്‍.

കുര്‍ട്സിലേക്കല്ല വനത്തിനു നേരെയാണ് സത്യത്തില്‍ ഞാന്‍ തിരി ഞ്ഞത്. കുര്‍ട്സിന്റെ സ്ഥിതി കുഴിച്ചുമൂടപ്പെട്ടതിനു തുല്യമാണ്. പറയാന്‍ കഴിയാത്ത രഹസ്യങ്ങള്‍ ഒളിഞ്ഞു കിടക്കുന്ന വിസ്താരമേറിയ കുഴി മാടത്തില്‍ ഞാനും മൂടപ്പെട്ടതായി എനിക്കു തോന്നി. എന്റെ നെഞ്ചകത്ത് അസഹ്യമായ ഭാരം കയറ്റിവച്ചതായി എനിക്കനുഭവപ്പെട്ടു. ഈര്‍പ്പമുള്ള ഭൂമിയുടെ മണം. വെന്നിക്കൊടി നാട്ടിയ പാപത്തിന്റെ അദൃശ്യ സാന്നിധ്യം. അപ്രാപ്യമായ രാത്രിയുടെ ഘനാന്ധകാരം....

റഷ്യക്കാരന്‍ എന്റെ ചുമലില്‍ തട്ടി. വിക്കിയും പിറുപിറുത്തും അവന്‍ പറയുന്നതു ഞാന്‍ കേട്ടു: "കുര്‍ട്സിന്റെ സല്‍പ്പേരിനെ ബാധി ക്കുന്ന ചില കാര്യങ്ങള്‍....മറച്ചു വെക്കാനാവില്ല, സഹോദരാ."

ഞാന്‍ കാത്തു.

റഷ്യക്കാരനെ സംബന്ധിച്ചിടത്തോളം കുര്‍ട്സ് കുഴിമാടത്തിലല്ല. അമരക്കാരനായാണ് അദ്ദേഹത്തെ അവന്‍ കാണുന്നതെന്നു ഞാന്‍ സംശയിച്ചു.

"അതെ, നീ കാര്യം പറ. ഞാന്‍ കുര്‍ട്സിന്റെ സുഹൃത്താണ്." ഒടുവില്‍ ഞാന്‍ പറഞ്ഞു.

"നമ്മള്‍ ഒരേ തൊഴിലില്‍ ഏര്‍പ്പെട്ടവരായിരുന്നില്ലെങ്കില്‍ ഞാനീ സംഗതി രഹസ്യമായി സൂക്ഷിക്കുമായിരുന്നു. ഭവിഷ്യത്തിനെക്കുറിച്ച് ആലോചിക്കാതെ..." എന്ന് അസാരം ഔപചാരികത സ്ഫുരിക്കുന്ന സ്വര ത്തില്‍ അവന്‍ പറഞ്ഞു.

"ഈ വെള്ളക്കാര്‍ തനിക്കെതിരെ അനിഷ്ടം വച്ചു പുലര്‍ത്തുന്ന തായി കുര്‍ട്സ് സംശയിച്ചിരുന്നു." റഷ്യക്കാരന്‍ തുടര്‍ന്നു.

"നീ പറഞ്ഞത് ശരിയാണ്" ഞാന്‍ പറഞ്ഞു. ഒളിഞ്ഞു കേട്ട ചില സംഭാഷണങ്ങള്‍ ഓര്‍ത്തു കൊണ്ടാണ് ഞാനിതു പറഞ്ഞത്. "നിന്നെ തൂക്കിക്കൊല്ലണമെന്നാണ് മാനേജര്‍ ചിന്തിക്കുന്നത്."

"ഞാൻ പതുക്കെ തടി രക്ഷപ്പെടുത്തുന്നതാവും നല്ലത്" അവൻ പറഞ്ഞു, "കുർട്സിനുവേണ്ടി ഇപ്പോൾ എനിക്കൊന്നും ചെയ്യാനില്ല. ഉടനെ അവരെന്തെങ്കിലും ഉപായം കണ്ടുപിടിക്കും. എന്തിനാണ് അവരെ തടുക്കാനാവുക? ഇവിടെ നിന്ന് മൂന്നൂറ് മൈൽ അകലെ ഒരു മിലിറ്ററി സ്റ്റോപ്പുണ്ട്."

"അതെ," ഞാൻ പറഞ്ഞു, "കാട്ടു മനുഷ്യരുടെ കൂട്ടത്തിൽ നിനക്കു ചങ്ങാതിമാരുണ്ടെങ്കിൽ ഉടനെ രക്ഷപ്പെടുന്നതാണ് നല്ലത്."

"സുഹൃത്തുക്കൾ ധാരാളമുണ്ട്. സാധുക്കളാണവർ. എനിക്കൊന്നും ആവശ്യമില്ല. നിങ്ങൾക്കറിയാമല്ലോ" റഷ്യക്കാരൻ പറഞ്ഞു.

അവൻ ചുണ്ടു കടിച്ചുകൊണ്ട് നിന്നു.

"ഈ വെള്ളക്കാർക്ക് ഇവിടെവെച്ച് എന്തെങ്കിലും അപകടം പിണ യണമെന്ന് ഞാനാഗ്രഹിക്കുന്നില്ല. പക്ഷേ, ഞാൻ ചിന്തിക്കുന്നത് കുർട്സിന്റെ സൽപ്പേരിനെക്കുറിച്ചാണ്. നിങ്ങളൊരു സഹോദരനാവിക നാകയാൽ....."

"ശരി," അൽപ്പം കഴിഞ്ഞ് ഞാൻ പറഞ്ഞു: "കുർട്സിന്റെ സൽപ്പേര് എന്നിൽ സുരക്ഷിതമായിരിക്കും." എത്ര സത്യമായാണ് ഞാനിതു പറ ഞ്ഞതെന്ന് എനിക്ക് അറിയാമായിരുന്നില്ല.

ഞങ്ങളുടെ കപ്പലിനെ ആക്രമിക്കാൻ കാട്ടുജാതിക്കാരോടു ആവ ശ്യപ്പെട്ടത് കുർട്സാണെന്ന് ശബ്ദം താഴ്ത്തി റഷ്യക്കാരൻ എന്നോടു പറഞ്ഞു. "തന്നെ ഇവിടെനിന്നു കൊണ്ടുപോവുന്നത് കുർട്സിന് ഇഷ്ടമാ യിരുന്നില്ല. അതിനാൽ.....ഇതൊന്നും എനിക്കു മനസിലാവുന്ന കാര്യ ങ്ങളല്ല....ഞാൻ സാധാരണക്കാരൻ. നിങ്ങൾ തിരിച്ചുപോകുമെന്നാണ് കുർട്സ് വിചാരിച്ചത്. അതായത്, മരിച്ചെന്ന് കരുതി അദ്ദേഹത്തെ ഉപേ ക്ഷിച്ചു നിങ്ങൾ പോവുമെന്ന്. അദ്ദേഹത്തെ തടയാൻ എനിക്കു സാധി ച്ചില്ല. ഓ! വല്ലാത്ത ഒരു സമയമായിരുന്നു കഴിഞ്ഞ ഒരു മാസക്കാലം."

"കുഴപ്പമില്ല" ഞാൻ പറഞ്ഞു, ഇപ്പോൾ കുർട്സിനു സുഖമാണ്."

"ഉം...." ഒട്ടും വിശ്വാസം വരാതെ റഷ്യക്കാരൻ മൂളി.

"നന്ദി" ഞാൻ പറഞ്ഞു, "ഞാൻ എപ്പോഴും കണ്ണു തുറന്നിരിക്കും."

"പക്ഷേ,.....ആരെങ്കിലും കേൾക്കുമോ? എങ്കിൽ അദ്ദേഹത്തിന്റെ സൽപ്പേരിനെ അതു സാരമായി ബാധിക്കും...." അവൻ പറഞ്ഞു.

സംഗതി വേണ്ടതുപോലെ കൈകാര്യം ചെയ്തുകൊള്ളാമെന്ന് ഞാൻ അവന് ഉറപ്പുകൊടുത്തു.

"എനിക്കൊരു ചങ്ങാടമുണ്ട്. കറുത്തവർഗക്കാരായ മൂന്നു പേർ അധികം ദൂരെയല്ലാതെ എന്നെ കാത്തു നിൽക്കുന്നുണ്ട്. ഞാൻ പോവുന്നു. എനിക്ക് കുറച്ച് മാർട്ടിനി ഹെൻറി വെടിയുണ്ടകൾ തരാമോ?" അവൻ ചോദിച്ചു.

എനിക്കു കഴിയുമായിരുന്നു. രഹസ്യമായി ഞാനതു കൊടുക്കു കയും ചെയ്തു.

എന്റെ നേരെ കണ്ണിറുക്കി എന്റെ ഒരു പിടി പുകയില അവൻ എടുത്തു.

"നാവികർക്കിടയിൽ.....അറിയാമല്ലോ....നല്ല ഇംഗ്ലീഷ് പുകയില യാണ്" കപ്പിത്താന്റെ വാതിലിനടുത്തുനിന്ന് വട്ടം തിരിഞ്ഞ് അവൻ ചോദി ച്ചു, "ഒരു ജോടി ഷൂസ് എടുക്കാനുണ്ടാവുമോ?" ഒരു കാലുയർത്തിക്കാ ണിച്ച്, "നോക്കൂ" എന്നും അവൻ പറഞ്ഞു.

അവന്റെ ഷൂസിന്റെ സോൾ തേഞ്ഞു തീർന്നതിനാൽ പല കഷണ ങ്ങൾ വെച്ച് തുന്നിയതായിരുന്നു.

ഞാനൊരു ജോടി പഴയ ഷൂസെടുത്തുനൽകി. അവനതു ഇടതു കൈയിൽ ഇറുക്കിപ്പിടിച്ചു. അവന്റെ ഷർട്ടിന്റെ കടും ചുവപ്പുനിറമുള്ള കീശയിൽ വെടിയുണ്ടകൾ നിറഞ്ഞു നിൽക്കുന്നു. നീല നിറമുള്ള കീശ യിൽനിന്ന് 'ടോസൻസ് ഇൻക്വയറി' പുറത്തേക്കു തള്ളി നിൽക്കുന്നു. അങ്ങനെ ഓരോ കീശയിൽ ഓരോന്ന്....

വനത്തിലൂടെയുള്ള പുതിയൊരു സഞ്ചാരത്തിന് ആവശ്യമായ എല്ലാ തയാറെടുപ്പുകളും നടത്തിക്കഴിഞ്ഞ സംതൃപ്തിയിലായിരുന്നു അവൻ.

"ആഹ്! ഇനിയൊരിക്കലും ഇതുപോലെയുള്ള ഒരു മനുഷ്യനെ ഞാൻ കണ്ടുമുട്ടുകയില്ല. അദ്ദേഹം കവിത ചൊല്ലുന്നത് നിങ്ങൾ കേൾക്കേണ്ടതാണ്. സ്വന്തമായി രചിച്ചവയാണ് അവ എന്നാണ് അദ്ദേഹം എന്നോടു പറഞ്ഞത്. കവിത!" ആഹ്ലാദങ്ങളുടെ സ്മൃതിയിൽ അവന്റെ കണ്ണുകൾ നിറഞ്ഞു. "എന്റെ മനസ്സ് അദ്ദേഹം വലുതാക്കി." അവൻ പൂർത്തിയാക്കി.

"ഗുഡ്ബൈ" ഞാൻ വിടകൊടുത്തു. അവൻ എന്റെ കൈ പിടിച്ചു കുലുക്കി ഇരുട്ടിൽ അപ്രത്യക്ഷനായി.

അവൻ പോയിക്കഴിഞ്ഞപ്പോൾ ഞാൻ എന്നോട് ചോദിച്ചു. 'ഞാൻ ഇങ്ങനെ ഒരു മനുഷ്യനെ കാണുകയുണ്ടായോ? ഇനി ഇങ്ങനെ ഒരു പ്രതിഭാസത്തെ എന്നെങ്കിലും കാണാൻ കഴിയുമോ?'

പാതിരാത്രി കഴിഞ്ഞ ഉടനെ ഞാൻ ഉറക്കമുണർന്നപ്പോൾ റഷ്യ ക്കാരൻ തന്ന മുന്നറിയിപ്പ് എന്റെ മനോമുകുരത്തിൽ തെളിഞ്ഞു. അതു ണർത്തിയ ആപത്സൂചന, നക്ഷത്രങ്ങൾ തെളിഞ്ഞ ആ രാത്രിയിൽ ഉണർന്നിരുന്ന് ചുറ്റും കണ്ണോടിക്കാൻ എന്നെ പ്രേരിപ്പിച്ചു. അകലെ കുന്നിൻ മുകളിൽ തീ എരിയുന്നുണ്ട്. സ്റ്റേഷൻ പുരയുടെ വളഞ്ഞ മൂലയെ അതു പ്രകാശമണിയിക്കുന്നു. ഒരേജന്റ് ഒരു കൂട്ടം കറുത്തവ രുടെ സഹായത്തോടെ ആയുധങ്ങളുമായി ആനക്കൊമ്പുകൾക്കു കാവൽ നിൽക്കുന്നു. വനത്തിന്റെ ഉള്ളിൽ ചുവന്ന തീ നാളങ്ങൾ വിറകൊണ്ടു. ആ വെളിച്ചത്തിൽ കുർട്സിന്റെ ആനക്കൊമ്പുകൾ സൂക്ഷിച്ച ക്യാമ്പിന്റെ സ്ഥാനം തെളിഞ്ഞു കാണാം. വലിയ ചെണ്ടകൊട്ടുന്നതിന്റെ ഏകതാന മായ ശബ്ദം വീർപ്പുമുട്ടിക്കുംവിധം അന്തരീക്ഷത്തിൽ നിറഞ്ഞുനിന്നു. അനേകം മനുഷ്യർ വിധിപ്രകാരമുള്ള എന്തോ ആഭിചാരമന്ത്രോച്ചാരണം നടത്തുന്നതിന്റെ നീണ്ട വിരസമായ മൂളൽ കേൾക്കാം. തേനീച്ചക്കൂട്ടിൽ

നിന്നുവരുന്ന ഈച്ചകളുടെ മൂളൽ പോലെയുള്ള പ്രസ്തുത ശബ്ദം പാതി മയക്കം ബാധിച്ച എന്റെ ഇന്ദ്രിയങ്ങളിൽ വിചിത്രമായ മയക്കുമരുന്നിന്റെ ഫലം ചെയ്തു. മരപ്പാളികളിൽ ചാരിയിരുന്ന ഞാൻ മയങ്ങിപ്പോയിരിക്കാം എന്നു ഞാൻ വിശ്വസിക്കുന്നു. പൊടുന്നനെ ഒരു നിലവിളി എന്നെ ഉണർത്തി. അമർത്തിവെച്ച ഉന്മാദം പെട്ടെന്ന് പൊട്ടിത്തെറിച്ചതുപോലെ യുള്ള ആ കരച്ചിൽ എന്നെ അത്ഭുത പരതന്ത്രനാക്കിയിരുന്നു. നിലവിളി പെട്ടെന്ന് നിലച്ചു. നിശ്ശബ്ദതയെ സാന്ത്വനിപ്പിച്ചുകൊണ്ട് താണ സ്വര ത്തിലുള്ള മൂളൽ മാത്രം തുടർന്നു. ചെറിയ കാബിനിലേക്കു ഞാൻ കണ്ണോടിച്ചു. ഒരു കൊച്ചു വിളക്ക് പ്രകാശിക്കുന്നുണ്ടായിരുന്നു അവിടെ. പക്ഷേ കുർട്സ് അകത്തില്ല.

ഞാൻ എന്റെ കണ്ണുകളെ വിശ്വസിച്ചിരുന്നെങ്കിൽ ഉറക്കെ നിലവി ളിക്കുമായിരുന്നു. പക്ഷേ, തുടക്കത്തിൽ ഞാനെന്റെ കണ്ണുകളെ വിശ്വ സിച്ചില്ല. അത് അത്രയ്ക്കും അസാധ്യമാണെന്നാണ് ഞാൻ ചിന്തിച്ചത്. ഭയം എന്നെ ആസകലം തളർത്തിയിരുന്നു എന്നതാണ് നേര്. എങ്ങനെ യുള്ളതെന്ന് തിട്ടപ്പെടുത്താൻ കഴിയാത്ത അമൂർത്തമായ ഭയം. എങ്ങ നെയാണ് എനിക്കതിനെ നിർവചിക്കാനാവുക? അപ്രതീക്ഷിതമായി എന്റെ ആത്മാവിലേക്ക് ആഴ്ന്നിറങ്ങിയ ഹീനവും അസഹ്യവും രാക്ഷ സീയവുമായ ധാർമികാഘാതമായിരുന്നു അത്. നിമിഷനേരമേ അതു നിലനിന്നുള്ളൂ. പെട്ടെന്നു ഞാൻ സാധാരണനില വീണ്ടെടുത്തു. ഗുരു തരമായ അപകടം, പെട്ടെന്നുള്ള ഒരാക്രമണമോ കൂട്ടക്കൊലയോ നട ന്നിരിക്കാനുള്ള സാധ്യതയെക്കുറിച്ചു ഞാൻ ബോധവാനായി. അസുഖ കരമെങ്കിലും അതാശ്വാസകരമായി എനിക്കു തോന്നി ഞാൻ അലാറം മുഴക്കിയില്ല.

എന്റെ മുന്നടി അകലെ പുറങ്കുപ്പായത്തിനുള്ളിൽ ചുരുണ്ടുകൂടി ഒരേ ജന്റ് കസേരയിൽ ഇരുന്നുറങ്ങുന്നുണ്ടായിരുന്നു. പതുക്കെ കൂർക്കം വലി ക്കുന്ന അവൻ നിലവിളികേട്ട് ഉണർന്നില്ല. ഞാനവനെ ഉറങ്ങാൻ വിട്ട് കരയിലേക്കു ചാടി. മിസ്റ്റർ കുർട്സിനെ ഞാൻ ഒറ്റിയിട്ടില്ല. ഒരിക്കലും അങ്ങനെ ചെയ്യാതിരിക്കാൻ ഞാൻ ബാധ്യസ്ഥനാണ്. ആ ഇരുണ്ട രാത്രി യിൽ എല്ലാ ചുമതലയും ഞാൻ സ്വയം ഏറ്റു. ഇന്നും എനിക്കറിയില്ല എന്തുകൊണ്ടാണ് ആ രാത്രിയിലെ അനുഭവം ഞാനാരോടും പങ്കുവെ ക്കാതിരുന്നത് എന്. എന്തിനായിരുന്നു ഞാൻ അതിൽ മറ്റാരെയും പങ്കെ ടുപ്പിക്കാതിരുന്നത്?

കരയിൽ എത്തിയപ്പോൾ തന്നെ പുല്ലിലൂടെ നീണ്ടു കിടക്കുന്ന വീതി യേറിയ കാലടിപ്പാടുകൾ ഞാൻ കണ്ടു. ആദ്യം ഞാൻ എന്നോടു പറ ഞ്ഞതിങ്ങനെയാണ്: "മൂപ്പർക്ക് നടക്കാൻ വയ്യല്ലോ. നാലുകാലിൽ ഇഴ ഞ്ഞതാവും. ഇതാ എനിക്കാളെ കിട്ടി." പുല്ലിൽ മഞ്ഞിന്റെ നനവുണ്ടാ യിരുന്നു. മുഷ്ടിചുരുട്ടിപ്പിടിച്ച് ഞാൻ അതിവേഗം മുന്നോട്ടു നടന്നു. കുർട്സിന്റെമേൽ ചെന്നു വീഴുന്നതും ഉടനെ കീഴടക്കുന്നതും ഞാൻ സങ്കൽപ്പിച്ചു. ചില വിഡ്ഢിച്ചിന്തകൾ എനിക്കുണ്ടായി. സംഭവത്തിൽ

മറ്റേ തലയ്ക്കലെ ഏറ്റവും അനുചിതവ്യക്തി പൂച്ചയെ താലോലിക്കുന്ന നെയ്ത്തുകാരിത്തള്ളയാണെന്ന ചിന്ത എന്റെ സ്മൃതി പഥത്തിലേക്കു വലിഞ്ഞുകയറി വന്നു. വെള്ളക്കാരുടെ ഒരു നിര ഊരയിൽ കുത്തിപ്പി ടിച്ച വിൻചെസ്റ്ററുകളിൽ നിന്ന് അന്തരീക്ഷത്തിലേക്ക് ഉണ്ടകൾ ഉതിർക്കു ന്നത് ഞാൻ കണ്ടു. കപ്പലിലേക്കു ഞാൻ ഒരിക്കലും തിരിച്ചെത്തുക യില്ല എന്ന് എനിക്കു തോന്നി. കാട്ടിൽ ഞാൻ തനിയെ നിരായുധനായി ഇനിയുള്ള കാലം ജീവിക്കുന്നത് ഞാൻ ഭാവനയിൽ കണ്ടു. അങ്ങനെ എന്തെല്ലാമോ നിസാരകാര്യങ്ങൾ. എന്റെ ഹൃദയമിടിപ്പും ചെണ്ടയുടെ നാദവും ഒന്നാണെന്ന് തെറ്റിദ്ധരിച്ചതും അതിന്റെ കൃത്യമായ താളത്തിൽ സന്തോഷിച്ചതും ഞാനോർക്കുന്നു.

ഞാനാ വഴിയിലൂടെ മുന്നോട്ടു നടന്നു. പിന്നീട് ചെവിയോർക്കാൻ വേണ്ടി നിന്നു. തെളിഞ്ഞ രാത്രി. ഇരുണ്ട നീല നിറമുള്ള പ്രദേശം. മഞ്ഞു തുള്ളികളുടെയും നക്ഷത്രവെളിച്ചത്തിന്റെയും തിളക്കം. ആ വെളിച്ച ത്തിൽ, കറുത്ത വസ്തുക്കൾ നെറുകുത്തനെ അനങ്ങാതെ നിൽക്കു ന്നതു പോലെ.

എന്റെ മുമ്പിൽ എന്തോ അനങ്ങുന്നതായി എനിക്കു തോന്നി. ആ രാത്രിയിൽ എനിക്ക് അസാധാരണമായ ആത്മധൈര്യം അനുഭവപ്പെട്ടു. ആ ഇളക്കത്തിന്റെ മുമ്പിലെത്താൻ കുറുക്കു വഴിയിലൂടെ ഓടി. ഒരു കുട്ടിക്കളിയിലെന്നപോലെ കുർട്സിനെ വെട്ടിച്ച് ഞാൻ മുന്നിലെത്തി.

ഞാൻ കുർട്സിനടുത്തെത്തി. എന്റെ വരവ് മൂപ്പർ അറിഞ്ഞിരുന്നി ല്ലെങ്കിൽ ഞാൻ അദ്ദേഹത്തിന്റെമേൽ മറിഞ്ഞു വീണേനെ. ഭൂമി പുറ ത്തുവിട്ട ആവിപോലെ വിളറിവെളുത്ത് എന്തുചെയ്യണമെന്നറിയാതെ കുർട്സ് എഴുന്നേറ്റു നിന്നു. പതുക്കെ ആടുന്നുണ്ടായിരുന്നു അദ്ദേഹം. മൂടൽമഞ്ഞുപോലെ, മൗനം പുതച്ച് കുർട്സ് എന്റെ മുമ്പിൽ. എന്റെ പിറകിൽ മരങ്ങൾക്കിടയിൽ തീയുടെ നാളങ്ങൾ ഉയരുന്നു. കാട്ടിൽ പല പല ശബ്ദങ്ങളുടെ കലപില. കുർട്സിനെ ഞാൻ സമർഥമായി വഴി തടഞ്ഞു. എങ്കിലും പതിയിരിക്കുന്ന അപകടത്തെക്കുറിച്ചു എനിക്കു ശരി യായ ബോധമുണ്ടായിരുന്നു. അപകടം ഒഴിഞ്ഞു പോയിട്ടില്ല. കുർട്സ് ഒച്ചവെച്ചാൽ? എഴുന്നേറ്റു നിൽക്കാൻ കെൽപ്പില്ലെങ്കിലും നല്ല ശബ്ദ മാണ് അദ്ദേഹത്തിന്റേത് ഇപ്പോഴും.

"പോ....പോയി ഒളിക്ക്" കുർട്സ് ഉറച്ച ശബ്ദത്തിൽ എന്നോടു പറഞ്ഞു. ഭയം ജനിപ്പിക്കുന്നതായിരുന്നു അത്. ഞാൻ തിരിഞ്ഞു നോക്കി. ഏറ്റവും അടുത്തുള്ള തീക്കുണ്ഡത്തിൽ നിന്നും മുപ്പതടി അക ലെയാണ് ഞങ്ങൾ. ഒരു കറുത്ത മനുഷ്യരൂപം കാലുകൾ നീട്ടിവച്ച്, കൈകൾ വീശി, തീവെട്ടത്തിനു കുറുകെ നടക്കുന്നുണ്ട്. അയാളുടെ തലയിൽ മാൻകൊമ്പിന്റെ കുഴലുകളുണ്ട്. മന്ത്രവാദിയോ ഭൂതമോ ആവാം. പേടിക്കാൻ മറ്റെന്തുവേണം?

"നിങ്ങൾ എന്താണു ചെയ്യുന്നതെന്നു നിങ്ങൾക്കറിയാമോ?" കുർട്സിനോടു ഞാൻ സ്വരം താഴ്ത്തി ചോദിച്ചു.

"പൂർണമായയും" കുർട്സ് പറഞ്ഞു. ശബ്ദത്തിൽ ഒറ്റപ്പദം മാത്രം. ദൂരെ നിന്നു വരുന്ന ചെങ്ങയുടെ നാദംപോലെ എനിക്കതനുഭവപ്പെട്ടു.

'ഇയാൾ പ്രശ്നമുണ്ടാക്കിയാൽ സകലതും തുലഞ്ഞതു തന്നെ.' ഞാൻ എന്നോടു തന്നെ പറഞ്ഞു. മൽപിടുത്തത്തിനുള്ള സമയമല്ല ഇത്. നിഴലുപോലെ ദുർബലമായ ഈ മനുഷ്യനെ ഞാൻ അടിക്കേണ്ടിവരും.

ഞാൻ പറഞ്ഞു: "നിങ്ങൾ പരാജയപ്പെടും. പരമദയനീയമായ പരാ ജയം." ചിലപ്പോൾ നമുക്ക് പ്രചോദനത്തിന്റെ ഒരു മിന്നലാട്ടമുണ്ടാവുമ ല്ലോ. പറയേണ്ട സംഗതി തന്നെ ഞാൻ പറഞ്ഞു. ഈ നേരത്തേതുപോ ലെയുള്ള ദയനീയമായ ഒരു പരാജയം മുപ്പർക്കു സംഭവിച്ചിട്ടുണ്ടാവില്ല.

"എനിക്കു ശക്തമായ പദ്ധതികളുണ്ടായിരുന്നു." ഉറപ്പില്ലാത്തവണ്ണം കുർട്സ് പിറുപിറുത്തു.

"അതെ, ശബ്ദിച്ചാൽ തലമണ്ട ഞാൻ അടിച്ചു പൊളിക്കും." അടു ത്തെങ്ങും വടിയോ കല്ലോ ഉണ്ടായിരുന്നില്ല. അതിനാൽ ഞാൻ ഇങ്ങനെ തിരുത്തി: "കഴുത്ത് ഞെരിച്ച് എന്നെന്നേക്കുമായി ഞാൻ നിങ്ങളുടെ കഥ അവസാനിപ്പിക്കും."

"മഹത്തായ കാര്യങ്ങളുടെ ഉമ്മറപ്പടിയിലായിരുന്നു ഞാൻ." പ്രത്യാശ സ്ഫുരിക്കുന്ന സ്വരത്തിൽ കുർട്സ് അഭ്യർഥിച്ചു. "പക്ഷേ, ഇപ്പോൾ ഈ തെമ്മാടികളുടെ വേല കാരണം....."

"എന്തുതന്നെയായാലും യൂറോപ്പിൽ നിങ്ങളുടെ വിജയം ഉറപ്പാണ്." ഞാൻ ഉറപ്പിച്ചു പറഞ്ഞു. കുർട്സിന്റെ കഴുത്ത് പിടിക്കാൻ എനിക്കുദ്ദേ ശ്യമുണ്ടായിരുന്നില്ല. അതുകൊണ്ട് കാര്യം നടക്കുകയും ചെയ്യുമായിരു ന്നില്ല. കാടിന്റെ വന്യതയിലേക്കു പോവാനുള്ള മുപ്പരുടെ അഭിവാഞ്ഛര തടയാൻ മാത്രമേ ഞാൻ ഉദ്ദേശിച്ചുള്ളു. വനമാണ് അദ്ദേഹത്തിന്റെ ഗുപ്തവും മൃഗസഹജവുമായ വികാരങ്ങളെ ഉണർത്തുന്നത്. അതദ്ദേ ഹത്തെ വനത്തിലേക്ക് അടുപ്പിക്കുന്നു. ഇതു മാത്രമാണ് വനത്തിന്റെ അറ്റങ്ങളിലേക്ക്, ചെങ്ങയുടെ നാദത്തിലേക്ക്, തീയുടെ വെളിച്ചത്തിലേക്ക്, മന്ത്രോച്ചാരണങ്ങളുടെ മൂളക്കത്തിലേക്ക് അദ്ദേഹത്തെ ആകർഷിച്ചുകൊ ണ്ടുപോകുന്നത്. അനുവദിക്കപ്പെട്ട മോഹങ്ങളുടെ അതിരുകൾക്കപ്പുറ ത്തേക്ക് അദ്ദേഹത്തിന്റെ അടക്കമില്ലാത്ത ആത്മാവിനെ അനുനയിപ്പിച്ചു കൊണ്ടുപോവുന്നത് ഇതൊന്നുമാത്രമാണ്.

നിങ്ങൾ ഇതിന്റെ അപകടം ഒന്നോർത്തു നോക്കുക. എനിക്കീ മനു ഷ്യനോട് എന്തിന്റെ പേരിലാണ് അപേക്ഷിക്കാനാവുക? നിസാരമോ ഉന്ന തമോ ആയ ഒന്നിന്റെ പേരിലും എനിക്കിദ്ദേഹത്തോട് അപേക്ഷിക്കാനാ വില്ല. നീഗ്രോകളെപ്പോലെ, അദ്ദേഹത്തിന്റെ തന്നെ മഹത്വത്തെയും പത നത്തെയും ചൊല്ലി എനിക്കദ്ദേഹത്തെ ഉണർത്തേണ്ടതുണ്ടായിരുന്നു. അദ്ദേഹത്തെക്കാൾ മീതെയോ താഴെയോ ആയി ഒന്നുമില്ല. എനിക്കത റിയാമായിരുന്നു. ഭൂമിയിലേക്ക് അദ്ദേഹം സ്വയം ചവിട്ടിത്താഴ്ത്തുകയും ഭൂമിയെ അദ്ദേഹം ചവിട്ടിപ്പൊടിക്കുകയും ചെയ്തു! മുടിയട്ടെ ഈ മനു ഷ്യൻ! അദ്ദേഹം ഏകനാണ്.

അദ്ദേഹത്തിന്റെ മുമ്പിൽ ഞാൻ നിൽക്കുകയായിരുന്നോ, അതോ വായുവിൽ പാറിക്കളിക്കുകയായിരുന്നോ എന്ന് എനിക്കിപ്പോൾ പറയാൻ കഴിയില്ല. ഞങ്ങൾ പറഞ്ഞ കാര്യങ്ങൾ ഞാൻ നിങ്ങളോട് പറഞ്ഞു. പക്ഷേ, എന്തു കാര്യം? ഞങ്ങൾ കൈമാറിയത് വെറും സാധാരണ വാക്കു കൾ. പക്ഷേ, സ്വപ്നത്തിൽ കേട്ടതുപോലെയുള്ള മാസ്മരികത അവ യ്ക്കുണ്ടായിരുന്നു. പേടിസ്വപ്നത്തിൽ ഉച്ചരിക്കപ്പെട്ടതുപോലുള്ള വാക്കു കൾ. ആത്മാവ്! ഏതെങ്കിലും മനുഷ്യന്റെ ആത്മാവുമായി ആരെങ്കിലും മല്ലടിച്ചിട്ടുണ്ടെങ്കിൽ അത് ഞാനാണ്! ഒരു ഭ്രാന്തനോടല്ല ഞാൻ വാദപ്ര തിവാദം നടത്തുന്നത്. നിങ്ങൾ ഞാൻ പറയുന്നത് വിശ്വസിച്ചാലും ഇല്ല ങ്കിലും എനിക്കു വിരോധമില്ല. അദ്ദേഹത്തിന്റെ ബുദ്ധിക്ക് യാതൊരു തക രാറുമുണ്ടായിരുന്നില്ല. തെളിഞ്ഞതും കൂർമയേറിയതുമായിരുന്നു ആ നേരത്തും അദ്ദേഹത്തിന്റെ ബുദ്ധി. പക്ഷേ, അദ്ദേഹത്തിന്റെ ആത്മാവിനു ഭ്രാന്തു പിടിച്ചിരുന്നു. സ്വന്തം ഉള്ളിലേക്കു നോക്കുന്ന ആത്മാവ്. പറ ഞ്ഞില്ലേ, അതിനു ഭ്രാന്തു പിടിപെട്ടു കഴിഞ്ഞിരുന്നു. എന്റെ പാപങ്ങൾ കാരണമാവണം എനിക്കും എന്റെ ആത്മാവിനകത്തേക്കു നോക്കുക എന്ന അഗ്നിപരീക്ഷണത്തിന് വിധേയമാകേണ്ടി വന്നു. അന്തഃസംഘർഷ ത്തിലാണദ്ദേഹം. ഞാനതു കേൾക്കുകയും കാണുകയും ചെയ്തു. പേടിയോ വിശ്വാസമോ നിയന്ത്രണമോ ഇല്ലാത്ത ഒരാത്മാവിന്റെ അപ രിമേയമായ നിഗൂഢത. അന്ധമായി അതു കലഹം കൂട്ടിക്കൊണ്ടിരി ക്കുന്നു. ഒരുവിധം ഞാനദ്ദേഹത്തെ കീഴടക്കി, നീട്ടിക്കിടത്തി തോളിലേറ്റി. ഞാൻ നെറ്റി തുടച്ചു. അര ടൺ ഭാരം ചുമലേറ്റിയതുപോലെയാണ് എനിക്കു തോന്നിയത്. വാസ്തവത്തിൽ ഒരു ചെറിയ കുട്ടിയുടേതിൽ കൂടുതൽ ഭാരം അദ്ദേഹത്തിനുണ്ടായിരുന്നില്ല.

പിറ്റേന്ന് ഉച്ചയ്ക്കു ഞങ്ങൾ ആ മരനിരകൾക്കപ്പുറത്തെ ആൾക്കൂട്ട ത്തോടു വിടവാങ്ങി. കാട്ടിനുള്ളിൽ നിന്നിറങ്ങി വന്ന് വെളിസ്ഥലത്ത് അവർ നിലയുറപ്പിച്ചിരുന്നു. നല്ല ഒട്ടുനിറത്തിലുള്ള, വിറയ്ക്കുകയും ശ്വസിക്കുകയും ചെയ്യുന്ന നഗ്നരായ മനുഷ്യരുടെ ഒരു കൂട്ടം. ഞാൻ ആവിനില ഉയർത്തി. കപ്പൽ ഇളകിയപ്പോൾ ജലത്തിൽ ഉണ്ടായ ആന്ദോ ളനം രണ്ടായിരം കണ്ണുകൾ പിന്തുടർന്നു. വെള്ളം ഇളകി മറിഞ്ഞു. ആകാ ശത്തേക്കു കറുത്ത പുക ഉയർന്നു. ശരീരമാസകലം ചുവന്ന മണ്ണുതേച്ച മൂന്നു മനുഷ്യർ കരയിൽ, പുഴയ്ക്കരികെ, അങ്ങോട്ടുമിങ്ങോട്ടും തല ഉയർത്തിപ്പിടിച്ച് നെഞ്ചു വിരിച്ചു നടക്കുന്നു. ഞങ്ങൾ അടുത്തെത്തിയ പ്പോൾ അവർ നിലത്തു ചവിട്ടി. കൊമ്പു വച്ച തല കുലുക്കി, ചെമ്മണ്ണു നിറമുള്ള ശരീരം ഇളക്കി പുഴയുടെ നേരെ നോക്കി. ഉണങ്ങിയ ചുരങ്ങ പോലെയുള്ള ഒരു സാധനം അവർ കുലുക്കി. ഇടയ്ക്കിടെ അവരെന്തോ ശബ്ദമുണ്ടാക്കുകയും ചെയ്തു. മനുഷ്യഭാഷയോടു സാദൃശ്യമില്ലാത്ത വിചിത്രമായ വാക്കുകളാണ് അവർ ഉരുവിട്ടത്. ഏതോ പൈശാചിക മന്ത്ര ങ്ങൾ പോലെയുണ്ടായിരുന്നു അവരുടെ ഇടവിട്ടുള്ള പിറുപിറുക്കൽ.

ഞങ്ങൾ കുർട്സിനെ പൈലറ്റ്ഹൗസിലേക്കു കൊണ്ടുപോയി.

അവിടെ കൂടുതൽ വായു ഉണ്ടായിരുന്നു. കട്ടിലിൽ കിടന്നുകൊണ്ട് അദ്ദേഹം ഷട്ടറിലൂടെ പുറത്തേക്കു തുറിച്ചുനോക്കി. ജനസമുദ്രത്തിൽ ഒരു നീർച്ചുഴി ഉണ്ടായിരുന്നു. തലയിൽ കിരീടം ചൂടിയ, കവിളിന് മഞ്ഞ കലർന്ന തവിട്ടു നിറമുള്ള സ്ത്രീ നദിയുടെ അരികിലോളം ഓടിയ ണഞ്ഞു. എന്തോ വിളിച്ചു പറഞ്ഞുകൊണ്ട് അവൾ കൈകൾ നീട്ടി. ജന ക്കൂട്ടം അവളുടെ വാക്കുകൾ ഏകസ്വരത്തിൽ ഏറ്റുവിളിച്ചു.

"നിങ്ങൾക്കിതു മനസിലാവുന്നുണ്ടോ?" ഞാൻ ചോദിച്ചു. വെറുപ്പും പ്രതീക്ഷയും ഇടകലർന്ന ഭാവത്തോടെ അദ്ദേഹം പുറത്തേക്കു നോക്കി ക്കൊണ്ടേയിരുന്നു. മറുപടിയൊന്നും പറഞ്ഞില്ല. പൊരുൾ പിടികിട്ടാത്ത ഒരു മന്ദഹാസം മാത്രം ആ മുഖത്തു തെളിഞ്ഞു. വിളറിയ ചുണ്ടുകൾ ഒരു നിമിഷം കോടി.

"എനിക്കു മനസിലാവുന്നില്ലേ?"- വാക്കുകൾ മുറിഞ്ഞു. ഏതോ അലൗകിക ശക്തി വാക്കുകളെ അപഹരിച്ചതുപോലെ.

ഞാൻ വിസിലിന്റെ ചരടു വലിച്ചു. ഞാനിതു ചെയ്യാൻ കാരണം കപ്പലിന്റെ ഡക്കിലുള്ള വെള്ളക്കാർ വിനോദത്തിന് കിളിയെ വെടിവ ക്കുന്ന ലാഘവത്തോടെ റൈഫിൾ എടുക്കുന്നത് കണ്ടതാണ്. വിസിൽ മുഴങ്ങിയതോടെ ആൾക്കൂട്ടത്തിൽ പെട്ടെന്നൊരനക്കം ദൃശ്യമായി.

"അരുത്! അവരെ ഭയപ്പെടുത്തി ഓടിക്കരുത്" ഡക്കിൽ നിന്നാരോ ദുഃഖത്തോടെ വിളിച്ചു പറഞ്ഞു.

ഞാൻ വീണ്ടും വീണ്ടും ചരടു വലിച്ചു. കരയിലെ ആൾക്കൂട്ടം ചിന്നി ച്ചിതറി ഓടി. ഒളിഞ്ഞും മറഞ്ഞും കുനിഞ്ഞും അവർ ഭയന്നു കുതിച്ചു. വെടിയേറ്റപോലെ മൂന്നു ചുവപ്പന്മാർ നിലംപതിച്ചു. തന്റേടിയായ സ്ത്രീമാത്രം ചുളിയില്ല. അവൾ മാറുവിരിച്ച് ഞങ്ങളുടെ നേരെ തിരിഞ്ഞു. നദിക്കുമീതെ അവൾ തന്റെ നഗ്നങ്ങളായ കൈകൾ നീട്ടി.

അന്നേരം, കപ്പലിന്റെ ഡക്കിലുള്ള മരത്തലയന്മാർ തങ്ങളുടെ കൊച്ചു വിനോദം ആരംഭിച്ചു. പിന്നീട് നടന്നതൊന്നും പുകകൊണ്ട് എനിക്കു കാണാനായില്ല.

ഞങ്ങളുടെ തവിട്ടുനിറത്തിലുള്ള യാനപാത്രം ഇങ്ങോട്ടു വന്നതിന്റെ ഇരട്ടി വേഗതയിൽ മടക്കയാത്ര ആരംഭിച്ചു. കുർട്സിന്റെ ജീവനും സാവ ധാനം വിടപറയുകയായിരുന്നു. അപ്രതിരോധ്യമായ കാലത്തിന്റെ മഹാ സാഗരം. അതിന്റെ ആഴത്തിലേക്ക് പതുക്കെയുള്ള ജീവന്റെ പിൻമാറ്റം.

മാനേജർ തീർത്തും ശാന്തനാണ്. പ്രധാനപ്പെട്ട ഉൽക്കണ്ഠക ളൊന്നും മൂപ്പർക്ക് ഇപ്പോഴില്ല. ഞങ്ങൾക്കു നേരെ അയാൾ സംതൃപ്ത മായ ഒരു നോട്ടം പായിച്ചു. 'സംഗതി' താൻ ആഗ്രഹിച്ചതുപോലെ പര്യ വസാനിച്ചിരിക്കുന്നു. ഞാനൊറ്റപ്പെടുന്ന സമയം അടുത്തുവരുന്നതു ഞാൻ കണ്ടു. തീർഥാടകർ എന്നെ അനിഷ്ടത്തോടെ നോക്കി. മരിച്ചവ രുടെ കൂട്ടത്തിൽ ഞാൻ എണ്ണപ്പെട്ടിരിക്കുന്നു. ആർത്തിപൂണ്ട വെള്ളപ്പി ശാചുക്കൾ കയ്യടക്കിയ ഈ ഇരുണ്ട ഭൂപ്രദേശത്ത് പേടിസ്വപ്നത്തിന്റെ

മുൻകൂട്ടി കാണാത്ത ഈ വിഹിതം ഞാനെങ്ങനെ സ്വീകരിച്ചു എന്നത് വിചിത്രമാണ്.

കുർട്സ് പ്രഭാഷണം നടത്തി. ഒരു ശബ്ദം! ഒരു ശബ്ദം! അവസാനംവരെ അതു മുഴങ്ങി. വാക്ചാതുരിയുടെ മനോഹരമായ മടക്കുകളിൽ ഹൃദയത്തിന്റെ തരിശായ ഇരുട്ട് ഒളിപ്പിച്ചുവെക്കാനുള്ള തന്റെ ശക്തിയെ അതു നിലനിർത്തി. കുർട്സ് ക്ലേശിച്ചു. തന്റെ ക്ഷീണിച്ച തലച്ചോറിന്റെ അവശിഷ്ടങ്ങളെ നിഴൽരൂപങ്ങൾ വേട്ടയാടുന്നുണ്ടിപ്പോൾ. സമ്പത്തിന്റെയും കീർത്തിയുടെയും നിഴലുകൾ. കെടുത്താനാവാത്ത കുലീനമായ വാഗ്വൈഭവത്തിനു ചുറ്റും അനുസരണയോടെ കറങ്ങുന്ന നിഴൽരൂപങ്ങൾ. എന്റെ സ്റ്റേഷൻ. എന്റെ ജോലി. എന്റെ ആശയങ്ങൾ. എന്റെ പെണ്ണ്. കുർട്സിന്റെ വാക്കുകളിൽ ഇടയ്ക്കിടെ ഇവ വികാരവായ്പ്പോടെ ഉയർന്നുനിന്നു. കട്ടിലിലെ കുർട്സിന്റെ ഉള്ളുപൊള്ളയായ രൂപത്തിലേക്കു യഥാർഥ കുർട്സ് ഇടയ്ക്കിടെ ഇറങ്ങി വന്നത് ഇങ്ങനെയാണ്. താമസിയാതെ ഭൂമിയുടെ പ്രാചീനതയിലേക്ക് ഇറക്കിവെക്കപ്പെടാനുള്ളതാണ് ഈ ശരീരം. ഈ ആത്മാവിനെ കൈവശപ്പെടുത്താൻ അന്യോന്യം യുദ്ധംചെയ്തുകൊണ്ടിരിക്കുകയാണ് നിഗൂഢതകളുടെ അഭൗമികമായ വെറുപ്പും പൈശാചികമായ സ്നേഹവും. പ്രാക്തനമായ വികാരങ്ങളെല്ലാം പൂർത്തീകരിച്ചുകഴിഞ്ഞ ആത്മാവാണിത്. വിജയത്തിന്റെയും അധികാരത്തിന്റെയും കീർത്തിയും പ്രതാപവുമെല്ലാം ആർത്തിയോടെ അതു നുകർന്നു കഴിഞ്ഞിട്ടുണ്ട്.

ചിലപ്പോൾ കുർട്സ് തനി കുട്ടികളെപ്പോലെയായിരുന്നു. തന്നെ സ്വീകരിക്കാൻ രാജാക്കന്മാർ റയിൽവെസ്റ്റേഷനിൽ ഉണ്ടാവണമെന്നു ശാഠ്യം പിടിച്ചു പറയും. ഭീതിജനകമായ ഏതോ അന്യദേശത്ത് മഹത്തായ കാര്യങ്ങൾ ചെയ്തു തിരിച്ചുവരികയാണ് താൻ എന്ന് അദ്ദേഹം ഭാവിച്ചു. അദ്ദേഹം പറഞ്ഞുകൊണ്ടിരുന്നു: "യഥാർഥത്തിൽ ലാഭകരമായ ചില സംഗതികൾ നിന്നിലുണ്ടെന്ന് നീ അവരെ കാണിക്കുക. അപ്പോൾ നിനക്കു കിട്ടുന്ന അംഗീകാരത്തിന് അതിരുണ്ടാവുകയില്ല. തീർച്ചയായും നേരായ ലക്ഷ്യങ്ങളെ തന്നെയാണ് നീ ശ്രദ്ധിക്കേണ്ടത്....സദാ."

നീണ്ടു കിടക്കുന്ന തീരവും ഇടയ്ക്ക് ഒരേപോലെ ആവർത്തിച്ചു പ്രത്യക്ഷപ്പെടുന്ന വളവുകളും പിന്നിട്ട് കപ്പൽ മുന്നോട്ടു നീങ്ങി. മറ്റൊരു ലോകത്തിന്റെ കരിപിടിച്ച ഈ തുണ്ടിനെ നോക്കി നിൽക്കുന്ന വൃക്ഷനിരകൾ. മാറ്റത്തിന്റെയും അധിനിവേശത്തിന്റെയും വാണിജ്യത്തിന്റെയും കൂട്ടക്കൊലകളുടെയും അനുഗ്രഹങ്ങളുടെയും മുൻഗാമിയായി എത്തിയ ആവിക്കപ്പൽ ഇതുവഴി കടന്നുപോവുന്നു. ഞാൻ മുന്നോട്ടുനോക്കി.

"ഷട്ടറടയ്ക്കൂ" ഒരു ദിവസം കുർട്സ് പെട്ടെന്നു പറഞ്ഞു. "എനിക്കീ കാഴ്ച സഹിക്കാനാവുന്നില്ല."

ഞാൻ ഷട്ടറടച്ചു. പിന്നീട് നിശ്ശബ്ദത. "അല്ലെങ്കിൽ ഞാൻ ഇനിയും നിന്റെ ഹൃദയത്തെ വേദനിപ്പിക്കും." കുർട്സ് അദൃശ്യമായ വനാന്തരത്തോട് നിലവിളിച്ചു.

ഒരു ദ്വീപിന്റെ തലയ്ക്കലെത്തിയപ്പോൾ ഞാൻ പ്രതീക്ഷിച്ചിരുന്ന തുപോലെ കപ്പൽ നിശ്ചലമായി. റിപ്പയറിനായി കുറച്ചധികം ഞങ്ങൾക്ക വിടെ തങ്ങേണ്ടതായി വന്നു. ഇതായിരുന്നു കുർട്സിന്റെ ആത്മവിശ്വാ സത്തെ തകർത്ത ആദ്യത്തെ സംഗതി. ഒരുദിവസം രാവിലെ അദ്ദേഹ മെനിക്ക് ഒരു പൊതി കടലാസുകളും ഒരു ഫോട്ടോയും തന്നു. ഷുവിന്റെ ചരടുകൊണ്ട് കൂട്ടിക്കെട്ടിയതായിരുന്നു എല്ലാം.

"എനിക്കു വേണ്ടി ഇതു സൂക്ഷിക്കുക." കുർട്സ് പറഞ്ഞു. "എന്റെ കണ്ണു തെറ്റുമ്പോൾ ദുഷ്ടനായ ആ വിഡ്ഢി (മാനേജർ) എന്റെ പെട്ടി യിലേക്കു ഒളിഞ്ഞു നോക്കും."

ഉച്ചയ്ക്കുശേഷം ഞാൻ കുർട്സിനെ കണ്ടു. കണ്ണടച്ച് കിടക്കുക യായിരുന്നു അദ്ദേഹം. പതുക്കെ ഞാൻ പിൻവാങ്ങി. പക്ഷേ, അദ്ദേഹം പിറുപിറുക്കുന്നതു ഞാൻ കേട്ടു. "നേരായി ജീവിക്കുക, മരിക്കുക, മരി ക്കുക...."

ഞാൻ ശ്രദ്ധിച്ചു.

പിന്നീടൊന്നും കേൾക്കാനായില്ല. ഉറക്കത്തിൽ പ്രഭാഷണത്തിനു വേണ്ട തയാറെടുപ്പു നടത്തുകയായിരുന്നു അദ്ദേഹം? അതോ പത്രലേ ഖനത്തിൽ നിന്നുള്ള ഏതെങ്കിലും ഭാഗം ഉരുവിടുകയോ? അദ്ദേഹം പത്ര ങ്ങൾക്കുവേണ്ടി എഴുതാറുണ്ടായിരുന്നു. ഇനിയും എഴുതാൻ ഉദ്ദേശിക്കു കയും ചെയ്തിരുന്നു. "എന്റെ ആശയങ്ങൾ മുന്നോട്ടു കൊണ്ടു പോകു ന്നതിന്. അതൊരു കടമയാണ്." എന്നാണദ്ദേഹം അതേക്കുറിച്ചു പറ ഞ്ഞത്.

സൂര്യപ്രകാശം കടക്കാത്ത കൊക്കയുടെ അടിത്തട്ടിൽ കിടക്കുന്ന ആളെ എത്തിനോക്കുന്നതുപോലെ ഞാൻ അദ്ദേഹത്തെ നോക്കി. അക ത്തേക്കു ഭേദിച്ചു കടക്കാൻ കഴിയാത്ത തമസായിരുന്നു അദ്ദേഹം.

എഞ്ചിൻ ഡ്രൈവറെ സഹായിക്കേണ്ടതുണ്ടായിരുന്നതിനാൽ കുർട്സിനുവേണ്ടി ചെലവഴിക്കാൻ എനിക്ക് അധികം സമയമുണ്ടായി രുന്നില്ല. തുരുമ്പ്, ആണി, നട്ട്, ബോൾട്ട്, സ്പാനർ, ചുറ്റിക, അരം, തുള യ്ക്കുന്ന യന്ത്രം തുടങ്ങിയവയുടെ കൂമ്പാരത്തിനിടയിലാണ് ഞാൻ കഴി ഞ്ഞിരുന്നത്. അതുമായി ഒത്തുപോകാൻ സാധിക്കാത്തതിനാൽ എനി ക്കതിനോടു കടുത്ത വെറുപ്പായിരുന്നു. ഭാഗ്യത്തിന് കപ്പലിൽ ഉണ്ടായി രുന്ന കൊല്ലന്റെ ആല ഞാൻ ശരിയാക്കി വെച്ചു. പഴയ ഇരുമ്പുസാമാന ങ്ങളുടെ കൂനയിൽ ഞാൻ തളർന്നു പണിയെടുത്തു. അല്ലെങ്കിൽ കുലു ക്കംകൊണ്ട് എനിക്ക് നിൽക്കാൻ കഴിയുമായിരുന്നില്ല.

ഒരു വൈകുന്നേരം ഞാൻ മെഴുകുതിരിയുമായി അകത്തു കടക്കു കയായിരുന്നു. വിറയാർന്ന സ്വരത്തിൽ കുർട്സ് ഇങ്ങനെ പറയുന്നതു കേട്ടു ഞാൻ നടുങ്ങി.

"ഈ ഇരുളിൽ മരണം കാത്തു കിടക്കുകയാണു ഞാൻ."
വെളിച്ചം അദ്ദേഹത്തിന്റെ കണ്ണിന് ഒരടി അകലെയായിരുന്നു.
"വിഡ്ഢിത്തം." ഞാൻ എന്നെക്കൊണ്ട് പറയിച്ചു. അദ്ദേഹത്തെ തന്നെ നോക്കി സ്തംഭിച്ചു നിന്നു.

അദ്ദേഹത്തിൽ വന്ന മാറ്റത്തിന്റെ സൂചനകളൊന്നും മുമ്പ് എന്റെ കണ്ണിൽപ്പെട്ടിരുന്നില്ല. ഇനി കാണാനിടയാവാതെയും ഇരിക്കട്ടെ.

എന്നെയത് സ്പർശിച്ചു. പക്ഷേ, അതെന്നെ ആകർഷിച്ചു. ഒരു മുഖം മൂടി വലിച്ചു കീറിയതുപോലെ ഉണ്ടായിരുന്നു അത്. ആനക്കൊമ്പ് പോലെ യുള്ള ആ മുഖത്ത് മ്ലാനമായ അഭിമാനത്തിന്റെയും ദയയറ്റ അധികാര ത്തിന്റെയും ചുണകെട്ട ഭീകരതയുടെയും തീവ്രമായ നിരാശയുടെയും ഭാവങ്ങൾ ഞാൻ കണ്ടു. അദ്ദേഹം തന്റെ ജീവിതം എല്ലാ വിശദാംശങ്ങ ളോടെയും ഒരിക്കൽക്കൂടി ജീവിക്കുകയായിരുന്നോ? ആഗ്രഹവും പ്രലോ ഭനവും ഒടുവിൽ പൂർണ ജ്ഞാനത്തിന്റെ പാരമ്യനിമിഷത്തിലെ കീഴട ങ്ങലും ഉൾപ്പെടെയുള്ള ജീവിതം? എന്തോ മായാരൂപത്തിനു നേരെ പിറു പിറുക്കുന്നതുപോലെ അദ്ദേഹം നിലവിളിച്ചു. രണ്ടു തവണ നിലവിളി ഉയർന്നു. ഒരു ശ്വാസത്തിൽ കവിഞ്ഞ, ശബ്ദം പൊങ്ങാത്ത കരച്ചിൽ:

"ഭീകരം! ഭീകരം!"

ഞാൻ മെഴുകുതിരി കെടുത്തി, മുറിക്കു പുറത്തു കടന്നു. വെള്ള ക്കാരായ തീർഥാടകർ ഭക്ഷണമുറിയിൽ ഭക്ഷണം കഴിച്ചുകൊണ്ടിരിക്കു കയായിരുന്നു. മാനേജരുടെ എതിർവശത്ത് ഞാനിരുന്നു. മാനേജർ എന്റെ നേരെ ചോദ്യഭാവത്തിൽ നോക്കി. ഞാനതിനെ വിജയകരമായി അവഗ ണിച്ചു. അയാൾ പിറകിലേക്കു ചാരിയിരുന്നു. തന്റെ മനസിലുള്ളതിനെ മറച്ചുവെക്കുന്ന വിചിത്രമായ മന്ദഹാസം അപ്പോഴുമുണ്ടായിരുന്നു മാനേ ജരുടെ മുഖത്ത്. വിളക്കിലും തുണിയിലും ഞങ്ങളുടെ കൈകളിലും മുഖത്തുമെല്ലാം ചെറിയ ഈച്ചകൾ കൂട്ടമായി പാറിവീണുകൊണ്ടിരുന്നു. പെട്ടെന്ന് മാനേജരുടെ ഭൃത്യൻ വാതിൽക്കൽ തന്റെ കറുത്ത തല പ്രത്യ ക്ഷപ്പെടുത്തി പുച്ഛരസം കലർന്ന സ്വരത്തിൽ പറഞ്ഞു.

"മിസ്റ്റർ കുർട്സ്....മൂപ്പർ മരിച്ചു."

മുഴുവൻ തീർഥാടകരും അകത്തേക്കു കുതിച്ചു. ഞാൻ അവിടെ തന്നെ ഇരുന്നു ഭക്ഷണം കഴിച്ചു. ഹൃദയശൂന്യനായ മൃഗമായി ആളു കൾ എന്നെക്കുറിച്ചു കരുതുമെന്ന് എനിക്കറിയാം. ഞാൻ അധികമൊന്നും കഴിച്ചില്ല. അവിടെ ഒരു വിളക്കുണ്ട്, പ്രകാശവും. പക്ഷേ, പുറത്ത് കൂരി രുട്ടാണ്. പൈശാചികമായ ഇരുട്ട്. ഈ ഭൂമിയിൽ തന്റെ ആത്മാവിന്റെ സാഹസികതകളെക്കുറിച്ച് വിധിപ്രഖ്യാപനം നടത്തിയ ശ്രദ്ധേയനായ ആ മനുഷ്യന്റെ അടുത്തേക്ക് ഞാൻ പോയില്ല. മറ്റെന്താണ് അവിടെ ഉണ്ടായിരുന്നത്? പിറ്റേ ദിവസം തീർഥാടകർ എന്തോ ഒന്ന് ചളിക്കുഴി യിൽ മറവുചെയ്തു എന്ന കാര്യത്തെക്കുറിച്ചു ഞാൻ ബോധവാനാണ്.

പിന്നെ അവർ എന്നെയും ഏതാണ്ട് കുഴിച്ചിട്ട പോലെയാക്കി. പക്ഷേ, അപ്പോൾ അവിടെവെച്ച് എനിക്ക് കുർട്സിന്റെ ഗതി വന്നില്ല. ആ ദുഃസ്വപ്നം അവസാനം വരെ കാണുവാനും കുർട്സിനോടുള്ള കൂറ് ഒരിക്കൽക്കൂടി കാണിക്കാനുമായി ഞാൻ ബാക്കിയായി. വിധി. അതെന്റെ വിധിയായിരുന്നു! ജീവിതം ഒരു നേരമ്പോക്കാകുന്നു. നിരർഥകമായ ഉദ്ദേ ശ്യത്തിനു വേണ്ടിയുള്ള ക്രൂരയുക്തിയുടെ നിഗൂഢമായ ലീലാവിലാസം.

സ്വന്തത്തെക്കുറിച്ച് അൽപ്പം അറിവ്– അതുമാത്രമാണ് അതിൽനിന്നു നിങ്ങൾക്കു പരമാവധി പ്രതീക്ഷിക്കാനാവുക. അതും വളരെ വൈകിയേ കൈവരൂ. അടക്കാൻ കഴിയാത്ത ഖേദങ്ങളുടെ വില. മരണവുമായി ഞാൻ മല്ലടിച്ചു. നിങ്ങൾക്കു സങ്കൽപ്പിക്കാൻ കഴിയുന്ന ഒട്ടും ആവേശകരമല്ലാത്ത മത്സരമാണത്. അതാര്യമായ ചാരവർണത്തിലാണത് നടക്കുന്നത്. അടിയിലോ ചുറ്റുമോ ഒന്നുമില്ല. കാണികളില്ല. കൊട്ടും കുരവയുമില്ല. പകിട്ടില്ല. വിജയിക്കാനുള്ള വാശിയില്ല. പരാജയപ്പെടുമെന്ന ഭീതിയില്ല. ചുടു കുറഞ്ഞ സന്ദേഹത്തിന്റെ രോഗാതുരമായ ചുറ്റുപാടിൽ, സ്വന്തം ശരിയിലോ തനിക്കെതിരെയുള്ളതിലോ വിശ്വാസമില്ലാതെ. പരമമായ ജ്ഞാനത്തിന്റെ രൂപം ഇതാണെങ്കിൽ ജീവിതം നമ്മിൽ പലരും വിചാരിക്കുന്നതിനേക്കാൾ വലിയ പ്രഹേളികയാകുന്നു. അന്ത്യമൊഴിക്കുള്ള അവസരവുമായി തലനാരിഴ അടുത്തായിരുന്നു ഞാൻ. ഒരു പക്ഷേ, ഒന്നും പറയാനില്ലാതിരിക്കുക എന്ന അപമാനവും ഞാൻ കൺമുമ്പിൽ കണ്ടു. ഇതുകൊണ്ടാണ് ഞാൻ തറപ്പിച്ചു പറഞ്ഞത്, കുർട്സ് അത്ഭുത മനുഷ്യനായിരുന്നു എന്ന്. അദ്ദേഹത്തിന് ചിലതു പറയാനുണ്ടായിരുന്നു. അദ്ദേഹം അത് പറയുകയും ചെയ്തു. ഞാൻ എന്നെത്തന്നെ നോക്കിയ പ്പോൾ കുർട്സിന്റെ തുറിച്ചു നോട്ടത്തിന്റെ പൊരുൾ എനിക്കു മനസി ലായി. മെഴുകുതിരിയുടെ നാളത്തിലേക്കായിരുന്നില്ല അദ്ദേഹത്തിന്റെ നോട്ടം. പ്രപഞ്ചത്തെ ആകെ ആലിംഗനം ചെയ്യുകയാണ് കുർട്സ് അപ്പോൾ ചെയ്തത്. ഇരുട്ടിൽ സ്പന്ദിക്കുന്ന മുഴുവൻ ഹൃദയത്തിലേക്കും ചുഴ്ന്നിറങ്ങുന്നതായിരുന്നു ആ നോട്ടം. 'ഭീകരം' എന്ന ഒറ്റവാക്കിൽ അദ്ദേഹം എല്ലാം സംഗ്രഹിച്ചു. അതൊരു വിധിതീർപ്പു കൂടിയായിരുന്നു. അദ്ദേഹം ഒരത്ഭുത മനുഷ്യനായിരുന്നു.

ഒരുതരം വിശ്വാസപ്രഖ്യാപനമായിരുന്നു കുർട്സിന്റെ വാക്ക്. അതിൽ നിഷ്കപടതയും ഉത്തമ ബോധ്യവും ഉണ്ടായിരുന്നു. ആ പിറു പിറുക്കലിൽ പ്രതിഷേധത്തിന്റെ പ്രകമ്പനം ഉണ്ടായിരുന്നു. സത്യസ്ഫു രണത്തിന്റെ വശ്യമായ മുഖം ഉണ്ടായിരുന്നു അതിന്. ആഗ്രഹത്തി ന്റെയും വെറുപ്പിന്റെയും വിചിത്രമായ സങ്കലനം. രൂപരഹിതമായ ചാരു ദൃശ്യം വേദനാജനകമായ ആ തീവ്രാനുഭാവം എന്റേതു മാത്രമായിരു ന്നില്ല. വസ്തുക്കളുടെ മുഴുവൻ ക്ഷണികതയോടും ഈ വേദനയോടു പോലുമുള്ള നിർമമതയും എന്റെ മാത്രമായിരുന്നില്ല. അല്ല! കുർട്സ് അനുഭവിച്ച വികാര തീവ്രതയിലൂടെ കടന്നു പോവുകയായിരുന്നു ഞാൻ! സത്യം, അവസാനത്തെ കാൽവെപ്പ് അദ്ദേഹം നടത്തി. അദ്ദേഹം അറ്റം കടന്നുപോയി. സന്ദേഹിച്ചുനിന്ന എന്റെ കാലിനെ പിറകോട്ടു വലിക്കാൻ എനിക്ക് അവസരം ലഭിച്ചു. ഒരുപക്ഷേ, ഇതുമാത്രമായിരുന്നു ഞങ്ങ ളുടെ അനുഭവങ്ങൾ തമ്മിലുള്ള ഏക അന്തരം. ഒരുപക്ഷേ, അദൃശ്യത യുടെ പടിവാതിൽക്കലേക്ക് ഞങ്ങൾ കാലെടുത്തുവെച്ച ആ നിമിഷത്തി ലേക്ക് ചുരുണ്ടുകൂടുകയായിരുന്നു മുഴുവൻ സത്യവും ജ്ഞാനവും സത്യ സന്ധതയുമെല്ലാം. ഒരുപക്ഷേ! എന്റെ അന്ത്യമൊഴി കുർട്സിന്റേതു

പോലെ നിസ്സംഗമായ പുച്ഛത്തിന്റെ വചനം ആകുമായിരുന്നില്ല എന്നു വിചാരിക്കാനാണ് ഞാനിഷ്ടപ്പെടുന്നത്. കുർട്സിന്റെ നിലവിളി....അ താകും കൂടുതൽ നന്നാവുക. അതൊരു സ്ഥിരീകരണമായിരുന്നു. അനേകം പരാജയങ്ങൾക്കു മീതെ നേടിയ വിജയം. ജുഗുപ്സാവഹ മായ ഭീകരതകളിലൂടെ. ഗർഹണീയമായ സംതൃപ്തികളിലൂടെ.

പക്ഷേ, അതൊരു വിജയമായിരുന്നു! അതുകൊണ്ടാണ് അവസാനം വരെ ഞാൻ കുർട്സിനോടു കൂറു പുലർത്തിയത്. അവസാനം വരെ മാത്രമല്ല, അതിനപ്പുറവും. വളരെക്കാലങ്ങൾക്കുശേഷം ആ ശബ്ദം ഞാൻ ഒരിക്കൽക്കൂടി കേട്ടു. കുർട്സിന്റെ സ്വന്തം ശബ്ദമല്ല, സ്ഫടിക പ്പാറപോലെ ശുദ്ധവും സ്വച്ഛവുമായ ഒരാത്മാവിൽ നിന്ന് എന്നിലേക്കു എറിയപ്പെട്ട മഹാഭാഷണത്തിന്റെ പ്രതിധ്വനിയായിരുന്നു അത്.

ഇല്ല. അവർ എന്നെ കുഴിച്ചു മൂടിയില്ല. ഒന്നും വ്യക്തമല്ലാത്ത ഒരു ലോകത്തിലൂടെയുള്ള, ആഗ്രഹമോ പ്രതീക്ഷയോ ഇല്ലാതെ കടന്നുപോ യതിന്റെ അവ്യക്തമായ ഓർമ. നടുക്കമുളവാക്കുന്ന ഒരത്ഭുതമാണത്. ശവസംസ്കാരം നടന്ന നഗരത്തിൽ തിരിച്ചെത്തിയ നിലയിലായിരുന്നു ഞാൻ. പണം മോഷ്ടിക്കുന്നതിനുവേണ്ടി തെരുവിലൂടെ തിരക്കിട്ടു നട ക്കുന്ന മനുഷ്യർ. തങ്ങൾ പാചകം ചെയ്ത നിന്ദ്യമായ ഭക്ഷണം വാരി ത്തിന്നാനും ഒട്ടും സുഖം നൽകാത്ത മദ്യം മോന്തിക്കുടിക്കുന്നതിനും വിലകെട്ടതും നിരർഥകവുമായ സ്വപ്നങ്ങൾ കാണുന്നതിനും തിരക്കി ട്ടുപോവുന്ന മനുഷ്യർ. ഈ കാഴ്ചയോട് പ്രതിഷേധിക്കുന്ന നിലയിലാണ് ഞാൻ എന്നെ കണ്ടത്. എന്റെ ചിന്തകളിലൂടെ അവർ അതിക്രമിച്ചു കട ന്നുപോയി. നുഴഞ്ഞു കയറിയവരായിരുന്നു അവർ. ജീവിതത്തെക്കുറിച്ച് അവരുടെ അറിവ് വെറും കാപട്യമായിരുന്നു. അതെന്നെ കോപാകുല നാക്കി. എനിക്കറിയാവുന്ന കാര്യങ്ങൾ അവർക്ക് അറിയാൻ ഒരു സാധ്യ തയുമില്ലെന്ന് എനിക്കുറപ്പുണ്ടായിരുന്നു.

എല്ലാം ഭദ്രമാണെന്ന് ഉറപ്പിച്ചുള്ള ആളുകളുടെ ഈ പെരുമാറ്റം എനിക്ക് അസഹനീയമായി തോന്നി. ആപത്ത് സമീപം വന്നു നിൽക്കു മ്പോൾ നടത്തുന്ന വിഡ്ഢിത്തപ്രകടനം എനിക്കു മനസിലാക്കാൻ കഴി യുന്നതായിരുന്നില്ല. ആ വിഡ്ഢ്യാസുരന്മാരുടെ നാട്യം നിറഞ്ഞ മുഖത്തു നോക്കുമ്പോൾ ചിരി അമർത്താൻ ഞാൻ പ്രയാസപ്പെട്ടു. ആ സമയത്ത് നല്ല സുഖമുണ്ടായിരുന്നില്ല എനിക്ക്. തെരുവുകളിൽ ഞാൻ ഇടറി നടന്നു. ഒരുപാടു കാര്യങ്ങൾ നേരെയാക്കാനുണ്ടായിരുന്നു. വളരെ മാന്യരായ ആളുകളെ ഇളിച്ചുകാട്ടിക്കൊണ്ടാണ് ഞാൻ നടന്നത്. പൊറുക്കാൻ പറ്റാ ത്തതായിരുന്നു എന്റെ സ്വഭാവം എന്നു ഞാൻ സമ്മതിക്കുന്നു. പക്ഷേ, അക്കാലങ്ങളിൽ എന്റെ ഊഷ്മാവ് ഒരിക്കലും സാധാരണ നിലയിലാ യിരുന്നില്ല.

'എന്റെ ശക്തിയെ പോഷിപ്പിക്കാനുള്ള' എന്റെ പ്രിയപ്പെട്ട അമ്മാ യിയുടെ ഉദ്യമങ്ങൾ ഉന്നം തെറ്റിയതായാണ് മനസിലായത്. എന്റെ ശക്തി ക്കായിരുന്നില്ല പരിചരണം വേണ്ടിയിരുന്നത്. എന്റെ ഭാവനയ്ക്കായിരുന്നു

സാന്ത്വനത്തിന്റെ ആവശ്യം. കുർട്സ് എനിക്കുതന്ന കടലാസുകെട്ട് എന്തുചെയ്യണമെന്നറിയാതെ ഞാൻ സൂക്ഷിച്ചുവെച്ചു. അദ്ദേഹത്തിന്റെ അമ്മ അടുത്തയിടെ മരിച്ചതായി ഞാനറിഞ്ഞു. കുർട്സിന്റെ പ്രതിശ്രുത വധുവിന്റെ ശുശ്രൂഷയിലായിരുന്നു അവർ എന്നാണു ഞാനറിഞ്ഞത്.

ഉദ്യോഗസ്ഥന്റെ മട്ടും മാതിരിയുമുള്ള, വൃത്തിയായി ക്ഷൗരം ചെയ്ത ഒരാൾ എന്റെയടുത്തുവന്നു. സ്വർണഫ്രെയിമുള്ള കണ്ണടധരിച്ചിരുന്നു അയാൾ. അയാളെന്നോടു പലചോദ്യങ്ങളും ചോദിച്ചു. ആദ്യമൊക്കെ വളച്ചുകെട്ടിയ ചോദ്യങ്ങളാണു ചോദിച്ചത്. പിന്നീട് സൗമ്യമായി സമ്മർദം ചെലുത്തിക്കൊണ്ടു ചോദിച്ചു. ചില രേഖകളെ കുറിച്ചായിരുന്നു അയാൾക്ക് അറിയേണ്ടിയിരുന്നത്.

എനിക്കതിശയം തോന്നിയില്ല. നേരത്തെ തന്നെ മാനേജരുമായി ഈ വിഷയത്തിൽ രണ്ടുതവണ വഴക്കുണ്ടായിട്ടുണ്ട്. കുർട്സിന്റെ കട ലാസുകെട്ടിൽ നിന്ന് ഒരു തുണ്ടുകടലാസും വിട്ടുകൊടുക്കാൻ ഞാൻ ഒരുക്കമായിരുന്നില്ല. കണ്ണടക്കാരനോടും ഇതേ സമീപനം തന്നെ ഞാൻ സ്വീകരിച്ചു. ഒടുവിലയാൾ ഭീഷണി ആയുധമാക്കി. കമ്പനിക്ക് എല്ലാ 'പ്രദേശങ്ങളെ'ക്കുറിച്ചും അറിയാൻ അവകാശമുണ്ട് എന്നാണ് അയാൾ പറഞ്ഞത്.

"ഇനിയും പര്യവേക്ഷണം നടത്തിയിട്ടില്ലാത്ത സ്ഥലങ്ങളെ സംബ ന്ധിച്ച കുർട്സിന്റെ അറിവ് പ്രധാനവും പ്രത്യേകതയുള്ളതുമാണ്. അദ്ദേ ഹത്തിന്റെ കഴിവുകളും അദ്ദേഹം നിയോഗിക്കപ്പെട്ട സ്ഥലത്തിന്റെ ചുറ്റു പാടും പരിഗണിക്കുമ്പോൾ പ്രത്യേകിച്ചും അതിനാൽ....." അയാൾ പറഞ്ഞു. ഭരണമോ വ്യാപാരമോ ആയി ബന്ധപ്പെട്ട പ്രശ്നങ്ങളൊന്നും കുർട്സിന്റെ വിജ്ഞാനത്തിലില്ലെന്ന് ഞാൻ തീർത്തു പറഞ്ഞു. പിന്നീ ടയാൾ ശാസ്ത്രത്തെയാണ് സഹായത്തിനു വിളിച്ചത്.

"കുർട്സിന്റെ വിജ്ഞാനം നഷ്ടപ്പെടുന്നത് വലിയ നഷ്ടമായി രിക്കും...." എന്നൊക്കെ അയാൾ പറഞ്ഞു.

"കാട്ടാചാരങ്ങളുടെ അടിച്ചമർത്തൽ" എന്ന റിപ്പോർട്ട് ഞാനയാൾക്ക് നൽകി. അതിന്റെ പിൻകുറിപ്പ് കീറിപ്പോയിരുന്നു. അയാൾ ആർത്തി യോടെ അതെടുത്തു. പിന്നീട് പരിഹാസദ്യോതകമായി മൂക്കു ചുളിച്ചു.

"ഇതല്ല ഞങ്ങൾ പ്രതീക്ഷിക്കുന്നത്" അയാൾ പറഞ്ഞു.

"ഇതല്ലാതെ മറ്റൊന്നുമില്ല." ഞാനും പറഞ്ഞു, ഇനി സ്വകാര്യ കത്തു കളേയുള്ളൂ."

നിയമനടപടികളെക്കുറിച്ചു പറഞ്ഞ് എന്നെ ഭീഷണിപ്പെടുത്തിയ ശേഷം അയാൾ പിൻവാങ്ങി. അയാളെ പിന്നെ കണ്ടിട്ടില്ല.

ഒരുദിവസം കുർട്സിന്റെ മച്ചുനൻ എന്നു സ്വയം പരിചയപ്പെടുത്തി ഒരാൾ വന്നു. തന്റെ പ്രിയപ്പെട്ട ബന്ധുവിന്റെ അന്ത്യനിമിഷങ്ങളെക്കു റിച്ചു വിശദമായി അറിയാൻ വല്ലാത്ത തിടുക്കം ഉണ്ടായിരുന്നു അയാൾക്ക്. കുർട്സ് വലിയൊരു സംഗീതജ്ഞനായിരുന്നു എന്ന് ഇയാൾ എന്നെ സാന്ദർഭികമായി അറിയിച്ചു.

'വലിയ വിജയം നേടിയ ആളായിരുന്നു' അയാൾ പറഞ്ഞു. ഓർഗാ
നിസ്റ്റ് ആയ ഈ മനുഷ്യന്റെ ചടച്ചുനരച്ച മുടി അഴുക്കുപുരണ്ട കുപ്പായ
ക്കോളറിന്റെ മീതെ പടർന്നുകിടന്നിരുന്നു. ഇയാളുടെ മൊഴിയെ അവി
ശ്വസിക്കാൻ ഞാൻ ന്യായമൊന്നും കണ്ടില്ല. കുർട്സിന്റെ തൊഴിലെ
ന്തായിരുന്നുവെന്ന് ഇന്നേദിവസം വരെ എനിക്കറിയില്ല. അദ്ദേഹത്തിന്
എന്തെങ്കിലും തൊഴിൽ ഉണ്ടായിരുന്നോ എന്നും എനിക്കറിയില്ല. അദ്ദേ
ഹത്തിന്റെ ഏറ്റവും വലിയ കഴിവ് എന്തായിരുന്നു എന്നും എനിക്കു പറ
യുക വയ്യ. പത്രങ്ങൾക്കുവേണ്ടി എഴുതിയ ചിത്രകാരനായോ അല്ലെ
ങ്കിൽ ചിത്രം വരയ്ക്കാൻ കഴിയുന്ന പത്രപ്രവർത്തകനായോ ആണ് അദ്ദേ
ഹത്തെ മനസിലാക്കിയിരുന്നത്. വാസ്തവത്തിൽ എന്തായിരുന്നു
കുർട്സ് എന്ന് എന്നോടു പറയാൻ മച്ചുനനും (അഭിമുഖത്തിനിടയ്ക്കു
പൊടിവലിച്ചിരുന്നു അയാൾ) സാധിച്ചിരുന്നില്ല. സർവകലാവല്ലഭനായ
പ്രതിഭാശാലിയായിരുന്നു കുർട്സ്....മച്ചുനന്റെ ഈ അഭിപ്രായത്തോട്
ഞാനും യോജിച്ചു. ഇതു പറഞ്ഞപ്പോൾ അങ്ങേർ തന്റെ കൈയിലു
ണ്ടായിരുന്ന വലിയ കോട്ടൺ കർച്ചീഫിലേക്ക് വലിയ ശബ്ദത്തിൽ മൂക്കു
ചീറ്റുകയും ഒരുതരം പൊറുതികേടോടെ മടങ്ങിപ്പോവുകയും ചെയ്തു.
അപ്രധാനങ്ങളായ ചില കുടുംബക്കത്തുകൾ മൂപ്പർ കൊണ്ടുപോയി.

അവസാനമായി "തന്റെ പ്രിയങ്കരനായ സഹപ്രവർത്തകന്റെ"
വിധിയെക്കുറിച്ചറിയാൻ ഒരു പത്രപ്രവർത്തകൻ വന്നെത്തി. കുർട്സിന്റെ
യഥാർഥ മണ്ഡലം 'ജനകീയ പക്ഷത്തുള്ള' രാഷ്ട്രീയമായിരുന്നുവെന്ന്
ഈ സന്ദർശകൻ എന്നെ അറിയിച്ചു. രോമം നിറഞ്ഞ, നേരെയുള്ള പുരി
കമുണ്ടായിരുന്നു ഇയാൾക്ക്. കുത്തനെ എഴുന്നേറ്റു നിൽക്കുന്ന മുടി
ചെറുതായി ക്രോപ്പുചെയ്തിട്ടുണ്ട്. വീതിയേറിയ റിബണിൽ ഘടിപ്പിച്ച
കണ്ണടയുമുണ്ടായിരുന്നു.

"സത്യത്തിൽ കുർട്സിന് അൽപ്പംപോലും എഴുതാൻ സാധിച്ചിരു
ന്നില്ല. – പക്ഷേ, ദൈവമേ! ആ മനുഷ്യന് സംസാരിക്കാൻ എന്തൊരു
വൈഭവമായിരുന്നു! വലിയ സമ്മേളനങ്ങളെ അദ്ദേഹം ആവേശം കൊള്ളി
ച്ചിട്ടുണ്ട്. അദ്ദേഹത്തിന് വിശ്വാസമുണ്ടായിരുന്നു....നിങ്ങൾ മനസിലാക്കു
ന്നതുപോലെയല്ല....ശരിയായ വിശ്വാസം അദ്ദേഹത്തിനുണ്ടായിരുന്നു.
എന്തും വിശ്വസിക്കാൻ അദ്ദേഹത്തിനു സാധിച്ചു; എന്തും. ഒരു തീവ്ര
വാദ സംഘടനയുടെ ഉജ്ജ്വലനായ നേതാവാകാൻ അദ്ദേഹത്തിനു സാധി
ക്കുമായിരുന്നു."

സന്ദർശകൻ വിസ്തരിച്ചു. ഞാൻ ചോദിച്ചു: "ഏതു സംഘടന?"

"ഏതു സംഘടനയും." സന്ദർശകൻ പറഞ്ഞു, "അദ്ദേഹം തീവ്ര
വാദിയായിരുന്നു."

ഞാനും അങ്ങനെ ചിന്തിച്ചതല്ലേ? ഞാൻ അനുകൂലിച്ചു.

പെട്ടെന്നുള്ള ജിജ്ഞാസയോടെ അയാൾ ചോദിച്ചു: "അവിടെ
പോവാൻ അദ്ദേഹത്തെ പ്രേരിപ്പിച്ചത് എന്താണെന്നറിയാമോ?"

ഞാൻ, "അതെ" എന്നു പറയുകയും പ്രസിദ്ധമായ റിപ്പോർട്ട് പറ്റു
മെങ്കിൽ പ്രസിദ്ധീകരിക്കുന്നതിനുവേണ്ടി കൈമാറുകയും ചെയ്തു.

ഇടയ്ക്കിടെ അവ്യക്തമായ ശബ്ദങ്ങളുണ്ടാക്കിക്കൊണ്ട് ധൃതിയിൽ അയാൾ അതോടിച്ചുവായിച്ചു.

"ഇതു പ്രസിദ്ധീകരിക്കാം." എന്നു പറഞ്ഞ് അതുമായി അയാൾ പോയി.

ഇങ്ങനെ, ഒടുവിൽ എന്റെ കൈയിൽ കത്തുകളുടെ ചെറിയൊരു പൊതിയും ഒരു പെൺകുട്ടിയുടെ ഛായാചിത്രവും മാത്രം ബാക്കിയായി. അവളുടെ സൗന്ദര്യം എന്നെ ആകർഷിച്ചു. – അവൾക്ക് മനോഹരമായ ഒരു ഭാവം ഉണ്ടായിരുന്നു എന്നാണ് ഞാൻ ഉദ്ദേശിക്കുന്നത്. സൂര്യവെളി ച്ചത്തെക്കൊണ്ട് കളവു പറയിപ്പിക്കാൻ കഴിയും എന്ന് എനിക്കറിയാം. പക്ഷേ, ഇവളുടെ ചിത്രം വെളിച്ചംകൊണ്ട് പൊലിപ്പിച്ചെടുത്തതാണെന്നു പറയുക വയ്യ. അവളുടെ സത്യത്തിന്റെ സൂക്ഷ്മവും ലോലവുമായ ഭാവ ങ്ങൾ അങ്ങനെ പൊലിപ്പിക്കാവുന്നതായിരുന്നില്ല. മാനസികമായ സങ്കോ ചമോ സന്ദേഹമോ സ്വന്തമായ ആലോചനയോ കൂടാതെ പൂർണശ്രദ്ധ യോടെ ചെവികൊടുക്കാൻ സന്നദ്ധയാണ് അവൾ എന്നു തോന്നിച്ചു. അവളെ നേരിൽ ചെന്നുകണ്ട് ഈ ഛായാചിത്രവും കത്തുകളും നൽകു മെന്നു ഞാൻ തീരുമാനിച്ചു. ആകാംക്ഷയായിരുന്നോ ഇതിനു കാരണം? അതെ, ഒരുപക്ഷേ, മറ്റു ചില വികാരങ്ങളും ഉണ്ടായിരിക്കാം. കുർട്സിന്റെ തായുണ്ടായിരുന്ന എല്ലാം എന്റെ കൈകളിൽ നിന്നു വഴുതിപ്പോയി. അദ്ദേ ഹത്തിന്റെ ആത്മാവ്, ശരീരം, സ്റ്റേഷൻ, പദ്ധതികൾ, ആനക്കൊമ്പ്, തൊഴിൽ എല്ലാം. അദ്ദേഹത്തിന്റെ ഓർമയും പ്രതിശ്രുത വധുവും മാത്ര മാണ് അവശേഷിച്ചത്. അതും ഉപേക്ഷിക്കാൻ ഞാൻ ആഗ്രഹിച്ചു. ഭൂത കാലത്തിലേക്ക്, നമ്മുടെയെല്ലാം ഒടുവിലത്തെ വിധിയായ വിസ്മൃതി യിലേക്ക്, കുർട്സിനെ സംബന്ധിക്കുന്ന മുഴുവൻ ശേഷിപ്പുകളും സ്വന്തം കൈകൾകൊണ്ട് തന്നെ നിക്ഷേപിക്കുക – അതായിരുന്നു എന്റെ ആഗ്രഹം. ഞാൻ സ്വയം ന്യായീകരിക്കുന്നില്ല. വാസ്തവത്തിൽ എന്താ യിരുന്നു എനിക്കു വേണ്ടതെന്ന് എനിക്കു വ്യക്തമായ ധാരണ ഉണ്ടായി രുന്നില്ല. ഒരുപക്ഷേ, ബോധപൂർവമല്ലാത്ത വിധേയത്വത്തിന്റെ ആവേശം കൊണ്ടാവാം. അല്ലെങ്കിൽ മനുഷ്യന്റെ അസ്തിത്വത്തിൽ ഒളിഞ്ഞിരിക്കുന്ന വിരോധാഭാസപരമായ അനിവാര്യതകളിൽ ഒന്നിന്റെ പൂർത്തീകരണ മാവാം. എന്താണെന്നറിയില്ല. എനിക്കു പറയാൻ സാധിക്കുന്നില്ല. പക്ഷേ, ഞാൻ ആ പെൺകുട്ടിയെ അന്വേഷിച്ചുപോയി.

എല്ലാ മനുഷ്യരുടെയും ജീവിതത്തിൽ സംഭവിക്കുന്നതുപോലെ മരി ച്ചവരെക്കുറിച്ചുള്ള ഒരോർമ മാത്രമായി അസ്തമിച്ചു പോവും കുർട്സിനെ ക്കുറിച്ചുള്ള എന്റെ ഓർമയും എന്നാണു ഞാൻ കരുതിയത്. തലച്ചോ റിൽ പതിഞ്ഞ അവ്യക്തമായ ഒരു നിഴലായി അദ്ദേഹം അതിവേഗം കട ന്നുപോവുമെന്ന്. പക്ഷേ, സെമിത്തേരിയിലെ ഭംഗിയായി പരിപാലിച്ചു പോരുന്ന ഇടവഴിപോലെ നിശ്ചലവും ചേർച്ചയുള്ളതുമായ തെരുവിലെ ഉത്തുംഗ ഭവനങ്ങൾക്കിടയിലെ ഉയർന്നതും ഭാരമുള്ളതുമായ വാതിലിനു മുന്നിൽ നിന്നപ്പോൾ എനിക്ക് സ്ട്രെച്ചറിൽ കിടക്കുന്ന അദ്ദേഹത്തിന്റെ

ഒരു ദർശനമുണ്ടായി. ഭൂമിയെയും അതിലുള്ള മനുഷ്യരാശിയെയും ഒന്നിച്ചു വിഴുങ്ങാനുള്ള ആർത്തിയോടെ വാ പൊളിച്ചു കിടക്കുന്ന കുർട്സിന്റെ ദർശനം. എന്റെ മുമ്പിൽ അദ്ദേഹം അപ്പോൾ ജീവിച്ചു. അദ്ദേഹം എന്നും ജീവിച്ച അതേ പോലെയുള്ള ജീവിതം. മനോഹര മായ ഭാവങ്ങളുടെ ഭയാനകമായ യാഥാർഥ്യങ്ങളുടെ, തൃപ്തിപ്പെടുത്താ നാവാത്ത ഒരു നിഴൽ. രാത്രിയുടെ ഇരുട്ടിനെക്കാൾ ഇരുണ്ട നിഴൽ. ആഡംബരപൂർണമായ വാഗ്വൈഭവത്തിന്റെ മടക്കുകളിൽ കുലീനമായി വസ്ത്രം ധരിച്ച്, ആ ദർശനവും എന്നോടൊപ്പം ഭവനത്തിനകത്ത് പ്രവേ ശിക്കുന്നതായി എനിക്കു തോന്നി. സ്ട്രെച്ചർ, ശവവാഹകർ, അനുസര ണയോടെ ആരാധിക്കുന്ന വന്യമായ ജനക്കൂട്ടം, കാടുകളുടെ ഇരുട്ട്, പുഴ യുടെ കലങ്ങിയ വളവുകൾക്കിടയിലെ വിസ്തൃതമായ ജലപ്പരപ്പിന്റെ തിളക്കം, ചെണ്ടയുടെ താളത്തിലുള്ള ശബ്ദം, എല്ലാറ്റിനെയും കീഴട ക്കുന്ന തമസിന്റെ പതിഞ്ഞതും ക്രമബദ്ധവുമായ ഹൃദയസ്പന്ദനം എല്ലാം അപ്പോൾ ദൃഷ്ടിഗോചരമായി. വന്യതയെ സംബന്ധിച്ചിടത്തോളം വിജയത്തിന്റെ നിമിഷമായിരുന്നു അത്. മറ്റൊരാത്മാവിന്റെ മോക്ഷത്തി നായി ഞാൻ കാത്തുവെക്കേണ്ട ഊറ്റമായ മിന്നായം. വിദൂരതയിൽ വെച്ച് അദ്ദേഹം മൊഴിഞ്ഞ വാക്കുകൾ എനിക്കോർമവന്നു. വനത്തിനകത്തു തീനാളങ്ങളുടെ പ്രഭയിൽ, എന്റെ പിന്നിൽ ഇളകിക്കളിക്കുന്ന കൊമ്പുള്ള രൂപങ്ങളോടൊപ്പം ആ ചിതറിയ വാക്കുകൾ എന്നിലേക്കു തിരിച്ചുവന്നു. അശുഭകരവും ഭീതിദവുമായ ലാളിത്യത്തിൽ ഞാനവ വീണ്ടും കേട്ടു. കുർട്സിന്റെ നിന്ദ്യമായ വാദങ്ങളും ഹീനമായ ഭീഷണികളും ദുഷിച്ച ആഗ്രഹങ്ങളും എന്റെ ഓർമയിൽ തെളിഞ്ഞു. അദ്ദേഹത്തിന്റെ നിസാ രത, പീഡ, അദ്ദേഹത്തിന്റെ ആത്മാവനുഭവിച്ച ഉഗ്രമായ വേദന എല്ലാം ഞാൻ ഓർത്തു. പിന്നീട് ഓജസറ്റ് തളർന്ന രൂപം ഒരു ദിവസം പറഞ്ഞു: "ഇക്കാണുന്ന ആനക്കൊമ്പുകളെല്ലാം വാസ്തവത്തിൽ എന്റേതാണ്. കമ്പനി അതിനു പണം നൽകിയിട്ടില്ല. ജീവൻ പണയംവെച്ച് ഞാൻ സംഭരിച്ചതാണവ. എങ്കിലും അവ തങ്ങളുടെതാണെന്ന് കമ്പനി അവ കാശപ്പെടുമെന്നു ഞാൻ ഭയക്കുന്നു. ഹും! അതൊരു സങ്കീർണമായ വിഷയമാണ്. ഞാനെന്തു ചെയ്യണമെന്നാണ് നിങ്ങളുടെ അഭിപ്രായം? ചെറുത്തു നിൽക്കുകയോ? ഏ? നീതിയിൽ കൂടുതലായി എനിക്കൊന്നും ആവശ്യമില്ല."

നീതിയിൽ കൂടുതലൊന്നും അദ്ദേഹത്തിനു ആവശ്യമുണ്ടായിരു ന്നില്ല....നീതിയിൽ കൂടുതലൊന്നും....നീതിയിൽ കൂടുതലൊന്നും.

ഒന്നാം നിലയിൽ മഹാഗണിയിൽ തീർത്ത വാതിലിനു മുന്നിൽ നിന്ന് ഞാൻ ബെല്ലടിച്ചു. ആ കാത്തിരിപ്പിന്റെ നേരത്ത് ചില്ലു പാളിയിലൂടെ അദ്ദേഹം എന്നെ തുറിച്ചുനോക്കുന്നതായി എനിക്കുതോന്നി. ലോക ത്തോടു മുഴുവനുമുള്ള വെറുപ്പും അവജ്ഞയും പുച്ഛവും സ്ഫുരിക്കുന്ന, ഗാഢാശ്ലേഷിയായ തുറിച്ചുനോട്ടം. പിറുപിറുക്കുംപോലെയുള്ള ആ നില വിളി ഞാൻ കേട്ടു, "ഭീകരം! ഭീകരം!"

സന്ധ്യമയങ്ങിത്തുടങ്ങി. തറതൊട്ട് മേൽപ്പുരവരെ മൂന്നു വലിയ ജന ലുകളുള്ള പ്രൗഢഗംഭീരമായ ഒരു സ്വീകരണമുറിയിൽ ഞാൻ കാത്തി രിക്കുകയാണ്. മുറിയിലെ മരസാമാനങ്ങളുടെ സ്വർണം പൂശിയ കാലു കളും പിൻഭാഗവും അസ്പഷ്ടമായി തിളങ്ങി. ഉയരം കൂടിയ മാർബിൾ നെരിപ്പോടിനു ചരിത്രസ്മാരകത്തിന്റെ തണുപ്പും വെൺമയുമുണ്ടായി രുന്നു. ഒരു മൂലയിൽ അരണ്ട വെളിച്ചത്തിൽ വലിയൊരു പിയാനോ. പോളിഷ് ചെയ്ത ഇരുണ്ട ശവപ്പെട്ടിപോലെയുണ്ടായിരുന്നു അത്. ഒരു വലിയ വാതിൽ തുറന്നു....അടഞ്ഞു. ഞാൻ എഴുന്നേറ്റു.

കറുത്ത വസ്ത്രമണിഞ്ഞ് അവൾ വന്നു. ദുഃഖാചരണത്തിലായി രുന്നു അവൾ. ഒരു വർഷത്തിലധികമായി അദ്ദേഹം മരിച്ചിട്ട്. ആ വാർത്ത എത്തിയിട്ട് ഒരു സംവസരത്തിലധികം കഴിഞ്ഞു. ജീവിതകാലം മുഴു വൻ അതോർമിച്ചുകൊണ്ടിരിക്കുമെന്നും എന്നും അവൾ ദുഃഖം ആചരി ക്കുമെന്നും തോന്നി. എന്റെ ഇരുകരങ്ങളും ഗ്രഹിച്ച് അവൾ പിറുപിറുത്തു: "നിങ്ങൾ വരുന്നുണ്ടെന്ന് ഞാൻ കേട്ടിരുന്നു."

അവൾ അത്ര ചെറുപ്പമല്ലെന്നു ഞാൻ ശ്രദ്ധിച്ചു. അതായത് തീരെ കുട്ടിയല്ല എന്ന്. പാതിവ്രത്യത്തിനും വിശ്വാസത്തിനും സഹനത്തിനു മുള്ള പക്വമായ കരുത്ത് അവൾക്കുണ്ടായിരുന്നു.

മുറിയിൽ കൂടുതൽ ഇരുട്ടു പരക്കുന്നതായി തോന്നി. മേഘം മൂടിയ സായാഹനത്തിന്റെ ശോകാകുലമായ വെളിച്ചം മുഴുവൻ അവളുടെ നെറ്റി ത്തടത്തിൽ അഭയം തേടിയതുപോലെ. ഈ ഭംഗിയുള്ള മുടി, വിളറിയ മുഖം, വടിവൊത്ത പുരികം....എല്ലാറ്റിനെയും ചാരവർണമാർന്ന ഒരു പ്രഭാവലയം ആവരണം ചെയ്തുനിൽക്കുന്നു. അതിൽനിന്ന് ഇരുൾ മൂടിയ രണ്ടു കണ്ണുകൾ എന്റെ നേരെ നോക്കി. അവയുടെ തിളക്കം നിഷ്കള ങ്കവും പൂർണവും ആത്മവിശ്വാസം തുളുമ്പുന്നതും വിശ്വസ്തവുമായി രുന്നു. തന്റെ ദുഃഖത്തിൽ അഭിമാനമുള്ളതുപോലെ അവളുടെ ശിരസ്സ് ഉയർന്നുനിന്നു. 'അദ്ദേഹം അർഹിക്കുന്നതുപോലെ ദുഃഖമാചരിക്കാൻ എനിക്കേ, എനിക്കേ കഴിയൂ' എന്ന് അവൾ മൗനമായി പറയുന്നതു പോലെ.

ഞങ്ങൾ ഹസ്തദാനം നടത്തിയപ്പോൾ അവളുടെ മുഖത്ത് ഭയങ്ക രമായ ഒരു ശൂന്യത തളംകെട്ടിയതായി ഞാൻ ശ്രദ്ധിച്ചു. കാലത്തിന്റെ കൈയിലെ കളിപ്പാട്ടമായി മാറുന്ന ജീവികളിൽപ്പെട്ട ഒന്നായിരുന്നില്ല അവൾ. അവളെ സംബന്ധിച്ചിടത്തോളം അദ്ദേഹം ഇന്നലെ മരിച്ചിട്ടേ യുള്ളൂ. ദൈവമേ! ആ ധാരണ എന്നെ സംബന്ധിച്ചിടത്തോളം വളരെ കനത്തതായിരുന്നു. അദ്ദേഹം ഇന്നലെ, അല്ല, ഈ നിമിഷം മരിച്ചതാ ണെന്നു സങ്കൽപ്പിക്കുക. കാലത്തിന്റെ ഒരേ ബിന്ദുവിൽ അദ്ദേഹത്തെയും അവളെയും ഞാൻ കണ്ടു. അദ്ദേഹത്തിന്റെ മരണവും അവളുടെ ദുഃഖവും അദ്ദേഹത്തിന്റെ മരണം കാണുന്ന നിമിഷത്തിൽ തന്നെ അവ ളുടെ ദുഃഖവും ഞാൻ കണ്ടു. നിങ്ങൾക്ക് മനസിലാവുന്നുണ്ടോ? ഇരുവ രെയും ഞാൻ ഒരുമിച്ചു കണ്ടു. ഒരുമിച്ചു കേട്ടു. ആഴത്തിൽ ശ്വാസം

പിടിച്ചുകൊണ്ട് അവൾ പറഞ്ഞു: "ഞാൻ ബാക്കിയായി." ആ സ്വര ത്തിലെ നിരാശയുളവാക്കുന്ന ഖേദം എന്റെ ചെവികളെ വേദനിപ്പിച്ചു. അനശ്വരമായ ശിക്ഷയെ സംക്ഷേപിക്കുന്ന മന്ത്രം. എന്താണ് ഞാനവിടെ ചെയ്യുന്നതെന്നു ഞാൻ എന്നോടു തന്നെ ചോദിച്ചു. എന്റെ ഹൃദയത്തിൽ സംഭ്രമത്തിന്റെ ഒരു പ്രകമ്പനമുണ്ടായി. മനുഷ്യന് മനസിലാക്കാൻ സാധിക്കാത്ത, ക്രൂരവും ദുരൂഹവുമായ നിഗൂഢതകളുടെ സ്ഥലത്തേക്ക് അബദ്ധത്തിൽ ചെന്നുപെട്ടതുപോലെ എനിക്കു തോന്നി. അവളെനിക്ക് ഒരു കസേര ചൂണ്ടിക്കാണിച്ചു തന്നു. ഞങ്ങൾ ഇരുന്നു. ഞാൻ പൊതി പതുക്കെ മേശപ്പുറത്തു വച്ചു. അവൾ അതിന്മേൽ കൈവച്ചു....

"നിങ്ങൾക്ക് അദ്ദേഹത്തെ നന്നായറിയാം." തെല്ലുനേരത്തെ ശോകാ കുലമായ മൗനത്തിനുശേഷം അവൾ പറഞ്ഞു.

"അവിടെ വളരെയെളുപ്പം അടുപ്പം സ്ഥാപിക്കപ്പെടും," ഞാൻ പറഞ്ഞു. "ഒരാൾക്ക് മറ്റൊരാളെ അറിയാൻ സാധിക്കുന്നത്ര ഞാൻ അദ്ദേ ഹത്തെ അറിഞ്ഞു."

"നിങ്ങൾ അദ്ദേഹത്തെ സ്നേഹിച്ചു." അവൾ പറഞ്ഞു. "അദ്ദേ ഹത്തെ അറിഞ്ഞാൽ സ്നേഹിക്കാതിരിക്കുക അസാധ്യമാണ്. അല്ലേ?"

"അദ്ദേഹം അസാധാരണ മനുഷ്യനായിരുന്നു." ഞാൻ ഉറപ്പില്ലാത്ത വിധം പറഞ്ഞു. പിന്നീട് ഹൃദയഭേദകമായ അവളുടെ തറച്ച നോട്ടത്തിനു മുമ്പിൽ–എന്റെ ചുണ്ടിൽ വരുന്ന കൂടുതൽ വാക്കുകൾ വീക്ഷിക്കുകയാ യിരുന്നോ അവൾ? –ഞാൻ തുടർന്നു: "കാത്തിരിക്കുക അസാധ്യമായി രുന്നു..."

"സ്നേഹിക്കാൻ..." എന്നെ തടഞ്ഞുകൊണ്ട് അവൾ പെട്ടെന്നു പൂരി പ്പിച്ചു.

"സത്യം. എത്ര സത്യം! പക്ഷേ, ആരും എന്നോളം അദ്ദേഹത്തെ അറിഞ്ഞില്ല എന്ന് നിങ്ങളറിയുമ്പോൾ! അദ്ദേഹത്തിന്റെ മഹത്തായ രഹ സ്യങ്ങൾ എനിക്കറിയാം. എനിക്കാണ് അദ്ദേഹത്തെ ഏറ്റവും നന്നായറി യുക." അവൾ തുടർന്നു.

"നിനക്കാണ് അദ്ദേഹത്തെ ഏറ്റവും നന്നായറിയുക." ഞാൻ അതാ വർത്തിച്ചു.

ഒരുപക്ഷേ, അവൾക്കദ്ദേഹത്തെ ഏറ്റവും നന്നായി അറിയാമാ യിരുന്നിരിക്കാം. പക്ഷേ, ഉരുവിടുന്ന ഓരോ വാക്കും ആ മുറിയെ കൂടു തൽ അന്ധകാര നിബിഡമാക്കി. വെളുത്തതും മാർദവമേറിയതുമായ അവളുടെ നെറ്റിത്തടം മാത്രം വിശ്വാസത്തിന്റെയും സ്നേഹത്തിന്റെയും കെടുത്താനാവാത്ത വെളിച്ചത്തിൽ പ്രശോഭിച്ചു. "നിങ്ങൾ അദ്ദേഹ ത്തിന്റെ സുഹൃത്തായിരുന്നു." അവൾ തുടർന്നു. "അദ്ദേഹത്തിന്റെ സുഹൃത്ത്." എന്ന് അവൾ ഉച്ചത്തിൽ ആവർത്തിച്ചു. "നിങ്ങൾ സുഹൃ ത്തായതുകൊണ്ടാണ് അദ്ദേഹം നിങ്ങളെ എന്റെ അടുത്തേക്കയച്ചതും ഇതു കൊടുത്തയച്ചതും. നിങ്ങളോട് സംസാരിക്കാൻ എനിക്കു സാധി ക്കുന്നുണ്ട്. ഓ! ഞാൻ സംസാരിക്കണം. അദ്ദേഹത്തിന്റെ അന്ത്യമൊഴി

ശ്രവിച്ച നിങ്ങളെ എനിക്കാവശ്യമുണ്ട്. അദ്ദേഹത്തിന് അർഹിക്കുന്നവ
ളായിരുന്നു ഞാൻ എന്നറിയാൻ.... മിഥ്യാഭിമാനമല്ല.... അതെ, ഭൂമിയിൽ
മറ്റാരെക്കാളും ഞാൻ അദ്ദേഹത്തെ മനസ്സിലാക്കിയിരുന്നു എന്നറിയുന്ന
തിൽ എനിക്കഭിമാനമുണ്ട്. അദ്ദേഹം എന്നോട് അങ്ങനെ പറഞ്ഞിട്ടുണ്ട്.
അദ്ദേഹത്തിന്റെ അമ്മ മരിച്ചതിനുശേഷം എനിക്ക് ആരുമില്ല."

"ഞാൻ ശ്രദ്ധിച്ചു കേട്ടു. ഇരുട്ടിന് കട്ടി കൂടി. ശരിയായ കെട്ടാണ്
അദ്ദേഹം എന്നെ ഏൽപ്പിച്ചതെന്ന് എനിക്ക് ഉറപ്പുണ്ടായിരുന്നില്ല. അദ്ദേ
ഹത്തിന്റെ മറ്റൊരു കെട്ട് കടലാസ് എന്നെ ഏൽപ്പിക്കാൻ അദ്ദേഹം ഉദ്ദേ
ശിച്ചിരുന്നതായി ഞാൻ സംശയിക്കുന്നു. അദ്ദേഹത്തിന്റെ മരണശേഷം
മാനേജർ വിളക്കത്തുവെച്ച് ആ കടലാസുകെട്ട് പരിശോധിക്കുന്നത്
ഞാൻ കണ്ടിട്ടുണ്ട്.

പെൺകുട്ടി എന്റെ അനുതാപത്തിൽ വിശ്വാസമർപ്പിച്ച് സംസാരിച്ചു
കൊണ്ടിരുന്നു. തന്റെ വേദനകൾക്ക് സമാശ്വാസം കണ്ടെത്തുകയായി
രുന്നു അവൾ അതുവഴി. ദാഹിക്കുന്നവർ വെള്ളം കുടിക്കുന്നതുപോലെ
അവൾ സംസാരിച്ചുകൊണ്ടിരുന്നു. കുർട്സുമായുള്ള അവളുടെ വിവാഹ
നിശ്ചയം അവളുടെ ബന്ധുക്കൾ ഇഷ്ടപ്പെട്ടിരുന്നില്ല എന്നു ഞാൻ കേട്ടി
ട്ടുണ്ട്. അദ്ദേഹം സമ്പന്നനായിരുന്നില്ല. ജീവിതകാലം മുഴുവൻ അദ്ദേഹം
ദരിദ്രനായിരുന്നോ എന്നും എനിക്കറിയില്ല. മറ്റുള്ളവരുമായി തുലനം ചെ
യ്യുമ്പോൾ താൻ ദരിദ്രനാണെന്നു കണ്ടപ്പോഴുണ്ടായ അക്ഷമയാണ്
ആഫ്രിക്കയിലേക്കു പുറപ്പെടാൻ തന്നെ പ്രേരിപ്പിച്ചതെന്നതിനു ചില സൂച
നകൾ അദ്ദേഹം എനിക്കു തന്നിട്ടുണ്ട്.

"അദ്ദേഹത്തിന്റെ സംസാരം ഒരിക്കൽ കേട്ട ആൾ എങ്ങനെയാണ്
അദ്ദേഹത്തിന്റെ സുഹൃത്താവാതിരിക്കുക?" അവൾ പറയുകയായിരു
ന്നു. "അദ്ദേഹം ആളുകളെ അവരിലുള്ള ഏറ്റവും ഉത്തമമായ സംഗതി
കൾകൊണ്ട് തന്നിലേക്കാകർഷിച്ചു." അവൾ എന്നെത്തന്നെ ഉറ്റുനോ
ക്കിക്കൊണ്ടു തുടർന്നു: "മഹത്ത്വത്തിന്റെ സമ്മാനമാണത്." അവളുടെ
നേർത്ത ശബ്ദത്തിൽ ദുഃഖവും വിഷാദവും നിരാശയും നിഗൂഢതയു
മെല്ലാം ഉൾച്ചേർന്നിരുന്നു. ഞാൻ കേട്ട എല്ലാ ശബ്ദങ്ങളും–പുഴയുടെ
ഓളം, വൃക്ഷങ്ങളുടെ മർമരം, ജനക്കൂട്ടത്തിന്റെ ആരവം, അകലെനിന്നു
കേൾക്കുന്ന കരച്ചിലിന്റെ അലകൾ, അനശ്വരമായ തമസിന്റെ ഉമ്മറപ്പടി
ക്കപ്പുറത്തു നിന്നുവരുന്ന അടക്കം പറച്ചിലിന്റെ ശബ്ദം ഇവയെല്ലാം
അലിഞ്ഞുചേർന്നതായിരുന്നു അത്. "അദ്ദേഹത്തെ നിങ്ങൾ ശ്രവിച്ചിട്ടു
ണ്ട്. നിങ്ങൾക്കറിയാം."

"അതെ, എനിക്കറിയാം." അവളുടെ വിശ്വാസത്തെ ബഹുമാനിച്ചു
കൊണ്ടും എന്നാൽ ഹൃദയത്തിൽ നിരാശയോടും കൂടി ഞാൻ പറഞ്ഞു.
ആ അന്ധകാരത്തിൽ പ്രകാശം വിതച്ച അലൗകിക പ്രഭയുടെ മിഥ്യാ
ദർശനത്തെയാണ് ഞാൻ വണങ്ങിയത്. ആ അന്ധകാരത്തിൽ നിന്നു
അവളെ രക്ഷിക്കാൻ എനിക്കു സാധിച്ചില്ല. എന്നെപ്പോലും എനിക്കതിൽ
നിന്നു രക്ഷിക്കാൻ സാധിച്ചില്ല.

"എന്തൊരു നഷ്ടമാണെനിക്ക്– അല്ല, നമുക്ക്" മനോഹരമായ ഉദാ
രതയോടെ അവൾ സ്വയം തിരുത്തി. പിന്നീട് ഒരു മർമരംപോലെ കൂട്ടി
ച്ചേർത്തു, "ലോകത്തിന്." സന്ധ്യാവെളിച്ചത്തിന്റെ അവസാനത്തെ കിര
ണങ്ങളിൽ അവളുടെ കൺകളിലെ തിളക്കം ഞാൻ കണ്ടു. അവ സജ
ലങ്ങളായിരുന്നു. അടർന്നുവീഴാത്ത അശ്രുകണങ്ങൾ.

"ഞാൻ വളരെ സന്തുഷ്ടയും ഭാഗ്യവതിയും അഭിമാനിക്കാൻ വക
യുള്ളവളുമാണ്." അവൾ തുടർന്നു: "വളരെയധികം ഭാഗ്യവതി. കുറഞ്ഞ
കാലത്തേക്ക് അതീവ സന്തുഷ്ട. ഇപ്പോൾ ആജീവനാന്ത നിർഭാഗ്യവ
തിയും."

അവൾ എഴുന്നേറ്റു ചേലാർന്ന അവളുടെ മുടി സ്വർണത്തിന്റെ
മങ്ങിയ വെളിച്ചം മുഴുവൻ ആവാഹിച്ചു.

ഞാനും എഴുന്നേറ്റു.

"അദ്ദേഹത്തിന്റെ വാഗ്ദാനങ്ങളിലും മഹത്വത്തിലും ഉദാരമനസിലും
കുലീനമായ ഹൃദയത്തിലും നിന്ന് ഒന്നും ഇപ്പോൾ അവശേഷിക്കുന്നി
ല്ല. ഒരോർമയല്ലാതെ. നിങ്ങളും ഞാനും...." ശോകഛവി കലർന്ന അവ
ളുടെ സംസാരം തുടർന്നു.

"നാം എന്നും അദ്ദേഹത്തെ ഓർക്കും." ഞാൻ പറഞ്ഞു.

"ഇല്ല," അവൾ വിലപിച്ചു. "എല്ലാം നഷ്ടപ്പെട്ടുപോവുക സംഭവ്യ
മല്ല. ദുഃഖമല്ലാതെ ഒന്നും ബാക്കിവെക്കാതെ അത്തരമൊരു ജീവിതം
നിലച്ചുപോവുകയില്ല. എത്ര വലിയ പദ്ധതികളാണ് അദ്ദേഹത്തിനുണ്ടാ
യിരുന്നത് എന്നു നിങ്ങൾക്കറിയാം. ചുരുങ്ങിയ പക്ഷം അദ്ദേഹത്തിന്റെ
വാക്കുകൾക്കെങ്കിലും മരണമില്ല."

"അദ്ദേഹത്തിന്റെ വാക്കുകൾ അവശേഷിക്കും." ഞാൻ പറഞ്ഞു.

"അദ്ദേഹത്തിന്റെ മാതൃകയും." അവൾ തന്നോടുതന്നെ എന്ന മട്ടിൽ
മന്ത്രിച്ചു, "ആളുകൾ അദ്ദേഹത്തെനോക്കി. ഓരോ പ്രവൃത്തിയിലും അദ്ദേ
ഹത്തിന്റെ മഹത്വം ജ്വലിച്ചിരുന്നു. അദ്ദേഹത്തിന്റെ മാതൃക...."

"സത്യം," ഞാൻ പറഞ്ഞു, "അദ്ദേഹത്തിന്റെ മാതൃക – ഞാനതു
മറന്നു."

"പക്ഷേ, ഞാൻ മറക്കില്ല. എനിക്കതു സാധിക്കുന്നില്ല. എനിക്കു
വിശ്വാസം വരുന്നില്ല ഇപ്പോഴും. അദ്ദേഹത്തെ ഇനിയും കാണുകയി
ല്ലെന്നു എനിക്കു വിശ്വസിക്കാനാവുന്നില്ല. ആർക്കും ഇനി അദ്ദേഹത്തെ
ഒരിക്കലും കാണാനാവുകയില്ലെന്ന് എനിക്കു വിശ്വസിക്കാനാവുന്നില്ല.
ഒരിക്കലും ഒരിക്കലും ഒരിക്കലും...."

പിൻവാങ്ങുന്ന രൂപത്തെ പുണരാനെന്നോണം അവൾ കൈകൾ
നീട്ടി. ജനലഴികൾക്കിടയിലൂടെ വരുന്ന മങ്ങിയ വെളിച്ചത്തെ അവളുടെ
വിളറിയ കൈകൾ ആശ്ലേഷിച്ചു. ഇനി അദ്ദേഹത്തെ കാണുകയില്ല!
ഞാനദ്ദേഹത്തെ അപ്പോൾ വ്യക്തമായി കണ്ടു. വാക്ചതുരിയുടെ ഉടമ
യായ ഈ മായാരൂപത്തെ ഞാൻ ജീവിച്ചിരിക്കുന്ന കാലംവരെ കാണും.
അവളെയും ഞാൻ കാണും. ദുരന്തത്തിൽ ഒടുങ്ങിയ പരിചിതമായ നിഴൽ

ആണവൾ. ഇളകുമ്പോൾ അത് ശോകപര്യവസായിയായ മറ്റെന്തി
നെയോ ഓർമിപ്പിക്കുന്നു. പാതാള നദിയുടെ അരണ്ട വെട്ടത്തിനു മീതെ
നീളുന്ന തവിട്ടു നിറത്തിലുള്ള നഗ്നഹസ്തങ്ങൾ. വീര്യം നശിച്ച ഏല
സുകൾകൊണ്ട് അവ അലങ്കരിച്ചിരിക്കുന്നു. പെട്ടെന്ന്, വളരെ പതുക്കെ
അവൾ പറഞ്ഞു: "അദ്ദേഹം ജീവിച്ചതുപോലെ മരിച്ചു."

"അദ്ദേഹത്തിന്റെ അന്ത്യം അദ്ദേഹത്തിന്റെ ജീവിതം അർഹിക്കുന്ന
വിധത്തിലുള്ളതായിരുന്നു – എല്ലാ നിലയ്ക്കും." ഞാൻ പറഞ്ഞു. അവ്യ
ക്തമായ ദേഷ്യം എന്നിൽ ഉരുണ്ടു കൂടാൻ തുടങ്ങിയിരുന്നു.

"ആ നിമിഷം ഞാൻ അദ്ദേഹത്തോടൊപ്പമുണ്ടായിരുന്നില്ല." അവൾ
പിറുപിറുത്തു.

അനന്തമായ ഈ ദുഃഖത്തിനു മുമ്പിൽ എന്റെ ദേഷ്യം തണുത്തു
റഞ്ഞു.

"ചെയ്യാൻ കഴിയുന്നതെല്ലാം...." ഞാൻ പറയാൻ ശ്രമിച്ചു.

"ആ! പക്ഷേ, ഭൂമിയിൽ ആരെക്കാളും അദ്ദേഹത്തിൽ വിശ്വസിച്ചത്
ഞാനാണ്. അദ്ദേഹത്തിന്റെ അമ്മയേക്കാളും, അദ്ദേഹത്തെക്കാളും അധി
കമായി. അദ്ദേഹത്തിനു എന്നെ ആവശ്യമായിരുന്നു. എന്നെ!

ഓരോ നിശ്വാസവും വാക്കും അടയാളവും നോട്ടവും ഞാൻ നിധി
പോലെ സൂക്ഷിക്കുമായിരുന്നു."

നെഞ്ച് മരവിച്ചതുപോലെ എനിക്കു തോന്നി. അടക്കിപ്പിടിച്ച ശബ്ദ
ത്തിൽ ഞാൻ പറഞ്ഞു: "വേണ്ട."

"എന്നോടു ക്ഷമിക്കുക....ദീർഘകാലം ഞാൻ മൗനമായിരുന്നു വില
പിച്ചു....അവസാനംവരെ നിങ്ങൾ അദ്ദേഹത്തോടൊപ്പമുണ്ടായിരുന്നു.
അല്ലേ? അദ്ദേഹത്തിന്റെ ഏകാന്തതയെക്കുറിച്ചാണു ഞാൻ ആലോചി
ക്കുന്നത്. ഞാൻ മനസിലാക്കുന്നത്ര അദ്ദേഹത്തെ മനസിലാക്കാൻ കഴി
യുന്ന ആരും അടുത്തില്ലാതെ. ഒരുപക്ഷേ, കേൾക്കാനും ആരുമില്ലാതെ..."

"അവസാന നിമിഷം വരെ" ഉൾവിറയലോടെ ഞാൻ പറഞ്ഞു, അദ്ദേ
ഹത്തിന്റെ ഒടുവിലത്തെ വാക്കുകൾ ഞാൻ കേട്ടിട്ടുണ്ട്...." ഭയത്തിൽ
എന്റെ വാക്കുകൾ നിലച്ചു.

"അതാവർത്തിക്കുക." ഹൃദയം തകർന്ന സ്വരത്തിൽ അവൾ ആവ
ശ്യപ്പെട്ടു, "ജീവിതത്തിൽ കൂടെ നിർത്താൻ എന്തെങ്കിലുമൊന്ന് എനിക്ക്
കൂടിയേ കഴിയൂ."

"നീ അദ്ദേഹത്തെ കേൾക്കുന്നില്ലേ?" എന്റെ ശബ്ദം ആക്രോശ
ത്തിന്റെ വക്കോളമെത്തി. ഞങ്ങൾക്കു ചുറ്റും സായന്തനം ആ വാക്കു
കൾ ആവർത്തിക്കുന്നുണ്ടായിരുന്നു. ഉയർന്നുവരുന്ന കാറ്റിൽ ഭീഷണ
മായി ഉരുണ്ടുകൂടുന്ന മന്ത്രണം. "ഭീകരം! ഭീകരം!"

"അദ്ദേഹത്തിന്റെ ഒടുവിലത്തെ വാക്ക് – ജീവിതത്തിൽ എനിക്കൊരു
കൂട്ടിന്." അവൾ നിർബന്ധിച്ചു, "നിങ്ങൾക്കു മനസിലാവുന്നില്ലേ? ഞാന
ദ്ദേഹത്തെ സ്നേഹിച്ചു. ഞാനദ്ദേഹത്തെ സ്നേഹിച്ചു."

സ്വയം നിയന്ത്രിച്ചുകൊണ്ട് ഞാൻ പതുക്കെ പറഞ്ഞു: "അദ്ദേഹം ഒടുവിലായി പറഞ്ഞത് – നിന്റെ പേരായിരുന്നു."

നേർത്ത ഒരു നിശ്വാസം ഞാൻ കേട്ടു. എന്റെ ഹൃദയം അപ്പോൾ നിശ്ചലമായി നിന്നു. വിജയാഹ്ലാദത്തിന്റെ ഭീകരമായ കരച്ചിൽ അതിനെ നിശ്ചലമാക്കുകയായിരുന്നു. ഭാവനാതീതമായ വിജയത്തിന്റെയും പറ ഞ്ഞറിയിക്കാൻ പറ്റാത്ത വേദനയുടെയും ആക്രന്ദനം..

"എനിക്കറിയാം അത് – എനിക്കുറപ്പാണ്." അവൾക്കറിയാമായി രുന്നു. അവൾക്ക് നല്ല ഉറപ്പുമുണ്ട്. അവൾ തേങ്ങിക്കരയുന്നത് ഞാൻ കേട്ടു. ഞാനവിടം വിടുന്നതിനു മുമ്പേ ആ വീട് ഇടിഞ്ഞു പൊളിഞ്ഞു വീഴുമെന്ന് എനിക്കുതോന്നി. ആകാശം എന്റെ തലയിൽ വീഴുമെന്നും.

പക്ഷേ, ഒന്നും സംഭവിച്ചില്ല. ഇതുപോലുള്ള നിസാരസംഗതിക്ക് ആകാശം നിലം പൊത്തുകയില്ല. കുർട്സിന് അവകാശപ്പെട്ട നീതി ഞാൻ നിറവേറ്റിയിരുന്നെങ്കിൽ അത് നിലം പതിക്കുമായിരുന്നോ? നീതി മാത്രമേ തനിക്കു വേണ്ടൂ എന്ന് അദ്ദേഹം പറഞ്ഞിരുന്നില്ലേ? പക്ഷേ, എനിക്ക തിനു സാധിച്ചില്ല. എനിക്ക് അവളോടു പറയാൻ സാധിച്ചില്ല. അത് കൂടു തൽ അന്ധകാരമയമാകുമായിരുന്നു. എല്ലാം ചേരുമ്പോൾ വല്ലാത്ത ഇരുട്ട്.

മാർലോ സംസാരം നിർത്തി മാറിയിരുന്നു. ധ്യാനബുദ്ധനെപ്പോലെ മൗനത്തിലാണ്ട്, തെളിയാത്ത രൂപമായി മാർലോ.

അൽപ്പനേരത്തേക്ക് ആരും അനങ്ങിയില്ല.

"ആദ്യത്തെ വേലിയിറക്കം നമുക്ക് നഷ്ടമായി." പൊടുന്നനെ ഡയ റക്ടർ പറഞ്ഞു. ഞാൻ തലയുയർത്തിനോക്കി. കറുത്ത മേഘനിര പുറ ങ്കടലിൽ മേൽവിരിയായ ആകാശത്തിനു താഴെ, പ്രശാന്തമായ ജലപാ തഭൂമിയുടെ അറ്റങ്ങളിലേക്ക് വിഷണ്ണമായി ഒഴുകി. അഗാധമായ തമ സിന്റെ ഹൃദയത്തിലേക്കാണത് ചെന്നുചേരുന്നതെന്ന് തോന്നി.

9 788126 205455